மூன்றாவது கண்...

அருண் கே. நாயர்

தமிழாக்கம்: ஜி.எஸ். குமாரதேவி

சங்கர் பதிப்பகம்

15 / 21, டீச்சர்ஸ் கில்டு காலனி, 2-வது தெரு,
இராஜாஜி நகர் விரிவு,
வில்லிவாக்கம், சென்னை - 600 049.
தொலைபேசி: 044-26502086, 9444191256
email: shankar_pathippagam@yahoo.com
wef: www shankarpathippagam.in & www bookthagam.com

நூல் விவரப் பட்டியல்

நூலின் பெயர்
மூன்றாவது கண்

உரிமை
ஆசிரியர்க்கு

நூலாசிரியர்
அருண் கே. நாயர்

நூல் அளவு
கிரௌன்

பதிப்பு ஆண்டு
முதல் பதிப்பு - 2018

பக்கங்கள்
184

விலை
ரூ.200/-

ISBN.No. ISBN 978-93-87655-52-2

வெளியீடு
சங்கர் பதிப்பகம்
15/21, டீச்சர்ஸ் கில்டு காலனி,
2-வது தெரு, இராஜாஜி நகர் விரிவு,
வில்லிவாக்கம், சென்னை - 600 049.
தொலைபேசி: 044 - 2650 2086

வடிவமைப்பு & மேலட்டை
பழனி & லதா, வில்லிவாக்கம்.

அச்சிட்டோர்
எம்.கே.கிராபிக்ஸ், சென்னை - 600 021.
தொலைபேசி : 98408 28213

மனைவிக்கு
அர்ப்பணிப்பு

பதிப்புரை

உங்கள் கையில் தவழும் இந்த நாவல் வந்ததே ஒரு சுவாரசியமான நிகழ்வு.

இந்த நாவலின் ஆங்கிலப் பதிப்பான **'Murderous Greed'** நூலினை என் நண்பர் ‘நல்ல துப்பறியும் நாவல்.... படித்துப் பாருங்கள்’ எனக் கூறித் தந்தார். அதை ரசித்துப் படித்து விட்டு மேசையில் வைத்திருந்தேன்.

ஒருநாள் அதைப் பார்த்த என் மகன் அப்பா! இது என் கல்லூரி நண்பன் எழுதியது. இது இங்கே எப்படி என்றான். நாவல் வந்த விபரம் கூறி நன்றாக இருக்கிறது. இதை தமிழில் மொழி மாற்றம் செய்யச் சொல் உன் நண்பனை. நாம் வெளியிடலாம் என்றேன்.

அவன் தமிழில் பேசுவான். ஆனால் எழுதும் அளவுக்கு அவனால் முடியாது. இது அவனது முதல் நாவல். அவன் ஒரு பொறியியல் பட்டதாரி. ஆனால் காவல்துறை உயர் அலுவலர் போல கதையை அழகாகக் கொண்டு சென்றுள்ளான் என்றான்.

நாங்கள் பேசிக் கொண்டிருக்கும் அதே நேரத்தில் எங்கள் குடும்ப நண்பர் குமார தேவி அவர்கள் வந்தார்கள். ஏற்கனவே அவரது நாவல் ஒன்றினை நாங்கள் வெளியிட்டுள்ளோம். ஊடகத் துறையில் பல பிற மொழிக் கதைகளைத் தமிழில் மொழி மாற்றம் செய்வார்கள்.

இந்நூலினைப் பார்த்ததும் இதை நான் மொழி மாற்றம் செய்கிறேன் என விரும்பி வாங்கிச் சென்று மிகுந்த ஈடுபாட்டுடன் மொழி மாற்றம் செய்தார்.

துப்பறியும் நாவலின் கதையை பதிப்புரையில் கூறினால் சுவாரஸ்யம் குறைந்து விடும். எனவேதான் கதை பிறந்த கதையைக் கூறினோம்.

முதல் நாவலையே சிறப்பாகச் செய்திருக்கும் அருண் கே. நாயருக்கும், சிறப்பாக மொழி பெயர்ப்பு செய்த சகோதரி **குமாரதேவி** அவர்களும் நன்றி!

இனி நாவலைப் படியுங்கள். படித்து முடித்த பின்னரே கீழே வைக்கத் தோன்றும்.

கோமதி நாயகம், சங்கர் பதிப்பகம்.

முன்னோட்டம்

மீரா அடகுக்கடையை நோக்கி நடந்து கொண்டிருந்தாள். அவள் வேலை பார்க்கும் இடத்தில் மூன்று மாதங்களாகச் சம்பளம் கொடுக்கவில்லை. அவளும் மூன்று மாதங்களாக வீட்டு வாடகை கொடுக்கவில்லை. அதனால் என் கணவன் எனக்கு அன்புப் பரிசாகக் கொடுத்த இந்தக் காசுமாலையை அடகு வைப்பதைத் தவிர எனக்கு வேறு வழியில்லை என எண்ணிக் கொண்டாள். இத்தனை கஷ்டத்திலும், வீட்டுச் சொந்தக்காரர், தன்னை வீட்டைக் காலி செய்யச் சொல்லவில்லை என்பது அவளுக்கு ஒரு சின்ன சந்தோஷம். இந்தப் பாரம்பரியமான காசுமாலையை அடகு வைக்கவும் வீட்டு உரிமையாளர்தான் யோசனை சொன்னாள்.

அடகுக் கடையை நெருங்கியபோது... அவள் நெஞ்சம்... அவள் இதயத் துடிப்பு அதிகரித்தது.

அடகுக் கடைக்காரர் நகையை சந்தேகத்துடன் பரிசோதனை செய்தார். அது அவரின் சுபாவம். பிறகு ஐம்பதாயிரம் ரூபாய் கொடுப்பதாகச் சொன்னார். அதிலும் அந்த மாத வட்டியைக் கழித்துக் கொண்டு கொடுத்தார். பிறகு மீராவின் காசுமாலையை உள்அறைக்கு எடுத்துச் சென்று பத்திரப்படுத்தினார். மீரா அவர் தன் நகையைப் பத்திரமாக வைக்கிறாரா? என உன்னிப்பாகக் கவனித்தாள். பிறகே பணத்தைத் தன் கைப்பையில் பத்திரமாக வைத்தாள். கைப் பையையும் புடவை முந்தாணியில் மறைத்துக் கொண்டு துரிதமாக நடந்தாள். தன் மகள் பசியுடன் காத்திருப்பாள் என்ற எண்ணம் அவளுக்கு வேகத்தைக் கொடுத்தது.

என் கடன்களைக் கொடுப்பதற்கு இந்தப் பணம் போதும், வாடகை பாக்கியைக் கொடுத்து விடலாம் என்று எண்ணியபோதே.... சில

நாட்களாக தயிர்சாதம் மட்டுமே மகளுக்குக் கொடுத்து வருவதை எண்ணி வருந்தினாள். இன்று துவரம் பருப்பு வாங்கி அவளுக்கு சாம்பார் சாதம் செய்து கொடுக்கலாம். உருளைக் கிழங்கு வறுவலும் செய்து கொடுக்கலாம். அவள் ரஸித்து உண்டு சந்தோஷத்துடன் ‘தேங்க் யூ மம்மி!’ என்று தன்னை அணைத்து முத்தம் கொடுப்பாள், என்று எண்ணியபோது தனக்கு, கணவன் கொடுத்த மாபெரும் பரிசு இவள் என்று எண்ணினாள். கணவனின் நினைவுகளும் அவளுள் புரண்டது. அவள் அண்ணாந்து எல்லைகளற்ற வானத்தைப் பார்த்தாள்.

அவளுடைய மனதில் ஒன்றன் பின் ஒன்றாக எண்ணக்குவியல்கள் வரிசை கட்டி நின்றது.

‘என் கம்பெனி என் சம்பளத்தைக் கொடுத்து விட்டால், எனக்குப் போதும், அதை வைத்து நான் ஒரு தையல்கடை ஆரம்பித்து விடுவேன். பிறகு யாரையும் நம்பி இருக்க வேண்டாம். பிறகு என் மகளை கஷ்டம் தெரியாமல் வளர்ப்பேன்!’ இப்படி எண்ண ஓட்டங்களுடன், அவள் நடந்துகொண்டிருந்தாள். அவள் மூர்த்தி தெருவில் நுழைந்தாள்.

அப்போது ஒரு ஃபைக் மின்னல் வேகத்தில் அவளை மோதியது. அதில் வந்த இளைஞன் முகத்தைத் துணியால் மறைத்திருந்தான். அவளும் விழுந்தாள். அவள் புடவை முந்தாணியில் மறைத்து வைத்திருந்த கைப்பையும் அநாதையாக ரோட்டில் விழுந்தது. அவன் அதை எடுத்துக் கொண்டு அதே மின்னல் வேகத்தில் மறைந்தான்.

மீரா, ‘‘என்னிடம் இருக்கும் பணம் இது மட்டும் தான், தயவு செய்து கொடுத்து விடு!’’ எனக் கெஞ்சினாள். அவளது குரல் அவன் காதை எட்டாமல் காற்றில் கரைந்தது.

●●●

பகுதி – 1

சென்ட்ரல் ரயில் நிலையத்தில் இருந்து ஆவடி நகரம் இருபத்தைந்து கிலோ மீட்டர் தூரத்தில் உள்ளது. இது நன்றாகத் திட்டமிட்டுக் கட்டப்பட்ட நகரம்.

அழகான பூங்காக்கள், தோட்டங்கள் தவிர, மத்திய அரசின் அலுவலகம் ஆவடி நகரத்திற்கு மேலும் சிறப்பூட்டுகிறது. எட்டு கிலோமீட்டர் உள்ள ஒரு குடியிருப்புப் பகுதியில் (நகரத்தில்) முப்பதிற்கும் அதிகமான கல்விக் கூடங்கள் நிறுவப்பட்டிருப்பது வியப்பான விஷயம். ஆவடி நகரத்தில் இருந்து சென்னையின் மற்றப் பகுதிகளுக்குச் செல்ல அரசுப் பேருந்துகளும், மின்சார ரயில்களும் இருக்கிறது. முக்கியமானது, சமீபத்தில் அரசு அமைத்த ரிங்ரோடு (ரிங் சாலை). இது ஆவடியை சென்னையின் பூந்தமல்லி, குன்றத்தூர், தாம்பரம், வண்டலூர் போன்ற பகுதிகளுடன் இணைக்கிறது.

ஆவடியில், கலை அரங்குகள் உண்டு, திரைஅரங்குகள் உண்டு, அழகான ஏரி, அணை, கிரிக்கெட் விளையாட்டு மைதானம், அரங்கம், ஓட்டப்பந்தயத்திற்கான தடம் (வழித்தடம்) இவை எல்லாம் உண்டு. இவை ஆவடியை அதிகக் கலை நிகழ்ச்சிகள் (Event) நடக்கும் இடமாக மாற்றியிருக்கிறது. மேலும் பல்சுவை அங்காடிகளும், ஜவுளிக்கடைகளும் இங்கு உண்டு. ஆவடி நகரம் எங்கும் வளர்ந்துள்ள அழகான மரங்களும் அங்கு நிலவும் அமைதியும், மக்கள் அங்கு வந்து அதிகம் குடியேறக் காரணம்.

பரபரப்பான வணிக நகரமான தியாகராய நகரில் இருந்து பணிமாறுதலில் ஆவடி வந்துள்ள சத்யஜித்திற்கு இந்த இடம்... இதன் அமைதி ஒரு புது அனுபவமாக இருந்தது.

2015ம் ஆண்டு, தியாகராய நகரின் காவல் நிலையத்தில் போலீஸ் இன்ஸ்பெக்டராக (காவல் மேற்பார்வையாளராக) பதவி உயர்வு பெற்று, பிறகு ஆவடி காவல் நிலையம் வந்தார். காவல் துறை குடியிருப்பு அருகில் ஒரு அடுக்கு மாடிக்குடியிருப்பில் பத்தாவது மாடியில் ஒரு வீட்டில் குடியேறினார். அவருடைய அதிகாரத்தின் கீழ் ஆவடி, போரூர், பூந்தமல்லி, பட்டாபிராம் ஆகிய நான்கு காவல் நிலையங்களும் இருந்தது.

அவர் இதுவரை பணி செய்த காவல் நிலையங்களை ஒப்பிடுகையில் ஆவடியில் குற்றங்கள், திகில் சம்பவங்கள் குறைவாகவே இருந்தது. அதனால் குற்றங்களைத் தடை செய்வதற்காக.... சிறப்பு ஏற்பாடுகள் முயற்சிகள் செய்ய வேண்டிய அவசியம் அவருக்கு ஏற்படவில்லை. அவர் எல்லைக்குட்பட்ட பகுதிகளில் நடக்கும் செயல்பாடுகளைக் கவனித்துச் சொல்ல அவர் இன்பார்மர்களை (செய்தி சேகரித்து சொல்பவர்களை அல்லது உளவாளிகளை) நியமித்தார். பொதுவாக ஆட்டோ ஓட்டுநர்கள், ஆசிரியர்கள், பெட்டிக்கடைக்காரர்கள் அவருடைய ‘உளவுத்துப்பறிவுச் செய்தியாளர்களாகத்’ தேர்வு செய்யப்பட்டார்கள். அவர்களையும் அவர்கள் பின்புலத்தையும் நன்கு ஆய்வு செய்த பிறகே அவர்களை நியமித்தார்.

அவர் பதவியேற்ற ஆரம்பக் காலங்களில் ஆவடி அமைதிப் பூங்காவாகத்தான் இருந்தது. ஆனால் சமீப காலங்களில் நள்ளிரவு 1 மணியில் இருந்து 2 மணிக்குள் குடியிருப்புப் பகுதிகளில் தொடர் திருட்டுக் குற்றங்கள் நிகழ்ந்து வருகிறது. அதில் குற்வாளிகள் எந்தத் தடயங்களும், விட்டுச் செல்லாததால், சத்யஜித்திற்கு அது ஒரு சவாலாக இருந்தது. காவல்துறை திணறியது. சத்யஜித் தன், உளவுச் செய்தியாளர்களிடம் அந்தப் பகுதியில் புதியவர்களின் நடமாட்டம் பற்றி துப்பறியச் சொன்னார்.

அவர் ஒரு சப்– இன்பஸ்பெக்டர், ஒரு கான்ஸ்டபிள் கொண்ட ஒரு குழுவை உருவாக்கினார். அவர்கள் இரவில் மாறுவேடத்தில் குடியிருப்புக்களைச் சுற்றி வந்தார்கள். அப்படி உலாவிய ஒரு

நள்ளிரவில், திருடர்கள் ஒரு விட்டின் பூட்டை உடைத்து உள்ளே சென்றனர். தெருவில் உறங்குவது போல படுத்திருந்த ஒரு பிச்சைக்காரனும், அந்த ஆட்டோ ஓட்டுநரும், சைக்கிளில் நின்ற டீ விற்பவனும் உண்மையில் மாறுவேடத்தில் வந்த போலீஸ்காரர்கள் என்பது அவர்களுக்குத் தெரியாது. திருடர்கள் அன்று கையும் களவுமாகப் பிடிபட்டார்கள். அவர்கள் பகலில் அந்தத் தெருக்களில் வேலை கேட்டுத் திரிந்தவர்கள். அப்படியே வீடுகளை நோட்டம் விட்டவர்கள்.

ஆவடியில் வசிக்கும் மக்கள் காவல் துறை மீது நம்பிக்கையும் மரியாதையும் வைத்திருந்தார்கள். காவல்துறைக்கு அவர்களின், ஒத்துழைப்புக் கிடைத்தது. சத்யஜித் தன் தலைமையின் கீழ் செயல்திறன் மிக்க ஒரு குழுவை உருவாக்கினார். ஆவடியில் குற்றங்கள் உருவாகும் சூழ்நிலையையே அவர்கள் தடுக்கும், தடை செய்யும் செயல் வீரர்களாக இருந்தார்கள். ஆவடியில் அமைதி நிலவியது.

2016ம் ஆண்டு, சென்னையின் மிகத் திறன் வாய்ந்த காவல் நிலையம் என்று ‘ஆவடி போலீஸ்’ நிலையத்திற்கு விருது வழங்கப்பட்டது. சத்யஜித் தன் குழுவை எண்ணிப் பெருமை அடைந்தார். யோஜித், என்ற துணை கண்காணிப்பாளர் (sub-inspecter) இந்தக் குழுவில் 2016ல் வந்து சேர்ந்தார். அதற்கு முன்பாக மூன்று வருடங்கள் யோஜித் சிறப்புச் செயல்படை (Special Task force) யில் பணியாற்றினார். 2014ல் தொடர் வங்கிக் கொள்ளை நடத்தியவர்களைக் கண்டுபிடித்த குழுவில் இவரும் ஒருவர். 2015ல் போதைப் பொருள் வியாபாரத்தை அழித்த குழுவிலும் இருந்தார் யோஜித். ஆவடிக்கு சப் – இன்ஸ்பெக்டராகப் (உதவி கண்காணிப்பாளராக) பதவி உயர்வு பெற்று வந்திருக்கிறார். இவரும் ஆவடியில் சில காலம் அமைதிச் சூழலில் சந்தோஷமாக வாழ்ந்தார்.

இவருக்கு நெருங்கிய அடுத்த நிலை உதவியாளர்கள், கான்ஸ்டபிளான நரேனும், புனித்தும் ஆவார்கள். இவர்கள் மூவருமே சத்யஜித்துடன் மூன்று வருடங்களாகப் பணிபுரிகிறார்கள். மூவருமே சத்யஜித்திற்கு உண்மையான ஊழியர்களாக இருந்தார்கள். சத்யஜித்

தன் முன் வரும் சவால்களைத் திறமையாக, நேர்மையாகக் கையாண்ட விதம், பாங்கு கண்டு அவர் மீது அதிக மரியாதையும் மதிப்பும் கொண்டனர்.

சத்யஜித்தின் ஒருநாள் என்பது அதிகாலை 4.30 மணிக்கு ஆரம்பிக்கும். சூரியன் உதிக்கும் 6 மணிக்குள் தன் காலைக் கடமைகளை முடித்து வேலூர் அருகில் ஆரணியில் இருக்கும் தன் தாயை கைபேசியில் அழைப்பார். முன்தினம் நிகழ்ந்த அனைத்து விஷயங்களையும் அம்மாவிடம் பகிர்ந்து கொள்வார். முன்தினம் பார்த்த தொலைக்காட்சி நிகழ்வுகள் பற்றியும் பேசுவார். தினமும் குறைந்தபட்சம் பதினைந்து நிமிடங்களாவது, பேசுவார். 6.30 மணியில் இருந்து 7 மணி வரை ஒரு தொலைக்காட்சியில் அன்றைய ராசி பலன்கள் நிகழ்ச்சியைப் பார்ப்பார்.

அவருடைய காலை உணவு பெரும்பாலும், முட்டை ஆம்லெட், கார்ன்ப்ளேக்ஸ் (சோளப்பொரி) என்றே இருக்கும். அவர் 8 மணிக்கு காவல் நிலையத்தில் இருக்க வேண்டும் என்பதால், வீட்டை விட்டு 7.30 மணிக்கு புறப்பட்டு விடுவார். காவல் நிலையத்தில் அவரின் முதல் வேலை, அவரின் அதிகாரத்திற்கு உட்பட்ட காவல் நிலையங்களை அழைத்து, அவர்கள் செயல்பாடுகள், நிகழ்வுகள், குறித்துக் கேட்பதுதான். முக்கியமான வழக்குகளில் தானே முன் நின்று தன்னுடைய குழுவிற்கு இலக்கை அடைய வழிகளைச் சொல்வார். அதிக முக்கியத்துவம் கொடுக்க வேண்டிய, கவனம் செலுத்த வேண்டிய இரண்டு குற்றங்கள் (குற்றச் செயல்கள்) சத்யஜித்திற்கு இருந்தது.

ஒன்று, தீவிரவாத ஒழிப்பு படையிடம் இருந்து, தீவிரவாதிகள் ரகஸியமாக சட்டத்திற்குப் புறம்பாக ஆயுதம் கடத்துகிறார்கள் என்று வந்த செய்தி.

இரண்டாவது, ஆவடி குடியிருப்புப் பகுதிகளில் தினமும் 'செயின்பறிப்பு' நகை கொள்ளை நிகழ்வுகள். சத்யஜித்திற்கும் அவரின் கீழ் பணிபுரிபவர்களுக்கும், இந்தக் குற்றவாளிகளைக் கண்டுபிடிக்க எந்தத் துப்பும் தடயமும் கிடைக்கவில்லை.

இன்று கனகாவின் அண்ணன் மகன் திருமணம். கனகா புதிய பட்டுப் புடவை கட்டி, தன்னிடம் இருக்கும் அத்தனை நகைகளையும் அணிந்து கொண்டாள். குறிப்பாக தமிழ் நாட்டின் விசேஷமான வைர அட்டிகையும், காசுமாலையும் அவள் கழுத்தை அழகாக அலங்கரித்தது. காசுமாலை பத்து வருடங்களுக்கு முன்பு இருந்தது போலவே ஒளி குறையாமல் மின்னியது.

திருமண முகூர்த்தம் 7.30 மணிக்கு. ஆனால் சடங்குகள் 6.00 மணிக்கே தொடங்கிவிடும் என்பதால் கனகா விரைவாகச் செல்ல முடிவெடுத்தாள். அவளுடைய கணவரும் மகனும் 6.30 மணிக்கு வருவதாகச் சொல்லி இருந்தனர். அதனால் கனகா காலை 5.35க்குப் புறப்பட்டாள். கணவரை எழுப்பி விவரம் சொல்லி ‘‘நீங்க வரும் போது மறக்காமல் கதவைப் பூட்டிட்டு வாங்க’’ என்றாள்.

அவள் கழுத்தின் நகையை ரஸித்த கணவன் இதைக் கேட்டு சற்று எரிச்சலடைந்தார். அதனால் எரிச்சலுடன் ‘‘கவலைப்படாதே, கதவை அடைக்காட்டாலும் இங்கே திருடனுக்குத் தான் எதுவும் இல்லையே?’’ என்று கூறி புரண்டு, கனகாவிற்கு முதுகைக் காட்டியபடி படுத்துக் கொண்டார்.

கனகாவிற்கு கோபம் கொப்பளித்தது. ‘‘என்ன பொறுப்பில்லாத.... பதில்?’’ என்று பொருமினாள். ஆனால் இது சண்டையிடச் சரியான தருணம் இல்லை எனத் தீர்மானித்தாள். மற்ற நாளாக இருந்தால், கனகாவின் வாக்குவாதத்தில் அவர் தூக்கம் கலைந்திருக்கும்.

திருமண மண்டபம் அவள் வீட்டில் இருந்து சரியாக எண்ணூறு மீட்டர் தூரத்தில்தான் இருந்தது. அவள் வேகமாக நடக்கத் தொடங்கினாள். அவள் மூர்த்தி தெருவில் நுழைந்ததும், ஒரு ஃபைக் (இரு சக்கர வாகனம்) வேகமாக வந்து அவளை உரசியது. வைர நெக்லஸின் சங்கிலியும் அவன் கையில் இழுபட்டது. வைர நெக்லஸ் கழுத்தை ஒட்டி இருந்ததால் பைக்கின் வேகத்தால் அவள் நிலை தடுமாறி விளக்குக் கம்பத்தில் தலை அடிபட்டு விழுந்தாள். வலியால் கனகா கத்தினாள். பைக் திருடன் கீழே விழுந்த காசு மாலையை எடுத்துக் கொண்டு மின்னல் வேகத்தில் மறைந்தான்.

திருமணக் கூடத்தின் வெளியே நின்றவர்களுக்கு கனகாவின் அலறல் சப்தம் கேட்டது. அவர்கள் விரைந்து மூர்த்தி தெருவிற்குள்

வந்தபோது.... வேகமாகச் சென்றுவிட்ட பைக்கின் கருவட்டப் புகை காற்றில் மிதந்ததைத் தான் கண்டனர். திருடன் தப்பி விட்டான்.

கனகாவின் கழுத்தில் வைரநெக்லஸ் ஏற்படுத்திய காயத்தில் இருந்து ரத்தம் கசிந்து கொண்டிருந்தது. விளக்குக் கம்பத்தில் மோதியதால் தலையிலும் பலமான அடிபட்டிருந்தது. கூட்டத்தில் கனகாவின் உறவினர்களும் இருந்தனர். அவர்கள் பதட்டம் அடைந்து, காவல் நிலையத்திற்குச் செய்தி சொல்லிவிட்டு மருத்துவமனைக்கும் விவரம் சொல்லி, ஆம்புலன்ஸை (மருத்துவ ஊர்தியை) வரவழைத்தனர்.

சத்யஜித் தன் தாயுடன் பேசி முடித்தபோது.... நரேன் அழைத்தான். ''சார்! காலைல மூர்த்தி தெருவுல திரும்பவும் ஒரு செயின் பறிப்பு... துரதிருஷ்டவசமாக அந்தம்மா ஸ்பாட்லயே செத்துட்டாங்க!'' என்று வருத்தத்துடன் சொன்னான் நரேன். சத்யஜித்தும் அதை உணர்ந்தார். ''எப்படி'' என வருத்தத்துடன் கேட்டார். அவர் கண் கைக்கடிகாரத்தில் பட்டது. அப்போது தொலைக்காட்சியில் அன்றைய ஜோதிட பலன் நிகழ்ச்சி நேரம், என்று ஞாபகம் வந்தது அவருக்கு.

''பார்மாலிட்டீஸ் (சம்பிரதாயங்கள்) ஆரம்பிங்க. நான் இருபது நிமிஷத்துல அங்க இருப்பேன்!'' என்று கூறி தொடர்பைத் துண்டித்தார் சத்யஜித்.

நரேன் ஏற்கெனவே தடயவியல் குழு நிபுணர்களை அழைத்து, செய்ய வேண்டிய செயல்பாடுகளை முடித்திருந்தான்.

சத்யஜித் நினைவில், அந்த நாள் ஞாபகம் வந்தது. சங்கிலித் திருடனை மிக அருகில் நெருங்கியும், பிடிக்க முடியாமல் போன அந்த நாள் துரதிருஷ்டமான... நாள், அவர் நினைவில் வந்தது. அன்று அவரும் ஒரு கான்ஸ்டபிளும் இரவில் ரோந்துப் பணியில் இருந்தனர். ஒரு பெண்ணின் அலறல் சப்தமும், ஒரு பைக் வேகமாக அங்கிருந்து புறப்படும் சப்தமும் கேட்டது. அவர் பைக்கின் சப்தத்தைத் தொடர்ந்தார். இது ராமலிங்கம் தெருவில் நடந்தது. பக்கத்து மேனன் தெருவில் சத்யஜித் தன் பைக்குடன் நின்றிருந்தார். தொடர்ந்து துரத்திச் சென்றார். ஆவடி முதன்மைத் தெருவை அடைந்தபோது திருடனை நெருங்கி விட்டார். ஆனால் இவர்களுக்கு நடுவில் ஆடி

க்யூ கார் ஒன்று வர பைக்கில் சென்ற திருடன் அதில் உரசிக் கொண்டு வேகமாகத் தப்பிவிட்டான்.

ஆடிக் கார் அதில் பயணிப்பவர்கள் என்ன ஆனார்கள் என்ற மனக்கலக்கத்தில் சத்யஜித் பைக்கை நிறுத்திவிட்டார். ஆனால் அந்த ஆடி க்யூ- 7 நிற்காமல் பைக்கைத் துரத்திச் சென்றதை வியப்புடன் பார்த்தார்.

'அன்றே நான் உன்னைப் பிடித்திருந்தால் இன்று இந்த மரணம் நிகழ்ந்திருக்காது' என மனதில் எண்ணியபடி வீட்டில் இருந்து புறப்பட்டார். அந்தத் தொலைக்காட்சி, ராசிப்பலன் சொல்பவர் அவருடைய ராசியான விருச்சிக ராசிக்குப் பலன் சொல்லும் போது மணி சரியாக 6.45 என்று எண்ணிக் கொண்டார். ஆனால் அவர் உடனே கொலை நடந்த இடம் சென்றாக வேண்டும். அவர் கைபேசியை எடுத்த போது, அதில் யோஜித் அவர் குளியறையில் இருந்தபோது நான்கு முறை அழைத்திருந்ததைக் கண்டார்.

'ஏன் காலையில் இத்தனை மிஸ்டு கால்' என எண்ணியபடி யோஜித்தை அழைத்தார் அவர்.

சத்யஜித்திற்கு காலை வணக்கம் கூடச் சொல்ல மறந்தவராய், ''ரிங் ரோட்ல கார்த்திங்கற பிஸினஸ்மேனை (வியாபாரியை) கொன்னுட்டாங்க'' என்றார் யோஜித்.

''இன்னும் ஒரு கொலையா?'' மனக்கொந்தளிப்பில் கேட்டார் சத்யஜித்.

ஆவடியில் கடந்த ஐந்து வருடங்களில் எந்தக் கொலையும் நடக்கவில்லை. 'இன்று ஒரே நாளில் இரண்டு கொலையா? சத்யஜித்தால் இதை ஏற்றுக் கொள்ள முடியவில்லை.

''பை சான்ஸ் (ஒரு சமயம்) நரேனைப் பார்த்தாயா?'' யோஜித்திடம் கேட்டார். தன்னுடைய குழு பற்றி அறிய அவருக்கு ஆர்வம். அவர்களைப் பற்றிய பெருமிதம் உண்டு. தங்கள் இலக்கை நோக்கிப் பயணிக்கத் துவங்க அவர்கள் சத்யஜித்தின், ஆணையை எதிர்பார்ப்பதில்லை. அசுரவேகத்தில் பணியைத் துவங்கி விடுவார்கள்.

''இல்லை ஸார்! போலீஸ் ஸ்டேஷன்ல இருந்து செய்தி வந்ததும் உங்களைக் கூப்டேன், நீங்க எடுக்கலைனதும் நான் நேர கொலை நடந்த இடத்துக்கு வந்துட்டேன்!'' என்றான் யோஜித்.

''நல்ல முயற்சி!'' பாராட்டும் விதமாகச் சொன்னார். சத்யஜித்திற்குப் பெருமையாக இருந்தது. தனக்கு கீழே உள்ள காவலர்களைத் தன்னிச்சையாக இயங்க, முடிவெடுக்க, தான் கொடுத்த பயிற்சி வீண் போகவில்லை எனத் திருப்திப்பட்டுக் கொண்டார். அதனால்தான் அவரால் ப்ரச்சனை இல்லாது நான்கு காவல் நிலையங்களைக் கட்டுப்படுத்த முடிந்தது.

தடயவியல் நிபுணர் குழு இன்னும் சிறிது நேரத்தில் பாடிய எடுத்திருவாங்க ஸார்!'' என்று ஆரம்பித்து அங்கு உள்ள நிலவரம் குறித்து விவரித்துக் கொண்டிருந்தார் யோஜித்.

ஆனால் சத்யஜித் எண்ணக் குவியலில் மூழ்கிவிட்டார். உடன் குற்றம் நடந்த இடத்திற்குச் செல்ல வேண்டியது அவசியம்! அவசரம்! என்று உணர்ந்தார். குற்றம் நடந்த இடத்தில் தடயங்களைத் தேட வேண்டும் என எண்ணிக் கொண்டார்.

சத்யஜித் முதலில் மூர்த்தி தெரு சென்று நரேனைச் சந்தித்து.... திருட்டு பற்றிய விவரங்களைச் சேகரித்துக் கொண்டார்.

''அதே மாதிரியா?'' என மூர்த்தி தெருவின் நீள அகலத்தைக் கணக்கிட்டபடிக் கேட்டார். ஆவடியில் முன்பு நடந்த சங்கிலி பறிப்பு திருட்டை எண்ணிக் கேட்டார்.

''ஆமா ஸார். ரெஜிஷ்ட்ரேஷன் நம்பர் இல்லாத பைக், ஆனா யாரும் அவன் முகத்தைப் பார்க்கவில்லை!''

சத்யஜித் கவனமாகக் கேட்டு, ''எப்படி அவன் நம்பர் இல்லாத பைக்கை ஓட்டி டிராபிக் போலீஸிடம் இருந்து தப்புகிறான்?!'' வினா எழுப்பினார்.

''உண்மையில் நம்பர் ப்ளேட் இருந்ததா... இல்லையா என்பதையே யாரும் கவனிக்கலை ஸார்! ஒருவேளை டிராபிக் போலீஸ் இல்லாத வழித்தடத்தில் சென்றிருக்கலாம்'' நரேன் வருத்தத்துடன் தான், அனைத்தும் சொன்னான்.

சத்யஜித்துக்கும் வருத்தமாக இருந்தது. 'மிக விரைவில் இந்தச் சங்கிலித் திருடனைப் பிடிக்க வேண்டியது மிக அவசியம்' என எண்ணிக் கொண்டார். விரைவில் கண்டு பிடித்து... தான் மற்றவர்களுக்கு முன் மாதிரியாகவும் வழிகாட்டியாகவும் இருக்க வேண்டும் என எண்ணிக் கொண்டார்.

குற்றம் நடந்த இடத்தை ஆராய்ந்தபடி ''அந்தப் பெண் என்ன நகை அணிந்திருந்தாள்?'' எனக் கேட்டார் சத்யஜித்.

''பழைய காலத்துப் பாரம்பரிய வைர அட்டிகையும் காசு மாலையும் ஸார்! இன்னும் அதன் மதிப்பைக் கணக்கிடலை! அவள் கழுத்தில் ஆழமான வெட்டுக்காயம் இருந்தது. தலை இந்த மின் கம்பத்தில் இடித்து மோதியது.'' கனகா தலை மோதி விழுந்த இடத்தைச் சுட்டிக் காட்டியபடி நரேன் சொன்னான்.

சத்யஜித் கம்பத்தில் இருந்த ரத்தக் கறையை ஆராய்ந்தபடி நரேனைத் தொடரும்படி சைகை காட்டினார்.

''அவன், அவளைக் கொலை செய்ய நினைக்கலைனு, எனக்குத் தோணுது என தன் விளக்கத்தைத் தொடர்ந்தான், நரேன்.

''இந்தப் பகுதியில் நம்ம எல்லாருக்கும் சங்கிலித் திருடன் பற்றி எச்சரிக்கை கொடுத்திருக்கோம். இந்தப் பெண் எப்படி இத்தனை விலை உயர்ந்த நகைகளைப் போட்டுக்கிட்டு.... இப்படிக் காலைல போகலாம்?'' என... வருத்தத்துடன் இடைமறித்தார் சத்யஜித்.

நரேன், பக்கத்தில் இருந்த திருமண மகாலைச் சுட்டிக் காட்டியபடி...'' அவ வீடு இங்க பக்கத்துல தானாம், இந்தக் ஹால்லதான் அவங்க சொந்தக்காரப் பையன் கல்யாணமாம்!.... அதான்'' என்றான்.

''யாருக்கோ இவள் நகை அணிந்து வருவது தெரிந்திருக்க வேண்டும். அல்லது இங்கே கல்யாண மகாலுக்கு பெண்கள் நகை அணிந்து வருவார்கள் எனத் திருடன் 'காத்திருக்க வேண்டும்...'' என சத்யஜித் கூறினார்.

நரேனுக்குப் பதில் சொல்லத் தோன்றவில்லை. ஆனால் திருமணம் என்றால் பெண்கள் ஏன் அளவுக்கு அதிகமாக நகை அணிகிறார்கள் என வியப்புடன் எண்ணிக் கொண்டான்.

அதே காலையில் ரிங்ரோடில் நடந்த கொலை பற்றியும், யோஜித் அங்கு சென்றிருப்பதையும் சொன்னார் சத்யஜித். பின்னர் இந்தச் சங்கிலித் திருட்டுப் பற்றிய எல்லாத் தகவலையும் திரட்டும்படி நரேனுக்குக் கட்டளையிட்டு யோஜித்தை அழைத்தார். கொலை நடந்த சரியான இடம் தெரிந்து கொண்டு அங்கு சென்றார்.

அந்த இடத்திற்குச் சென்றபோது... அதே ஆடி க்யூ–7 காரைக் கண்டார், சத்யஜித். ரத்தக் கறைகளுடன் நின்றது கார். காரைச் சுற்றி வந்து ''இது அதே கார்தான். முன்பு நான் சொன்ன அதே கார்! என்றார்.

''நீங்க அந்தச் சங்கிலித் திருடனை நெருங்கியபோது... குறுக்கே வந்த காரா?'' யோஜித் தெளிவுபடுத்திக் கொள்ளக் கேட்டார்.

சத்யஜித் ஆமோதிக்கும் விதமாகத் தலையசைத்தார். காரைச் சுற்றி வந்தார். கார் ஒரு கல் சுவரில் இடித்திருந்தது. ஆனால்... அதிகச் சேதம் இல்லை. சத்யஜித் தெருவை நோட்டம் விட்டார். ''ரிங் ரோடு முப்பத்தி ஐந்து கிலோ மீட்டர் நீளமான ரோடு. ஆனா இங்கே ஸி.ஸி.டிவி காமிரா இல்லை என வியப்புடன் கூறினார். அந்தப் பகுதியில் எங்குமே காமிரா பொருத்தப்படவில்லை என்பதையும் குறித்து கொண்டார்.

''இந்த ரோட இப்பத்தான் முடிச்சாங்கன்னு நெனைக்கறேன்'' பதிலளித்தார் யோஜித்.

காரின் வலது பக்கம் ஓட்டுனர் இருக்கையை ஆராய்ந்தார் சத்யஜித். அங்கு ரத்தக்கறை இருந்தது. ஆனால் தெருவில் ஒரு சொட்டுக்கூட இல்லை. ''இதுவரை என்ன செய்தி கலெக்ட் பண்ணீங்க?'' எனக் கேட்க

'யோஜித் தன் குறிப்பேட்டைத் திறந்து... ''கொலையுண்ட கார்த்திக்கும் 'த்ருஷ்டி' என்ற பெண்ணும் பூந்தமல்லியில் இருந்து இந்தக் கார்ல வந்திருக்காங்க... கார்த்திக் சிகரெட் பிடிக்க... ஜன்னல் கதவை திறந்தாருனு த்ருஷ்டி சொல்றா! அந்த நேரத்துல ரெண்டு பைக் வேகமாக ரெண்டு பக்கத்துலயும் வந்துச்சாம். கார்த்திக் பக்கம் வந்தவன் உடனே துப்பாக்கியால கார்த்திக்கைச் சுட்டிருக்கான்!'' சம்பவத்தை விவரித்ததோடு யோஜித் நடித்தும் காட்டினார்.

இதைப் பல முறை சத்யஜித் கவனித்திருக்கிறார். காவல் நிலையத்தில் காவலர்களும், யோஜித்தை, அவர் பேச்சில் அதிக அழுத்தமும், நாடகத் தன்மையும் இருப்பதாகக் கேலி செய்வார்கள். ஒரு சிலர் அவரைத் தொலைக்காட்சித் தொடரில் நடிக்கப் போகலாம் என்றும் கூறுவார்கள்.

சத்யஜித்திற்கும் இப்போது சிரிப்பு வந்தது. ஆனால் அதை அடக்கி ''சுட்டுட்டு உடனே மறைஞ்சட்டாங்க இல்லியா'' சலிப்புடன் கேட்டார் சத்யஜித்.

யோஜித் ''ஆமா ஸார்'' எனக் கூறிய போது.... கூட்டம் அங்கே அதிகமானது. காவல்துறை அதிகாரி கொலை பற்றி என்ன கூறுகிறார் என்பதை அறிய மக்கள் ஆர்வம் கொண்டனர். ஏற்கெனவே தடயவியல் இலாகா போலீஸ் கொலையானவனின் உடலை அப்புறப்படுத்தி விட்டதும் மக்களுக்குத் தெரியவில்லை. கொலையுண்டவனின் உடலைப் பார்க்கவும் கூட்டம் கூடியது. சத்யஜித் கூட்டத்தைக் கலைக்கும்படி, இரண்டு காவலர்களுக்கு உத்தரவிட்டார்.

''யார் மீதாவது சந்தேகம் உண்டா?''

''இன்னும் இல்லை ஸார்! தடயவியல் துறை பாடிய எடுத்துட்டுப் போயிருக்காங்க. மாலைக்குள்ள இன்னும் விவரம் கிடைக்கும் என்றபடி குறிப்பேட்டை தொடையில் வைத்து ஏதோ எழுதிக் கொண்டார் யோஜித்.

''அவங்க ஏதாவது பார்க்குப் போயிட்டு வந்தாங்களா? சத்யஜித்.
''அவங்க ஆபீஸ்ல இருந்துதான் ஸார் வந்திருக்காங்க!'' யோஜித்.

பொதுவாக ரிங்ரோட்டில் அதிகாலையில் மக்கள் அதிகம் பயணிப்பதில்லை. அதிகாலை 6.30 மணி வரை ரிங்ரோடு பாலைவனம் போலக் காட்சியளிக்கும். பொதுமக்கள் நடமாட்டமே இருக்காது. அலுவலகம் செல்பவர்களுக்கு ரிங்ரோடு வருவதற்கு முன், தாம்பரத்தில் இருந்து ஆவடி வர இரண்டு மணி நேரம் ஒதுக்க வேண்டும். இப்போது ஒரு மணி நேரம் போதுமானதாக இருந்தது. சத்யஜித் கவலையுடன் முறுவலித்தபடி கேட்டார். அந்தப் பெண்ணைப் பற்றி ஏதாவது?''

‘‘பூந்தமல்லி கான்ஸ்டபிள் சுஜாதாவை அந்தப் பொண்ணுகிட்ட என்கொயரி பண்ணச் சொல்லிருக்கேன் ஸார்! அந்தப் பெண்ணு இதுல சம்பந்தபட்டிருந்தா, கண்டிப்பா, சுஜாதா விசாரிக்கிற விதத்துல உண்மை வந்திரும் ஸார்!’’ யோஜித் கூறிய போது.... (போக்குவரத்துத் துறை காவலர் க்ரேன் மூலம் காரை அப்புறப்படுத்துவதைக் கவனித்தபடி ‘‘துப்பாக்கி ஏதாவது கிடைத்ததா?’’ எனக் கேட்டார் சத்யஜித்.

அவர் பார்வை செம்பரம்பாக்கம் ஏறி மீது விழுந்தது. ஏரியின் அழகையும் அதில் கட்டப்பட்டிருந்த அணையின் அழகையும் ரஸித்தார். இந்த ஏரிதான் சென்னையின் பெரும்பாலான பகுதிக்குத் தண்ணீர் வழங்குகிறது. ரிங்ரோடில் 3 கிலோமீட்டர் தூரம் வரை இந்த அணையைப் பார்க்கலாம்.

‘‘இந்த பகுதியச் சுத்தித் துப்பாக்கியத் தேடச் சொல்றன் ஸார்! நான் காரையும் அந்தப் பொண்ணு கைப்பையையும் சோதனை பண்ணேன், துப்பாக்கி எதுவும் இல்லை!’’ என்றார் யோஜித்.

‘‘உனக்கு இந்தக் கொலை பற்றித் தகவல் கொடுத்தது யார்? ஆர்வத்துடன் கேட்டார் சத்யஜித்.

அவர் சத்யஜித் அருகில் வந்தார். சத்யஜித் வெறுமையாக ஏரியைப் பார்த்துக் கொண்டிருந்தார்.

‘‘அந்தப் பொண்ணு கண்ட்ரோல் ரூமை (காவல்துறை கட்டுப்பாட்டு அறை) கூப்டுச் சொல்லிருக்கணும், அவங்க நம்ம போலீஸ் ஸ்டேஷனுக்குச் சொல்லி அவங்க எனக்குச் செய்தி சொன்னாங்க!.

‘‘நீ இங்க வந்தப்போ அவ என்ன செய்திட்டு இருந்தா?’’ சத்யஜித்.

காருக்கும் கல் சுவருக்கும் இடையில் இருந்த இடத்தைக் காட்டி ‘‘இங்க உக்காந்து அழுதிட்டு இருந்தா! பைக்ல வந்தவன் 5.45ல இருந்து 6 மணிக்குள்ள சுட்டிருக்கலாம்னு சொன்னா ஸார்! யோஜித் கல்சுவருக்கும் காருக்கும் நடுவில் உட்கார்ந்து அழுது காட்டினார்.

இதைப் பார்த்து தனக்கு வந்த சிரிப்பை அடக்கினார் சத்யஜித். கட்டுக்கோப்பான போலீஸ் நிலையத்தில் வேடிக்கை, கேளிக்கைக்கு,

இடம் கிடையாது என எண்ணிக் கொண்டார். அவ பயங்கர அதிர்ச்சில இருந்தா! அவளுக்கு உதவ இங்க யாரும் இல்லை.

சத்யஜித் தலையை அசைத்துக் கொண்டார். கொலைக்கான காரணம் கண்டுபிடிக்க இந்த விவரங்கள் அவருக்குப் போதவில்லை.

''கார்த்திக் குடும்பம் பற்றித் தெரிஞ்சுதா...'' விசாரித்தார்.

யோஜித் சம்பவம் நடந்த இடத்தில் இருந்து சற்றுத் தொலைவில் இருந்த கூட்டத்தின் முன்னால் நின்ற இருவரையும் சுட்டிக் காட்டி ''அவங்க கார்த்திக் அப்பாவும், கார்த்திக் மனைவியும் சார்! கொஞ்ச முன்னாலதான் வந்தாங்க... நான் வீட்டுக்குப் போகச் சொல்லிட்டேன். ஆனா அவங்க அழுதுகிட்டே நிக்கறாங்க! நம்ம தடயவியல் துறையோட அரசாங்க ஆஸ்பத்திரிக்கு இவங்க சொந்தக்காரர் போயிருக்காரு!'' என்று முடித்தார் யோஜித்.

சத்யஜித் பாராட்டும் விதமாக யோஜித் தோளில் தட்டிக் கொடுத்தார். ''நாம மிக விரைவாகச் செயல்படும் இரண்டு குழுவைத் தயார் பண்ணணும், ஒண்ணு கார்த்திக் வழக்கு, மற்றது கனகா வழக்கு பற்றி ஆய்வு செய்யட்டும்'' என்றார்.

யோஜித் ஆச்சரியத்துடன் ''கனகா கேஸா?'' கேட்டார்.

சத்யஜித் கனகா மரணம் குறித்து அனைத்தும் கூறி... ''ஆவடியில் ஒரே நாள் காலையில் இரண்டு மரணம்... இரண்டும் பைக்கில் வந்த கொள்ளையன்...'' அதிர்ச்சி கலந்த ஆச்சரியத்துடன் கூறினார் சத்யஜித்.

யோஜித் யோசனை செய்து, ''ஸார் இரண்டுக்கும் தொடர்பு இருக்குமா?'' தன் சந்தேகத்தைக் கேட்டார்.

சத்யஜித் சிந்தனையுடன் தாடையைத் தடவினார் ''இவ்வளவு சீக்கிரம் முடிவு செய்ய முடியாது... ஆனா ஏன் கார்த்திக்கைக் கொலை செய்யணும். யாருக்கு அவன் மீது பகை?!''

''அந்தப் பொண்ணு பேசினா ஏதாவது துப்பு கிடைக்கும் ஸார்! ஆனா இப்ப அவ அதிர்ச்சில இருக்கா'' யோஜித்.

''நாம த்ருஷ்டிய பேச வைக்கணும்! உடனே ரெண்டு டீம்மை உஷார் பண்ணுங்க... இந்த ரெண்டு கேஸையும் ரொம்ப வேகமாக துப்பறியணும்... குற்றவாளிய ரொம்ப சீக்கிரம் பிடிக்கணும்! நரேன் கனகா வழக்குல தகவல் சேகரிக்கட்டும் இப்பப் புதுசா... சேர்ந்தானே...'' புதிதாகச் சேர்ந்தவனின் பெயரை மறந்து தடுமாறினார்.

''ஜூட்'' எனப் பதிலளித்தார் யோஜித்.

''அவன் இரண்டு வழக்கிலும் கிடைத்த தகவல்களைத் திரட்டி... அதுபற்றி ஆராயட்டும்....'' என்றார் சத்யஜித்.

உடனே யோஜித் காவல் நிலையத்தை அழைத்தார். சத்யஜித்தின் திட்டத்தை சம்பந்தப்பட்டவர்களுக்குத் தெரிவித்தார்.

சத்யஜித் மேலும் ஏதாவது துப்புத் துலங்குமா என அந்த இடத்தைச் சுற்றி வந்தார்.

'உள்நோக்கம், ஒரு கொலைக்கு...காரணம்.... தூண்டுதல் இதுதான் கனகா கொலையின் காரணம்.... நகை தங்க நகையின் மதிப்பு..... பணம்.... பணம் பணத்தின் ஆசை... பேராசை. ஆனால் கார்த்திக் கொலை எதற்காக? நீளமான ரிங்ரோடின் மீது பார்வையைப் பதித்தபடி சத்யஜித் சிந்தித்தார். அவர் எப்போதும் ஆழமான சிந்தனையிலும், குழப்பத்திலும் மீசையை முறுக்கியபடியே சிந்திப்பார். இப்போதும் அவர் கை தானாக மீசையை முறுக்கியது. இன்றைய தினம் ஒரு சவாலான நாள் என எண்ணிக் கொண்டார்.

●●●

பகுதி – 2

சத்யஜித்தும், யோஜித்தும் த்ருஷ்டி வீட்டுக்குச் சென்று கொண்டிருந்தார்கள். ''அவளை விசாரணைக்கு போலீஸ் ஷ்டேஷன் கொண்டு வரலாமா?'' என யோஜித், சத்யஜித்திடம் கேட்டார்.

''பார்க்கலாம்! முதலில் அவளிடம் பேசிப் பார்க்கலாம்'' என்றார் சத்யஜித்.

காமராஜ் நகரில் உள்ள திருஷ்டியின் வீட்டிற்குச் சென்றனர். அவள் ஒரு வாடகை வீட்டில் வசித்து வந்தாள். அந்த அடுக்ககத்தில் ஆறு வீடுகள் இருந்தன. திருஷ்டியின் வீடு முதல் மாடியில் இருந்தது.

சத்யஜித்தும், யோஜித்தும் சென்ற போது வாசல் கதவு திறந்தே இருந்தது. வீடு முழுவதும் ஆட்கள் நிரம்பி இருந்தனர். யோஜித், தன்னுடைய குறிப்பு ஏட்டை சட்டைப்பையில் வைத்துக் கொண்டார். இத்தனை கூட்டம் இருக்கும் போது விசாரணை செய்வது இயலாத ஒன்று என்று அவருக்குத் தெரியும்.

''ஸார் இந்தக் கூட்டத்தில் யார் யார் இருக்கிறார்கள் என விசாரணை செய்றேன்'' எனக் கூறியபடி த்ருஷ்டியைச் சுற்றியுள்ள கூட்டத்தை நோக்கிச் சென்றார்.

சத்யஜித் ஆலோசித்தபடி நடந்து திருஷ்டியின் அருகில் உள்ள நாற்காலியில் அமர்ந்தார்.

திருஷ்டியைக் கூர்ந்து பார்த்தபடி ‘‘உங்களால் இப்போது சம்பவம் பற்றிப் பேச முடியுமா’’ எனக் கேட்டார்.

திருஷ்டி தலையைக் குனிந்து கொண்டதால் அவரால் அவளின் முகபாவத்தைக் கவனிக்க முடியவில்லை.

‘‘முடியும் ஸார்’’ என்றபடி த்ருஷ்டி நிமிர்ந்தாள். முகத்தில் விழுந்திருந்த முடிக்கற்றைகளை ஒதுக்கினாள். முடியைக் கோதி... பின்னால் சேர்த்துக் கட்டி, முகத்தையும் துடைத்துக் கொண்டாள்.

‘‘இந்தக் கொலை பற்றிய செய்திகள் அனைத்தும் சொல்லுங்கள், இந்தக் கேஸில் போலீசுக்கு உங்கள் உதவி மிகவும் தேவை!’’ என்றார் சத்யஜித்.

அவள் கண்களில் இருந்து கண்ணீர் அருவியாகக் கொட்டியது. பின்னால் நின்ற பெண் அவளைத் தேற்றும் விதமாக, அவள் முதுகில் தட்டினாள். அங்கு நிலவிய பதட்டம் அவருக்குப் புரிந்தது. அவர், வீட்டில் இருந்த நாற்காலி, மேஜை, புகைப்படங்கள் அனைத்தையும் வெற்றுப் பார்வை பார்த்தார். இரண்டு புகைப்படங்களுக்கு மேல் விளக்கு எரிந்து கொண்டிருந்தது. பூமாலை போடப்பட்டிருந்தது. அங்கு வயதில் மூத்தவர்கள் நடமாட்டம் இல்லாததால், சத்யஜித், அந்தப் புகைப்படங்கள் அவளின் அப்பா அம்மாவாகத்தான் இருக்க வேண்டும் என அனுமானித்தார்.

யோஜித் அந்த அறையில் இருந்த அனைவரையும் வெளியே அனுப்பிவிட்டு வந்தார். அவர் பார்த்த பார்வையில். த்ருஷ்டி அருகில் இருந்த பெண்ணும் வெளியேறினாள்.

சத்யஜித் எழுந்து யோஜித்திடம் வந்தார். ‘‘யார் அவர்கள்?’’ கேட்டார். ‘‘அனைவரும் கார்த்திக் பாஸ்ட் கன்ஸ்ட்ரக்ஷன் கார்ப்பரேஷன்’ (துரித கட்டுமான குழுமம்) கம்பெனியில் பணி செய்பவர்கள்’’ பதிலளித்தார் யோஜித்.

சத்யஜித் தனிமைப்படுத்தப்பட்ட த்ருஷ்டியைப் பார்த்தார். காலையில் இருந்து அழுததால், அவள் கன்னங்கள் இரண்டும் சிவந்திருந்தது. இந்த நிலையில் அவளிடம் எப்படி விசாரணையை ஆரம்பிப்பது என்று அவருக்குப் புலப்படவில்லை. அதனால் யோஜித்தை அவளிடம் பேசும்படிக் கேட்டுக் கொண்டார்.

யோஜித் தயக்கத்துடன் அவள் அருகில் அமர்ந்து, கேள்வி கேட்கத் துவங்கினார்.

''மேடம் அதிகாலையில் நீங்க கார்த்திக்குடன் எங்கு சென்றீர்கள்?''

அவள் தன் கண்களைத் துடைத்துக் கொண்டு சத்யஜித்தைப் பார்த்தாள்.

அவர் உடன் அவள் அருகில் அமர்ந்து கனிவுடன் ''தயவு செய்து சொல்லுங்கள்'' எனக் கேட்டார்.

த்ருஷ்டி சிறிது தண்ணீர் குடித்து தொண்டையைச் சரி செய்து கொண்டு பேச ஆரம்பித்தாள். அவள் கையில் பூத்துவாலை (துண்டு) இருந்தது. அதில் அவள் முடிச்சுப் போட முயற்சித்தாள். அவள் கை அவள் மனப் பதட்டத்தைக் குறைக்க... இந்த உத்தியைச் செய்தது. இதை சத்யஜித் கவனித்தார்.

''நாங்கள் இரவு முழுவதும் அரசால் ஏலம் விடப்படும் 'அறிவுப் பூங்கா' டெண்டர்க்கு கோப்புகள் தயார் செய்தோம். 500 கோடி ப்ராஜெக்ட், இரவு எல்லாரும் வேலை செய்தோம். ஏன்னா அதைச் சமர்ப்பிக்க இன்றுதான் கடைசி நாள்! கார்த்திக் காலை 4 மணிக்கு எல்லாரும் வீட்டுக்குப் போயிட்டு மதியம் ஆபீஸ் வந்தா போதும்னு சொன்னாரு!

''நீங்க காலை 4 மணிக்கு ஆபீஸ்ல இருந்து கௌம்புனீங்க...'' சத்யஜித் இடைமறித்துக் கேட்டார்.

''ஆமா ஸார் கார்த்திக் என்னை வீட்ல விடறதா சொன்னாரு. ஆனா, பாதை மாறி 'பிக்பில்ட் கார்ப்பரேஷன்' கம்பெனியை நோக்கி கார் திரும்பியது. கேட்டதற்கு 4.30 மணிக்கு ஸ்ரீராம் கூட ஒரு சந்திப்பு ஏற்பட்டாகி இருந்தது'' என்றாள்.

சத்யஜித் அவள் குரலில் நடுக்கம் இருப்பதை உணர்ந்தார்.

யோஜித் அதிகார தோரணையுடன் ''ஸ்ரீராம் யார்?'' எனக் குறுக்கிட்டார். இப்படிக் கடுமையாகக் கேட்பதின் மூலம் குற்றவாளியைத் திணற வைத்து உண்மையை வர வைக்கலாம் என்பது அவர் அறிந்த ஒரு நுணுக்கம்.

‘‘அவர்தான் அந்தக் கம்பெனியின் சி.இ.ஓ! அவர்களும் அன்று டெண்டரில் கலந்து கொள்வதாக இருந்தது’’ என்று சொல்லியபடி துண்டில் மேலும் ஒரு முடிச்சுப் போட்டாள். சத்யஜித் அவளின் செய்கைகளைக் கூர்ந்து கவனித்தார்.

‘‘அவர்கள் ஏன் காலையில் சந்தித்தார்கள்?’’ சத்யஜித் அவளுக்குச் சிந்திக்க இடம் கொடுக்காமல், வேகமாகக் கூர்மையாகக் கேட்டார்.

‘‘எனக்குத் தெரியாது ஸார்’’

சத்யஜித் அவள் கண்ணுக்குள் பார்த்தார். கூர்மையாகக் கேட்டார். ‘‘இந்த டெண்டர் (ஏலம்) சம்பந்தமாக இருக்குமா?’’

அவர் பலமுறை இந்த உத்தியைக் கையாண்டு வெற்றியும் கண்டிருக்கிறார். சாட்சி சொல்வது உண்மையா பொய்யா என்பது கண்களில் தெரிந்து விடும், அவருக்கு.

‘‘நிஜமாகவே எனக்குத் தெரியாது ஸார்’’ என்றாள் த்ருஷ்டி. அழுகையை நிறுத்தி விட்டாள். தன் கையில் இருந்த துண்டையும், சோபாவில் வைத்தாள்.

அவளுடைய பதட்டம் குறைந்து விட்டதை சத்யஜித்தும், யோஜித்தும் கவனித்தனர்.

‘‘ஸார் இந்தப் பொண்ணை விசாரணைக்கு நம்ம போலீஸ் ஸ்டேஷன் கூட்டிப் போயிடலாம்னு நினைக்கறேன்!’’ என்று யோஜித் கூறினார்.

சத்யஜித் த்ருஷ்டியின் பக்கவாட்டு மேஜை மீது இருந்த அவளின் புகைப்படத்தைப் பார்த்துக் கொண்டிருந்தார். அவரால் அதைத் தவிர்க்க முடியவில்லை. ஒளி படைத்த கண்ணுடைய ஒரு அழகான பெண் எனத் தோன்றியது. சுவரில் ஒரு கலைப்படம் மாட்டப்பட்டிருந்தது. அந்தப் படத்தில் என்ன இருக்கிறது என்பதை, அவர் இருந்த இடத்தில் இருந்து அவரால் புரிந்து கொள்ள முடியவில்லை.

யோஜித் கூறிய ஆலோசனையும் கூறிய விதமும், த்ருஷ்டிக்குப் பிடிக்கவில்லை. கோபத்திலும் அழுகையிலும் அவள் கண்கள் மேலும் சிவப்பானது.

''என்னை த்ருஷ்டி என்று பெயர் சொல்லி அழைக்கலாம்!'' என அழுத்தமாகச் சொல்லிவிட்டு, திரும்பி சத்யஜித்தைப் பார்த்தாள். அவரோ இவள் எத்தனை அழகாக இருக்கிறாள் என எண்ணியபடி பார்த்துக் கொண்டிருந்தார்.

''தயவு செய்து என்னை முழுவதும் சொல்ல விடுங்கள்'' எனக் கேட்டுக் கொண்டாள்.

''ப்ளீஸ் சொல்லுங்க!'' எனக் கையால் ஜாடை காட்டினார் சத்யஜித்.

''கார்த்திக் என்னை வரவேற்பறையில் உட்கார வைத்துவிட்டு ஸ்ரீராமைச் சந்திக்கச் சென்றார். ஒரு நாற்பத்தி அஞ்சு நிமிஷம் இருக்கலாம்... வெளியே வந்தார். ஆனா எதுவுமே பேசலை. நாங்க வீட்டுக்குப் புறப்பட்டோம். அவர் முகத்தில் கோபம் கொப்பளித்தது. அதை நான் கவனித்தேன். அதனால் எதுவும் கேட்கவில்லை. ரிங்ரோடில் நுழைந்தபோது தேவையில்லாமல் வேகம் எடுத்தார். அடுத்து ரிங்ரோடில் காரை நிறுத்தி ஜன்னல் கதவைத் திறந்து புகைபிடித்தார். அப்போது எதுவும் பேசுவது அசந்தர்ப்பமாக இருக்கும் என்று நான் பேசாமல் இருந்தேன்.

யோஜித்தின் கைபேசி அடிக்க அவர் எழுந்து சற்றுத் தொலைவில் சென்று பேசினார். சத்யஜித் அடுத்த கேள்வியைக் கேட்கும் முன்பு, யோஜித் வந்து இடைமறித்தார்.

''நரேன் அந்தப் பெண்ணின் கொலை பற்றி உங்களோடு ஏதோ பேச வேண்டுமாம்'' எனக் கைபேசியைக் கொடுத்தார்.

சத்யஜித் கைபேசியை வாங்கிக் கொண்டு அறையை விட்டு வெளியேறினார்.

த்ருஷ்டி சில நொடிகள் யோஜித்தை உற்றுப் பார்த்தாள். ''நீங்க எல்லாரையும் பையன், பொண்ணு, பொம்பளை அப்படிதான் குறிப்பிட்டுச் சொல்வீங்களா? எல்லாருக்கும் ஒரு பெயர் இருக்கில்ல... நான் சொல்றது சரிதானே?'' என எரிச்சலுடன் கேட்டாள்.

சத்யஜித் அறைக்குள் வரும் போது அவள் பேசியதைக் கேட்டார்.

‘‘ம் சொல்லுங்க...! அப்புறம் என்ன ஆச்சு?’’

‘‘அவர் ஜன்னலைத் திறந்து புகைபிடிக்க ஆரம்பித்தபோது, அந்தப் புகையாலும் இரவு தூங்காத அசதியாலும் நான் சற்று கண்மூடி விட்டேன். ஆனால் இரண்டு பைக், காரின் இரண்டு பக்கமும் இரைச்சலுடன் வந்து நின்றது. நான் கண் விழித்த நொடியில் கார்த்திக் பக்கம் நின்றவன், அவரைத் துப்பாக்கியால் இரண்டு அல்லது மூன்று முறை சுட்டான்.

கண்ணிமைக்கும் நேரத்துக்குள் இரண்டு பைக்கும் மறைந்துவிட்டது. ஒரு ஐந்து நிமிடங்களுக்குப் பிறகே எனக்கு நிலைமை புரிந்தது. உடனே போலீஸ் கட்டுப்பாட்டு அறைக்குச் செய்தி சொன்னேன். உடனே போலீஸ் வந்தது! இந்த அதிகாரியும் வந்தார்’’ யோஜித்தைப் பார்த்துச் சொல்லி முடித்தாள்.

யோஜித் அவசரமாக.... ‘‘நான் ஒரு சப்–இன்ஸ்பெக்டர்’’ என்றார்.

யோஜித்தின் கடுமையான குரலும் பேச்சும் சத்யஜித்திற்கு பிடிக்கவில்லை. த்ருஷ்டி கூறிய தகவல்களை யோஜித் குறிப்பெடுத்திருக்கலாம், என எண்ணிக் கொண்டார்.

த்ருஷ்டி, யோஜித்தைச் சுட்டிக்காட்டி ‘‘இவர்தான் என்னை வீட்டில் கொண்டு விட உதவினார்’’ என்றாள்.

‘‘பைக்கை பாத்தீங்களா அல்லது பின்னால் நம்பர் பாத்தீங்களா?’’

‘‘இல்ல ஸார், அவன் ஹெல்மெட் போட்டிருந்தான்! எனக்கு பைக் பத்தி அறிவு கம்மி! நான் பாக்கலை!’’ என்று சொல்லிய த்ருஷ்டி இவர்களை நேராகப் பார்க்க விருப்பம் இல்லாதவள் போல கால் மேல் கால் போட்டு பக்கவாட்டில் சாய்ந்து அமர்ந்தாள்.

யோஜித் மீண்டும் ‘‘ஸார் பைக் நம்பர் கேக்கறாரு ஞாபகம் இருக்கா?’’

‘‘இல்லை நான் பாக்கலை’’ என்றாள் சுருக்கமாக.

அவள் முகத்தில் கோபம் கொப்பளித்ததை சத்யஜித் உணர்ந்தார். அவள் இரவு உறங்கவில்லை. அதனாலும் பதில் சொல்லுவதில்

அவள் விருப்பம் குறைந்துவிட்டது. அதற்கு யோஜித்தின் கேள்வியும், அவன் நடந்து கொண்ட விதமும் காரணமாக இருந்தது.

சத்யஜித் தொடர்ந்தார். ''ஸ்ரீராமை இதற்கு முன் சந்தித்தது உண்டா? தெரியுமா?''

''இல்லை! ஆனா அவரைப் பற்றிக் கேள்விப்பட்டிருக்கேன், அவர்தான் எங்க கம்பெனியின் சரியான போட்டி'' த்ருஷ்டி சத்யஜித்தின் மீசையை வினோதமாகப் பார்த்தபடிக் கூறினாள்.

சத்யஜித் தன் இடது கையால் வலது பக்க மீசையை வழக்கம்போல முறுக்கினார். ''இரண்டு கம்பெனிக்கும் இது ரொம்ப முக்கியமான டெண்டரா?'' கேட்டார்.

''இன்று கட்டிடத் துறையில் பிரபலமான அனைத்துக் கம்பெனிகளுக்கும் இது முக்கியமானது. அதில் பிக்பில்ட் கார்ப்பரேஷன், ட்ரு மாடல் சொலுஷன்ஸ், சக்கரவ் யூத் டெவலப்பர்ஸ் அனைத்துக் கம்பெனிகளுக்கும் முக்கியமான 'டெண்டர்' இது. குறைந்தபட்சம் இரண்டு மூன்று வருடத்தில், 500 கோடி முதல் 600 கோடி வரை வருமானம் வரக் கூடிய டெண்டர்'' என்று பதிலளித்தாள்.

''அதுதான் கார்த்திக்கின் மரணத்திற்குக் காரணமா?'' சத்யஜித்.

''எனக்குத் தெரியாது ஸார்?''

சத்யஜித் யாரோ அறைக்குள் எட்டிப் பார்ப்பதைக் கவனித்தார். அவர் பார்வை மீண்டும் த்ருஷ்டியின் புகைப்படத்திற்குச் சென்றது. அதைத் தவிர்த்து த்ருஷ்டியைப் பார்த்து, ''என்னோட அனுமதி இல்லாம சென்னையை விட்டு வெளியே எங்கும் போகக் கூடாது. என் நம்பர் யோஜித் தருவார். உங்களுக்கு இன்னும் ஏதாவது தகவல் இருந்தா என்னைத் தயங்காம கூப்பிடலாம்!'' என்றார்.

''கண்டிப்பாகச் சொல்றேன் ஸார்'' என்றாள் ஒரு பெரு மூச்சுடன். அவர்கள் இருவரும் புறப்பட்டபோது திருஷ்டி எழுந்து நிற்கவில்லை. அப்படியே அமர்ந்து இருந்தாள்.

அவர்கள் அவள் வீட்டின் அக்கம்பக்கத்தில் திருஷ்டியின் அலுவலகம் செல்லும் நேரம்.... அவளின் தினசரி பணிகள்,

அவளைத் தேடி வரும் நபர்கள், இரவு நேர விருந்துக்குச் செல்லும் பழக்கம் இத்தியாதிகளை விசாரித்து அறிந்து கொண்டனர்.

தன்னை ஆர்வத்துடன் பார்த்துக் கொண்டிருந்த கும்பலை நோக்கிச் சென்றார் சத்யஜித். அவர்கள் அனைவரும், கார்த்திக்கின் கம்பெனி அலுவலர்கள். அந்தக் கூட்டத்தில் த்ருஷ்டியுடன் தான் விசாரணை செய்து கொண்டிருந்தபோது எட்டிப் பார்த்தவனும் இருப்பதைப் பார்த்து ''உன் பெயர் என்ன'' எனக் கேட்டார்.

''நான் பிரஷாந்த், இவன் ராகுல், இவள் ப்ரியா'' என்று அங்கிருந்த அனைவரையும் அறிமுகப்படுத்தி வைத்தான்.

''நீங்க எல்லாரும் 'பாஸ்ட் கன்ஸ்ட்ரக்ஷன்' கம்பெனி அலுவலர்களா?'' சத்யஜித்.

ப்ரஷாந்த் ''ஆமா ஸார்'' என்றான்.

சத்யஜித் ராகுலைப் பார்த்து, ''இரவு நீங்க ஆபீஸ்ல.... இருந்தீங்களா?' நாலு மணி வரை?''

''ஆமா ஸார். நாங்க எல்லாருமே டெண்டர் சமர்ப்பிக்க வேலை செய்தோம். இரண்டு வாரமாகவே ராத்திரியும் வேலை செய்றோம்'' ராகுல் சற்று நடுங்கியபடி பிரஷாந்தைப் பார்த்தபடி பேசினான்.

சத்யஜித் பிரியாவைப் பார்த்து ''நீங்களும் இரவு முழுவதும் வேலை செய்தீர்களா'' எனக் கேட்டார்.

''நான் இரவு எட்டு மணி வரை இருந்தேன். என் வேலையை நான் முடித்துவிட்டதால் திருஷ்டி என்னை வீட்டிற்குச் செல்ல அனுமதித்தாள்.'' என்றாள்.

''உங்க ஸி.இ.ஓ. கார்த்திக் எப்படி'' பட்டென்று கேட்டார் சத்யஜித்.

''அவர் நல்ல மனிதர்'' பிரஷாந்த் அவசரமாகப் பதிலளித்தான்.

சத்யஜித் அதிருப்தி அடைந்தார். பிரஷாந்த் அதிக சாமர்த்தியமாகப் பேசுகிறான் என எரிச்சல் அடைந்தார். ஒரு கொலை பற்றிய விசாரணையில் பிரஷாந்த் சிரித்த முகத்துடன் இருந்ததும், எத்தனை துயரச் சம்பவம் நடந்திருக்கிறது. அது பற்றிய அக்கறை இல்லாது

சிரித்தபடி பதில் சொல்கிறானே என்றும் அவருக்கு வெறுப்பாக இருந்தது.

‘‘நான் உங்களை சான்றிதழ் கேக்கலை; அவருக்கு எதிரிகள் இருந்தாங்களா? அவர் தன்னிடம் பணி செய்றவங்களை எப்படி நடத்தினாரு? எப்படிப் பழகினாரு...?’’ சத்யஜித் குரலை உயர்த்திப் ப்ரஷாந்தைப் பார்த்துக் கத்தினார்.

ப்ரஷாந்த் பயந்து தலையைக் குனிந்து கொண்டான்.

பிரியா பதில் சொல்ல முன் வந்தாள். ‘‘ஆபிஸ்ல அவருக்கு எதிரிகள் கிடையாது! அவருடைய, வளர்ச்சி கண்டு மற்ற கம்பெனி முதலாளிகள் பொறாமைப்பட்டிருக்கலாம்’’ என்றாள்.

‘‘கம்பெனில வேலை செய்றவங்க கிட்ட எப்படிப் பழகினாரு?’’

‘‘எல்லாருகிட்டயும் அதிகம் பேச மாட்டாரு... நாங்க மாசத்துக்கு ஒரு முறை, ஏதாவது.... பிறந்த நாள்.. இல்லை ஆட்டம் பாட்டம்னு கொண்டாடுவோம். அப்ப மட்டும் தான் அவர் எங்களோட இருப்பாரு!’’ என்று முடித்தாள் பிரியா.

‘‘திருஷ்டியோட எப்படிப் பழகினாரு’’ சத்யஜித்.

‘‘அவங்க ரெண்டு பேரும் நல்ல நண்பர்கள், நாங்க எங்க ப்ரச்சனைகளை திருஷ்டி மூலம் தான் அவருக்கு எடுத்துச் செல்வோம்! என்ற ப்ரியா சற்றுத் தயங்கி.... ‘‘அவளுக்கு பாய் ப்ரண்டு உண்டு’’ என்று கூறி ப்ரஷாந்தைப் பார்த்தாள்.

அவன் ‘‘அது கார்த்திக்! இல்லை இல்லை ஸாரி ஸார்... எனக்குச் சரியா தெரியாது’’ என்றான்.

சத்தியாஜித்திற்கு இந்த விஷயத்தில் ஆர்வம் இல்லை. ஒரு ஆணும் பெண்ணும் ஒன்றாகப் பலமணி நேரம் வேலை செய்யும் போது... பலர் இப்படிப்பட்ட கதைகளை இட்டுக்கட்டி கிளப்பி விடுவார்கள். அவர் பிரஷாந்தைக் கூர்மையாகப் பார்த்தார்.

அவன் குழப்பத்துடன் தலையசைத்து ‘‘இல்லை ஸார் த்ருஷ்டி ரொம்ப நல்ல பொண்ணு ஸார் அவளுக்கு பாய் பிரண்டு கிடையாது ஸார்!’’ எனக் குளறினான்.

ப்ரியா தன் சிரிப்பை கஷ்டப்பட்டு அடக்கிக் கொண்டாள்.

யாராவது த்ருஷ்டியும் கார்த்திக்கும் ஆபீஸ் விட்டுப் புறப்படும் போது பார்த்தீர்களா?'' சத்யஜித் கேட்டார்.

''த்ருஷ்டியும் கார்த்திக்கும் அன்று முழுவதும் அந்த ப்ராஜெக்ட்டின் முன் மாதிரியை வைத்து அதன் விலையை நிர்ணயிக்க முயற்சி செய்து கொண்டிருந்தார்கள். நாங்கள் மாலை ஆறு மணிக்கு 'செயல்திட்டத்தை' முடித்து விட்டோம். கார்த்திக் அதற்காக எங்களைப் பாராட்டினார்'' என்று தலையாட்டியபடி, ராகுல் பிரஷாந்த் இருவரையும் பார்த்தபடி, நிறுத்திவிட்டாள் பிரியா.

சத்யஜித் அவர்கள் சங்கேதமாக ஏதும் கண்ணால் பேசிக் கொள்கிறார்களா என்று 'அவர்கள் மூவரின் கண்களையும் கண்காணித்தார்'.

''கடந்த ஒரு வாரத்தில் சற்று வித்தியாசமான........ சூழ்நிலை...... நடவடிக்கை உங்கள் கண்களில் பட்டதா?''

''வேலை எல்லாமே எப்போதும் போலத்தான் சாதாரணமாகத்தான் இருந்தது. கார்த்திக் இரவும் பகலும் உழைத்தார். நாங்க எல்லாருமே இந்த ஏலத்தில் நாங்க ஜெயிக்கணும்னு உழைத்தோம்'' பிரியா.

''உங்க எல்லாருடைய ஃபோன் நம்பர் மத்த விவரங்கள் உங்க விலாஸம் எல்லாமே யோஜித்கிட்ட கொடுங்க'' என்ற சத்யஜித் திரும்பி த்ருஷ்டியின் அறையைப் பார்த்தார். அவள் சோபாவில் படுத்து விட்டத்தில் ஓடும் காற்றாடியைப் பார்த்தபடி இருந்தாள். அவள் கண்களில் வெறுமை இருந்ததைக் கவனித்தார்.

ப்ரியா, ராகுல், ப்ரஷாந்த் மூவரும் தங்கள் வீட்டு விலாஸம், கைப்பேசி எண் போன்ற விவரங்களை, யோஜித்திடம் கொடுத்துவிட்டு வெளியேறினர்.

பிரஷாந்த் மட்டும் திரும்பி வந்து சத்யஜித்திடம், ''ஸார் உங்க போலீஸ் ஃபைல்ல விசாரணைக்கு என் பெயரைச் சேர்க்க வேண்டாம் ப்ளீஸ்! நான் அமெரிக்கா போக முயற்சி பண்றேன். போலீஸ் ரிகார்ட்ஸ்ல என் பெயர் இருந்தா விசா கிடைக்காது ஸார் ப்ளீஸ்'' என்றான்.

சத்யஜித்திற்கு இப்போது அவன் பேச்சு அப்பாவித்தனமாகப் பட்டது. நேராக அவன் முகம் பார்த்து முறுவலித்தபடி ‘‘எங்களுக்குத் தெரியும் என்ன செய்யணும் என்ன செய்யக் கூடாதுனு! நீ கவலைப்படாம போ!’’ என்றார்.

சத்யஜித் தன் வாட்ஸ்–அப் செய்திகளைப் பார்த்துக் கொண்டிருந்தார். யோஜித் தன் பணியை முடித்துக் கொண்டு வந்ததும் இருவரும் த்ருஷ்டியின் வீட்டை விட்டுப் புறப்பட்டனர்.

சத்யஜித்திற்கு எப்போதும் சுறுசுறுப்பாக மூளை வேலை செய்ய ஒரு தேநீர் தேவைப்படும். குறிப்பாக பால் இல்லாத தேநீர் அவருடைய முதல் விருப்பம். அதனால் சத்யஜித் டீக்கடையில் நிறுத்தச் சொன்னார், யோஜித்திடம்.

தேநீர்க் கடையில் வானளாவிய அலைவரிசையில் எப்.எம். ரேடியோ பாடிக் கொண்டிருந்தது. அங்கே கல்லூரி மாணவர்கள் பலர் அமர்ந்திருந்தனர். அவர்களில் ஒருவன் சத்யஜித்தைப் பார்த்ததும் வாயில் புகைத்துக் கொண்டிருந்த சிகரெட்டை காலில் போட்டு மிதித்து அணைத்தான். சில மாணவர்கள் செய்தித்தாள் படித்துக் கொண்டிருந்தனர்.

கடைக்காரன் இவர்களுக்கு டீ தயாரித்துக் கொண்டிருந்தான். டீ கொதித்ததும் அதில் சர்க்கரை கலந்து அவன் ஆற்றிய லாவகத்தை சத்யஜித் ரசித்தார். அவர் எப்போதும் கண்ணாடி டம்ளரில் குடிப்பதையே விரும்புவார். பிளாஸ்டிக் கப்பில் குடிக்க மாட்டார். டீ குடித்து முடிக்கும் வரை அவர் விவாதிக்க விரும்பவில்லை.

கடைசி மடக்கு குடித்து முடித்து ‘‘நீ த்ருஷ்டியை சந்தேகப்படுகிறாயா?’’ என்று யோஜித்தைப் பார்த்துக் கேட்டார்.

‘‘கண்டிப்பாக ஸார் அவளோட பேச்சு குழப்பம் நிறைந்ததா இருக்கு! நடவடிக்கை எதுவும் சரியில்லை என்றார் யோஜித்

அவர் நாக்கில் நின்ற டீயின் ஏலக்காய் மணத்தை அனுபவித்தபடிச் சொன்னார்.

‘‘எனக்கு அவளோட எண்ணங்கள் தைரியம் பிடிச்சிருக்கு! யோஜித்! நீ உன் விசாரிக்கும் தோரணையை மாற்றணும்!’’

யோஜித்தின் சலிப்பான முகம் கண்டு சப்தமாகச் சிரித்தார்.

யோஜித் பேச்சு மூச்சு இல்லாது சத்யஜித்தைப் பார்த்து நின்றார். அவர் முறுவலித்தபடி, ''எனக்கும் அவள் மீது சந்தேகம் உண்டு'' என்றார்.

யோஜித் புருவத்தை உயர்த்தி ''நாம எப்படி ஸார் உண்மையை வரவழைப்பது**?**'' என்று கேட்டார்.

''நாம் கார்த்திக்கின் குடும்பத்தில், அவர் கம்பெனியில் உள்ள முக்கியமானவர்களையும் விசாரணை செய்ய வேண்டும்'' என்றார்.

யோஜித் இருவரின் கண்ணாடி டம்ளரையும் டீக்கடைக்காரர் முன் வைத்து விட்டு, காசும் கொடுத்தார். அவர்கள் வண்டியை நோக்கி நடந்தனர்.

யோஜித் ''ஸார் நாம ஸ்ரீராம் மீதும் ஒரு கண் வைத்து கண்காணிக்க வேண்டும்'' என்றார்.

●●●

பகுதி – 3

ரிங் ரோட்டில் இருந்து ஐந்து கிலோமீட்டர் தூரத்தில் 'பாரதி எஸ்டேட்டில் கார்த்திக் வீடு இருந்தது. அது ஒரு அழகான நுழைவு வளைவு கொண்ட பணபலம், படைத்தவர்கள் வாழும் இடம்.

சத்யஜித்தும், யோஜித்தும் அங்கு இருந்த அழகான செழிப்பான வீடுகளைப் பார்த்து ரஸித்தபடி 35ம் எண் வீட்டை அடைந்தனர். அது ஒரு அழகான மாளிகையாக இருந்தது. சுற்றிலும் தோட்டம் செழுமையாக இருந்தது. அங்கு அம்பாசிடர் மற்றும் (Cielo) சைலோ காரும் நிறுத்தப்பட்டிருந்தது. பழைய காலத்து கலைப் பொருட்களைத் தோட்டத்தில் காண முடிந்தது. அதிலிருந்து கார்த்திக்கின் கலைரசனை அவர்களுக்குப் புரிந்தது.

அவருடைய அகால மரணச் செய்தி கேட்டு, அவர் கம்பெனி ஊழியர்களும் அக்கம்பக்கத்தினரும், உறவினர்களும் அங்கு குழுமி இருந்தனர்.

கார்த்திக்கிற்கு திருமணமாகி மனைவி உண்டு. கார்த்திக்கின் தாய் ஐந்து வருடங்களுக்கு முன்பே மரணம் அடைந்துவிட்டாள். தந்தை மட்டும் இருந்தார். சத்யஜித் கூட்டத்தை நோட்டம் விட்டார்.

இன்னும் கார்த்திக்கின் உடல் மருத்துவமனையில் இருந்து வந்து சேரவில்லை. இந்தச் சூழ்நிலையில், அவர் மனைவி பிந்துவிடம் எதுவும் விசாரிக்க முடியாது, என சத்யஜித் உணர்ந்தார்.

கார்த்திக்கின் அப்பா மகாலிங்கம் சோகமாக ஒரு நாற்காலியில் அமர்ந்திருந்தார். அவர் யாரையும் நிமிர்ந்து பார்க்கவில்லை. அவர்

மிகவும் எளிமையான மனிதராக மிகச் சாதாரண உடை அணிந்து காணப்பட்டார்.

சத்யஜித்தும் யோஜித்தும் அவர் அருகில் இருந்த நாற்காலிகளில் அமர்ந்தபோதும் அவர் அமைதியாகவே இருந்தார். எந்தச் சலனமும் இல்லை. சத்யஜித் அவர் வயதைக் கணிக்க அவர் முகத்தைக் கூர்ந்து பார்த்தார்.

பிறகு ''குற்றவாளியைக் கண்டுபிடிக்க உங்கள் உதவி தேவை ஸார்'' என்று பேச்சைத் துவக்கினார், சத்யஜித்.

மகாலிங்கம், தன் கன்னங்களில் வழிந்த கண்ணீரைக் கையால் துடைத்து கண்களையும் துடைத்துக் கொண்டு ''கண்டிப்பா... என் மகனைக் கொன்றவனைக் கண்டு பிடிச்சு... தண்டிக்கணும்... கேளுங்க ஸார்'' என்றார்.

''கடந்த சில வாரங்களில் கார்த்திக் எப்படி இருந்தார்....?

''ஒரு அரசாங்க டெண்டர் பற்றி அடிக்கடி பேசினான். அதைக் கண்டிப்பா தான் ஜெயிக்கணும்னு, பயங்கர மன அழுத்தத்துல படபடப்பா... எப்பவும் திரிவான்'' என்றார் மகாலிங்கம்.

''இந்த டெண்டர் பத்தி இன்னும் ஏதாவது உங்ககிட்டப் பேசிருக்காரா?'' சத்யஜித் மிகவும் ஆதங்கத்துடன் கேட்டார்.

மகாலிங்கம் ஆழமான சிந்தனையில் தன் கண் கண்ணாடியைத் துடைத்தபடிச் சொன்னார். ''அவன் பேசுவான்! ஆனா எனக்கு பிஸினஸ் புரியாது ஸார்! நான் ரொம்ப விருப்பத்தோட நுணுக்கங்களைக் கேட்டதில்லை.''

''அவர் வியாபாரத்தில் அவருக்கு எதிரிகள் இருந்தாங்களா? தெரியுமா?''

''கார்த்திக் எல்லாமே சொல்வான். இதுவரைக்கும் அவன் எதிரிகளைப் பற்றிச் சொன்னதில்லை.''

யோஜித் குறிப்பு எடுத்துக் கொண்டிருந்தார். சத்யஜித், மகாலிங்கம் பேசும்போது... அவரின் உறவினர்கள் முகபாவம் எப்படி இருக்கிறது எனக் கவனித்துக் கொண்டிருந்தார்.

கார்த்திக் அப்பா பெரிதாக இருமினார். அவர் சகஜ நிலைக்கு வரும் வரை சத்யஜித் காத்திருந்தார். பின் கேட்டார். ''ஸார்

நல்லா யோசிச்சு சொல்லுங்க... இந்த ஒரு வருஷத்துல ஏதாவது அசம்பாவிதமான சம்பவம் கார்த்திக் வாழ்க்கைல நிகழ்ந்தது உண்டா? கார்த்திக் கொலையை துப்புத் துலக்க உதவுமான்னு பாக்கறேன்.''

மருமகள் பிந்து மாமனாருக்கு குடிக்கத் தண்ணீர் கொண்டு வந்தாள். இடது கையால் கொடுத்தாள். சத்யஜித் ஆச்சரியத்துடன் பார்த்தார். தமிழ்நாட்டில் இடது கையால் பரிமாற மாட்டார்கள் என்பதுதான் காரணம். அது சாஸ்திரத்திற்குப் புறம்பானதாகக் கருதப்பட்டது.

மகாலிங்கம் ஆழமான சிந்தனைக்குப் பிறகு தயங்கியபடி சொன்னார். ''ஒரு நிகழ்ச்சி எனக்கு நினைவுக்கு வருது! ஒரு தடவை ஆவடி மெயின் ரோட்ல வரும்போது ஒரு பைக் காரோட பக்கவாட்ல இடிச்சிட்டு நிக்காம வேகமாப் போயிடுச்சாம். அவனுக்கு 'ஆடி' கார்தான் ரொம்பப் பிடிக்கும். அந்த பைக்ல வந்தவன் வண்டியைத் தாறுமாறாகக் கண்மண் தெரியாம வேகமாக ஓட்டினான்னு கார்த்திக் சொன்னான். அவன் பைக்கைத் துரத்தி அவன் வழியை காரால் அடைத்துப் பிடித்தானாம்... அவனிடம் வேலை பாக்கற த்ருஷ்டிங்கற பொண்ணு, அவனைச் சுட துப்பாக்கியைக் கூட கார்த்திக் எடுத்துட்டான்னு சொன்னா!

''துப்பாக்கி என்ற வார்த்தையைக் கேட்டதும் சத்யஜித் அதிர்ந்து போனார். அதிர்ச்சியுடன் யோஜித்தைப் பார்த்தார்.

''அவனைச் சுடவா''

அதற்குப் பதில் சொல்லாமல் சிறிது தயங்கி... அவனுடைய பிஸினஸில் மேல்தட்டு மனிதர்களுடன் அவன் பழக ஆரம்பித்தான். அவர்கள் மலையேற்றத்துக்கு செல்வதும் உண்டு. அங்கு வேட்டையாடுவதும் உண்டு. அவன் கூட வர்ற நண்பர்கள் எக்ஸைஸ், போலீஸ் இலாகாவைச் சேர்ந்தவர்களும் அரசியல்வாதிகளும் அடக்கம் எனக் கூறி இருக்கிறான்.

''அனுமதி இல்லாமல் துப்பாக்கி வைத்திருப்பது தவறு.... அவர் லைசென்ஸ் (உரிமம்) வாங்கியிருந்தாரா''?

மகாலிங்கம் மீண்டும் தயங்கி... ''எனக்குத் தெரியாது ஸார்!'' என்றார்.

''உங்களுக்கு அவருடைய நண்பர்களைப் பற்றித் தெரியுமா? அவங்களோட எப்படிப் பழகுவார்?''

''எனக்கு அவன் அவங்களோட பழகறதும்... போவதும் பிடிக்காது... அதனால் இந்த 'கன்க்ளப்' (துப்பாக்கிச் சங்கம்) பற்றி என்னிடம் பேசுவதையே நிறுத்திவிட்டான்.

''என்ன சொல்றீங்க...? துப்பாக்கிச் சங்கமா?'' அதிர்ச்சியில் அவரை நோக்கி மேலும் நெருங்கிக் கேட்டார்.

''ஆமா ஸார்! வாரக்கடைசி நாட்கள்ள அவங்களோட போவான், எனக்குப் பிடிக்காததனால, ஒரு முறை கேட்டேன்... அவனுக்கு நான் கேட்டது புடிக்காததனால பிறகு என்கிட்ட கன்க்ளப் பத்திப் பேசறதே இல்லை....

யோஜித் உறங்குவதை சத்யஜித் கவனித்தார். அவரை தட்டி எழுப்பி, கனகாவின் கேஸ் எவ்வளவு தூரம் வந்திருக்கிறது என நரேன் மற்றும் ஜுட்டை அழைத்து விசாரிக்குமாறு கூறினார். யோஜித்தின் குறிப்பேடை வாங்கித் தானே குறிப்பு எழுதிக் கொண்டார்.

''நீங்க என்ன வேலை பாத்தீங்க? உங்க பின்புலம் என்ன... சொல்லுங்க...'' சத்யஜித் கேட்டார்.

''நாங்க ஒரு நடுத்தரக் குடும்பம்தான். மிகவும் கஷ்டப்பட்டு கார்த்திக்கைப் படிக்க வைத்தேன்! அவன் படிச்சான் பிஸினஸ் ஆரம்பிச்சான் எங்க வாழ்க்கைத் தரம் உயர்ந்துச்சு! நான் கனவுல கூட இப்படி கார் பங்களானு... இருப்பேனு வாழ்வேனு நினைக்கலை....

சத்யஜித் அவர் அருகில் நின்ற கார்த்திக் மனைவி பிந்துவைப் பற்றி கணிக்க முயன்றார். யோஜித் கைபேசியில் உரையாடிக் கொண்டிருந்தார். இதுவரை பெரியவருடன் கனிவுடன் பேசிக் கொண்டிருந்த சத்யஜித், அவர் உண்மையைத் தான் பேசுகிறாரா என அறிய விரும்பி... சற்றுக் கடுமையாகக் கேட்டார்.

''கார்த்திக் குறுகிய காலத்தில் அளவுக்கு அதிகமான பணம் சட்டத்திற்குப் புறம்பான வழிகளில் சம்பாதிச்சாரா...? உங்களுக்கு சந்தேகம் வரலையா?''

மகாலிங்கத்தின் கண்கள் பெரிதானது. விரிந்தது. கண்ணீர் வழிந்து ஓடியது. அவர் முகத்தில் கோபம் கொப்பளித்தது. சத்யஜித் அதை மனதில் குறித்துக் கொண்டார்.

கார்த்திக் வாங்கிய பரிசுகளையும் கேடயங்களையும் சுட்டிக் காட்டி சப்தமாகக் கத்தினார் மகாலிங்கம் ''அவன் படிக்கும் போது அவன் வகுப்பில் அவன் தான் முதல், காலேஜில கோல்ட் மெடல் வாங்கீருக்கான்... அவன் படிக்கறப்ப... எதிர்பாராம என்கிட்டப் பணம் கேட்டதே இல்லை.... சிக்கனமா இருப்பான் அவன் கல்லூரிச் செலவுக்கு அவனே சம்பாதித்தான்....''

''நீங்க என்னைக்காவது அவர் எப்படிச் சம்பாதிக்கறாருனு கேட்டீங்களா?''

மகாலிங்கம் இந்தக் கேள்வியையும் விரும்பவில்லை! ''நான் என் மகனோட வியாபாரத்திறமையை நம்பினேன்... அவன் மேல் அவன் திறமை மேல எனக்குச் சந்தேகம் கிடையாது! தப்பான வழில அவன் சம்பாதிக்கலை! அவன் பிஸினஸ்ல நல்ல வாய்ப்புள்ளது... வளரக் கூடியது!'' கோபமாகச் சொன்னார்.

தேவைக்கு அதிகமாகவே பெரியவர் மனதில் கலவரத்தை மூட்டி விட்டோம் என்பதை சத்யஜித் உணர்ந்தார்.

''உங்க மகன் கொலைக்கு யாரையாவது சந்தேகப்படுறீங்களா?''

''ஸ்ரீராம்'' சட்டென்று பதில் வந்தது.

சத்யஜித் ஆச்சரியப்படுபவர்போல நடித்து.... ''ஸ்ரீராம்... யார் அது?'' எனக் கேட்டார்.

''ஒரு முறை கார்த்திக் அவனைப் பற்றி சொல்லிருக்கான். இந்த டெண்டர்ல கூட இவனுக்குப் போட்டி... அவனும்தான்...''

''இன்னும் என்ன தெரியும் ஸ்ரீராம் பற்றி?''

''அவன் பெரிய பிஸினஸ்மேன். அரசியல்வாதிகளின் சகவாசமும் உண்டு...! அவ்வளவுதான் தெரியும்! இதுக்கு மேல் எதுவும் தெரியாது...''

சத்யஜித் அவரின் கண்களை உற்று நோக்கியபடி ''அப்புறம் எப்படி அவரைச் சந்தேகப்படுறீங்க... அவரைப் பத்தி சரியாக் கூடத் தெரியாம?!''

மகாலிங்கம் பதிலே சொல்லவில்லை வெறுமையாகப் பார்த்தார்.

சத்யஜித் தன் கைக்கடிகாரத்தைப் பார்த்தார். மணி மதியம் 12.30 ஆகி இருந்தது. ‘‘நான் அவர் அறையையும், உடைமைகளையும் சோதனை செய்ய வேண்டும்’’ என்றார்.

மகாலிங்கம், குடிக்கத் தண்ணீர் கொண்டு வந்த பிந்துவைப் பார்த்தார். அவள் தான் கொண்டு வந்த தண்ணீரை சத்யஜித், யோஜித் கையில் கொடுத்தாள். அவள் இடது கைப் பழக்கம் உள்ளவள் என்பது புரிந்தது. பின் அவர்களை, தங்கள் அறைக்கு அழைத்துச் சென்றாள்.

கார்த்திக் அறை மாடியில் இருந்தது. சத்யஜித்திற்கு மாடி ஏறும் போதே ஐந்து அல்லது ஆறு வருடத்தில் கார்த்திக்கால் எப்படி இத்தனை வளர்ச்சி... பணம் சாத்தியமானது என்ற சந்தேகம் வலுத்தது. மாடிப்படியின் இரு பக்கங்களிலும் கார்த்திக்கின் சிறு வயது முதல் உள்ள புகைப்படம் அழகாக மாட்டப்பட்டிருந்தது. சிறு வயது புகைப்படங்களில் கார்த்திக் மிகச் சாதாரண உடையில் இருந்தான். வீடும் மிகச் சாதாரணமாகவே இருந்தது. பழைய குடும்பப் புகைப்படம் அழகாக இருந்தது. அடுத்து கார்த்திக் துப்பாக்கியுடன் குறிபார்த்து நின்ற படத்தின் முன் சத்யஜித் நின்று விட்டார்.

சத்யஜித் ஏன் அந்தப் புகைப்படத்தை அத்தனை கூர்மையாகப் பார்க்கிறார் என்பது புரியாமல், நின்றார் யோஜித்.

இருவரையும் கவனித்த பிந்து ‘‘இது அவருடைய புதுப் பொழுதுபோக்கு’’ என்றாள்.

சத்யஜித் அந்தப் புகைப்படத்தைத் தன் கைப்பேசியில் ‘கிளிக்’ செய்து கொண்டு பிந்துவைத் தொடர்ந்தார். கார்த்திக் அறையில் நுழைந்ததும் ‘‘கார்த்திக் உங்களிடம் தன் பிஸினஸ் பற்றிப் பேசுவாரா’’ எனக் கேட்டார்.

‘‘சொல்வாரு’’ சாதாரணமாகப் பதில் சொன்னாள்.

தான் கேட்கப் போகும் கேள்வி அவள் முகத்தில் உடல் அசைவுகளில் என்ன மாற்றத்தை நிகழ்த்தும் என்பதை எண்ணி பிந்துவையே கண்காணித்தபடிக் கேட்டார் சத்யஜித்.

‘‘இவ்வளவு பணம்... எப்படிச் சம்பாதித்தார்?!’’

''கடுமையா உழைச்சாரு... அவர் பிஸினஸ் பாணி தனி''... தன் பாணியில் கடுமையா உழைச்சாரு!'' பிந்து எந்தவித அதிர்ச்சியும் இல்லாது சாதாரணமாகப் பதில் கூறினாள்.

சத்யஜித் மீண்டும் கைப்பேசியில் கார்த்திக் புகைப்படத்தைப் பார்த்தபடியே ''அவரிடம் துப்பாக்கி இருந்ததா?''

''அது போட்டோவுக்காக யாராவது நண்பர்கள்கிட்ட வாங்கீருப்பாரு!'' என்றாள்.

''இவள் பொய் பேசுகிறாளா? உண்மைதான் சொல்கிறாளா?'' என எண்ணியபடி சத்யஜித் கைப்பேசியில் கார்த்திக் புகைப்படத்தைப் பார்த்தபடி அறையில் குறுக்கும் நெடுக்கும் அலைந்தார்.

''அவர இந்தத் துப்பாக்கியோட பார்த்திருக்கீங்களா?''

''இல்லை!'' ஒற்றை வார்த்தையில் பதில் சொன்னாள் பிந்து.

''அவர்கிட்ட வேற துப்பாக்கி இருந்துச்சா?!''

''இல்லை ஸார்.''

''ஆனா மகாலிங்கம் கார்த்திக்கிட்ட துப்பாக்கி இருந்ததாச் சொன்னாரு!''

அவள் தயக்கமே இல்லாமல் ''எனக்குத் தெரியாது ஸார்'' என்றாள்.

சத்யஜித் தன் கைப்பேசியை யோஜித்திடம் கொடுத்தார். புகைப்படம் பார்த்த யோஜித் சில நிமிஷங்கள் வரை அதையே உற்றுப் பார்த்துக் கொண்டிருந்தார். மீண்டும் சத்யஜித் அவரை, கார்த்திக்கின் உடை அலமாரியை சோதனையிடச் சொல்லும் வரைப் பார்த்தபடியே நின்றார்.

''ஒரு சமயம் இதில் துப்பாக்கியை ஒளித்து வைத்திருப்பார் என சத்யஜித் எண்ணுகிறாறோ?'' என எண்ணியபடி சோதனையிட்டார் யோஜித். ஆனால் எதுவும் தடயம் கிடைக்கவில்லை. சுவரில் இருந்த புகைப்படங்களைப் பார்த்தவர், சத்யஜித்தின் கைப்பேசியில் அவற்றைப் படம் பிடித்தார்.

சத்யஜித் அங்கு மற்றொரு அலமாரியில் இருந்த, பத்திரங்களை ஆய்வு செய்து கொண்டிருந்தார்.

‘‘யோஜித் உங்க வேலை முடிஞ்சுதா?’’

‘‘முடிஞ்சுது ஸார்!’’

‘‘வா போகலாம்’’ என்ற சத்யஜித் யோஜித்தை வெளியேறும்படி கையால் சமிக்ஞை செய்தார்.

அறையை விட்டு வெளியேறும்போது... சத்யஜித் பிந்துவிடம் ‘‘உங்களுக்கு யார் மீதாவது சந்தேகம் உண்டா?

‘‘த்ருஷ்டி. அவள் அவருடன் சென்றவள்...’’

‘‘ஏன் அப்படி நினைக்கறீங்க?’’ பிந்து சிறிது யோசித்தாள். அவள் கண்களில் இருந்து கண்ணீர் அருவியாகக் கொட்டியது.

‘‘இவள் பொய் சொல்வதற்காக யோசிக்க நேரம் எடுத்துக் கொள்கிறாளா?’’ சந்தேகித்தார் சத்யஜித்.

‘‘கார்த்திகை நான் கல்யாணம் செய்து அஞ்சு வருஷம் ஆச்சு. அவர் சிரித்துப் பேசி... குடும்பத்தோடு சந்தோஷமாக இருந்ததே கிடையாது. ஆனா த்ருஷ்டிகிட்ட அப்படி இல்ல!’’ என நிறுத்தினாள்.

‘‘என்ன சொல்ல வர்றீங்க?!’’

தன் மீசையை முறுக்கியபடி ஆர்வமாகக் கேட்டார்.

‘‘அவர் மத்தவங்ககிட்ட ஒருவிதமாப் பழகுவாரு ஆபீஸ்ல... ஆனா திருஷ்டியோட பேசும்போது ரொம்ப சந்தோஷமா சிரிச்சுப் பேசுவாரு!’’

‘‘அதுக்காக... அவளை எப்படி சந்தேகப்படறீங்க?’’

யோஜித் அவர்கள் உரையாடலை குறிப்பு எடுத்துக் கொண்டிருந்தார்.

‘‘கார்த்திக் அந்த சமயத்தில் ரிங்ரோடில் போவார்னு வேற யாருக்கும் தெரியாது! வந்தவன் அவளை ஏன் சுடலை?’’

சத்யஜித் ஒரு நிமிடம் மூச்சு விடக் கூட தவறினார். இதுவரை கிடைத்ததைவிட இதுதான் முக்கியமான புள்ளி விவரம். ஆனா இந்தத் தடத்தில் பயணிக்கலாமா’ என எண்ணினார். அவர் சிந்தனையுடன் அந்த அறையின் பால்கனிக்குச் சென்றார். கொஞ்சம்

காற்று வாங்க விரும்பினார். அங்கேயே நின்றார் பிந்துவும் எதுவும் சொல்லாது அவள் நின்ற இடத்திலேயே நின்றாள். யோஜித் தன் கைப்பேசியில் யாருக்கோ செய்தி அனுப்பிக் கொண்டிருந்தார்.

ஐந்து நிமிடங்களுக்குப் பிறகு சத்யஜித் ''அவருக்கு அரசாங்க உயர் அதிகாரிகளுடன் தொடர்பு உண்டா? ஏதாவது தெரியுமா?''

பிந்து தன் நினைவுகளில் மூழ்கி விட்டது புரிந்தது. சில நொடிகளுக்குப் பிறகே சுதாரித்து, ''எனக்குத் தெரியாது ஸார்! ஆனா அவங்களோட சுற்றுலா போவாரு தெரியும்'' என்றாள்.

அவள் கண்களையே பார்த்தபடி சத்யஜித் ''எங்க போவாங்க'' எனக் கேட்டார்.

பிந்து பொறுமையை இழந்துவிட்டாள் என்பது புரிந்தது. இந்த ரீதியான விசாரணை முறையே அவளை எரிச்சலூட்டியது. 'இவள் முக்கியமான செய்தி எதையாவது மறைக்கிறாளா?' என எண்ணினார்.

'அவங்க தடா அல்லது ஏலகிரி போவாங்க, தனிமையான மலைப்பகுதி' என்றபடி அங்கு இருந்த பீரோல் மீது சாய்ந்து கொண்டாள்.

''அங்கே அடிக்கடி போவார்களா?''

பிந்து அவனைப் பார்த்தாள். துயர எண்ணங்களால் அவள் கண்களில் இருந்து கண்ணீர் கொட்டியது. பதில் சொல்லும் நிலையில் அவள் இல்லை.

சத்யஜித் 'பாவம் அவள் கணவனை இழந்திருக்கிறாள்... இன்னும் அவன் பூத உடல் வீடு வந்து சேரவில்லை. நான் கேள்வி கேட்பதை இத்தோடு நிறுத்திக் கொள்ளனும்' என நினைத்தார்.

''ஒரு மாசத்துக்கு ஒரு தடவை போவாங்கனு நெனைக்கறேன்'' என்றாள் பிந்து.

கேள்வி கேட்க வேண்டாம் எனத் தீர்மானித்திருந்தும் சத்யஜித் தன் நாவை அடக்க முடியாமல் ''ஏன் உங்ககிட்ட சொல்லீட்டு போக மாட்டாரா?'' எனக் கேட்டு விட்டார்.

அந்தக் கேள்வி காதில் விழுந்த அடுத்த நொடி பிந்து தன் குரலை உயர்த்தி ''அவர் என்கிட்ட எதுவும் சொல்லமாட்டார்!

சொல்லமாட்டார்'' என சோகமாகவும் சலிப்பாகவும் கத்தினாள். தரையில் சரிந்து விழுந்தாள்.

உறவுக்காரர்கள் உடனே ஓடி வந்தனர். அவர்கள் சத்யஜித்தையும் யோஜித்தையும் அவர்கள்தான் கொலைக்காரர்கள் என்பது போல் பார்த்தனர்.

அவர்கள் இருவரும் அடுத்த வார்த்தை பேசாமல் அந்த அறையை விட்டு வெளியேறினர்.

மாடிப் படியில் இறங்கும் போதே அங்கே ஹாலில் இருந்தவர்களை உற்றுக் கவனித்தார் சத்யஜித். அங்கே நிசப்தம் நிலவியது. மகாலிங்கம், அசைவே இல்லாது தலையைக் குனிந்து அமர்ந்திருந்தார். இருவரும் அவர் அருகில் சென்றனர்.

''ஸார் மாலைக்குள் கார்த்திக் உடல் இங்கே வந்து விடும். உங்க குடும்பத்துல யாராவது ஆஸ்பத்திரில இருக்காங்களா?

''ஆமா.... என் தம்பி பையன் இருக்கான்!'' என்றார். அவரின் ஏக்கமான முகம் மீண்டும் பழைய காலத்திற்குச் செல்ல ஆசைப்படுவதைக் காட்டியது.

அவரைச் சமாதானம் செய்யும் விதமாக கையைப் பிடித்தபடி ''உங்க உதவி தேவைப்பட்டா அழைப்போம் ஸார்!'' என்றார். மகாலிங்கத்தின் கைகள் குளிர்ந்து இருந்தது.

ஆனால் சத்யஜித்தின் கைகளை அழுத்தமாகப் பிடித்துக் கொண்டார். அவர் தலை கவிழ்ந்து இருந்தது. அவரின் கண்ணீர் சத்யஜித் கைகளில் விழுந்தது.

''எனக்கு யாரைச் சந்தேகப் படுறதுனு தெரியலை.... அது ஸ்ரீராமா? இல்லை.... துப்பாக்கிச் சங்கத்தைச் (Gunclub) சேர்ந்த பொறுக்கிங்களா? எனக்கு அக்கறை இல்லை. ஆனா... ஆனா... நான் என் மகனை இழந்து நிக்கறேன்!.... அவனைக் கொலை செஞ்சவனைக் கண்டு பிடிச்சு தண்டனை கொடுக்கணும்'' என்றார் மகாலிங்கம். அவர் குரலில் சோகமும் கோபமும் கலந்து இருந்தது.

சத்யஜித் மிக மென்மையாக அவரை அணைத்து சமாதானம் செய்தார்.

சத்யஜித் யோஜித் இருவரும் அந்த வீட்டை விட்டுப் புறப்பட்டனர்.

அவர்கள் பாரதி எஸ்டேட்டின் நுழைவு வாயிலை அடைந்தபோது காரை நிறுத்தச் சொல்லி சைகை செய்தார். அங்கு இருந்த காவலாளியை நெருங்கி யோஜித் விசாரணை செய்தார். சத்யஜித் அங்கு இருந்த அறிவிப்புப் பலகையைப் பார்த்தார். காவலாளி யோஜித்திடம் சரியாகப் பேசவில்லை என்பதைக் கவனித்தார். அவர் யோஜித்தை காருக்கு போகச் சொல்லி சமிக்ஞை கொடுத்தார்.

சத்யஜித், காவலாளி தோள் மீது கை வைத்தார். அவனிடம் புகையிலை வாசனை அடித்தது. அவர்கள் டீக்கடையை நோக்கி நடந்தனர்.

சத்யஜித் இரண்டு டீ சொன்னார். அங்கு இருந்த ஜாடியில் இருந்து இரண்டு ரஸ்க்கை எடுத்து ஒன்றை அவன் கையில் கொடுத்தார். டீக்கடைக்காரரும் இவர்கள் கார்த்திக் கொலை பற்றிப் பேசுவதைக் கேட்க ஆர்வமாக இருந்தார்.

அருகில் இருந்த பெஞ்சில் (மர இருக்கை) அமர்ந்து ‘‘இந்த இடம்... பாரதி எஸ்டேட் எப்படி?’’ கேட்டார்.

இந்தக் கேள்வி அவனைச் சங்கடப்படுத்தியது. டீ எடுத்து வந்த பையனைப் பார்த்தபடியே, ‘‘பாரதி எஸ்டேஸ்ட் முழுவதும், ‘பிந்து கண்ஸ்ட்ரக்ஷன்’ கம்பெனியால் கட்டப்பட்டது’’ என்றான்.

‘‘யாரெல்லாம் சொந்தமாக வாங்கிருக்கிறார்கள்?’’

‘‘35ம் எண் கார்த்திக் ஸாரும் அவருடைய மனைவி பிந்துவின் உறவினர்களும் தான்... இங்கே வீட்டு உரிமையாளர்கள்’’ என்றான்.

சத்யஜித் தன் டீயைக் குடித்து முடித்தார். தன்னுடைய டம்ளரை மேஜையில் வைத்து விட்டு காவலாளியைப் பார்த்து... ‘‘இந்த மொத்த இடமும் கார்த்திக் ஸாரோடதா?’’ எனக் கேட்டார்.

அவன் தன் ரஸ்க்கை டீயில் தோய்த்து கடித்தபடி, ‘‘எனக்குத் தெரியாது ஸார்! ஆனா கார்த்திக் ஸார் கல்யாணத்துக்குப் பிறகு தான் இங்கே வீடு கட்ட ஆரம்பித்தார்கள்!’’

''உங்க கார்த்திக் ஸார் எப்படி?''

காவலாளியின் முகம் பளிச்சிட்டது. கண்கள் பிரகாசித்தது ''ரொம்ப நல்ல மனுசன் ஸார்'' என்றான்.

அவன் டீ குடிக்கும் வரை பொறுத்திருந்து... ''அவர் உன்னோட பேசுவாரா?'' கேட்டார் சத்யஜித்.

''காலையில் வாக்கிங் போகும் போது எங்க எல்லாக் காவலாளிகிட்டயும் பேசுவாரு. டீ வாங்கித் தருவாரு ஸார்!'' பெருமையாகச் சொன்னான்.

சத்யஜித் காசு கொடுத்து பிறகு மீண்டும், நுழைவாயிலுக்கு வந்தனர்.

''இங்கே அந்நியர்கள்... தெரியாதவர்கள் நடமாட்டம் இருந்ததா... கடந்த ஒரு மாதத்தில்?'' சத்யஜித் கேட்டார்.

இப்போது காவலாளி சகஜ நிலைக்கு வந்து விட்டான். அதனால் சத்யஜித்தை பார்த்து சினேகமாக முறுவலித்தான்.

''நிறையப் பேர் வருவாங்க... போவாங்க அனுமதிக்க மாட்டோம் ஸார்! வரவங்க அவங்க அடையாள அட்டையைக் காட்டணும், நாங்க உடனே குறிப்பிட்ட வீட்டுக்கு ஃபோன் செய்து கேப்போம் ஸார். அவங்க அனுமதி வாங்கியே உள்ள விடுவோம்''

சத்யஜித் முறுவலித்தபடி ''என்னை எப்படி உள்ளே விட்டே பரிசோதிக்காம'' கேட்டார்.

''ஸார்... நீங்க... போலீஸ் ஆபீஸர் உங்களப் போயி நான்... என்ன ஸார் நீங்க!'' என்றான் காவலாளி.

சத்யஜித் அவன் பையில் இருந்த 'பீடி'யைப் பார்த்தார்.

''ரொம்பவும் புகைப் பிடிக்காதீங்க அண்ணா!'' என்றார்.

''எனக்கு பொழுது போகணுமே ஸார்''

சத்யஜித் தன்னிடம் இருந்த பிஸ்கட் டப்பாவைத் திறந்து காட்ட ஒன்றை எடுத்து வாயில் போட்டு சுவைத்தான்.

அதைக் கவனித்த சத்யஜித் அந்த டப்பாவை (குப்பியை) அவனிடமே தந்தார். ''நேரம் போக புகைபிடிக்காதே. பேப்பர்

படிக்கலாம், நேரடியோவில செய்தி கேக்கலாம்... கிடைச்ச நேரத்துல தூங்கலாம்...'' என்று சிரித்தார்.

''உன் குடும்பத்துக்கு நீதானே சம்பாதிக்கணும்?''

''ஆமா ஸார்'' என்றபடி தலையையும் ஆட்டினான் காவலாளி

சத்யஜித் காவலாளிக்கு நன்றி கூறி மீண்டும் சந்திப்பதாகக் கூறி விடைபெற்றார்.

சத்யஜித் காரில் ஏறியதும் யோஜித் ஓட்டத் துவங்கினார். அவர்கள் அந்த இடத்தைவிட்டு போலீஸ் ஸ்டேஷன் போக முடிவு செய்தனர்.

சத்யஜித் தன் கறுப்பு கூலிங் கண்ணாடியை அணிந்து கொண்டு கார் கண்ணாடியில் அழகு பார்த்தார். ''எப்படி இருக்கு?'' என யோஜித்திடம் கேட்டார்.

அவருடைய குழந்தைத்தனம் யோஜித்திற்கு சிரிப்பை வரவழைத்தது. ஆனால் உடன் பதில் அளிக்க வேண்டியது அவசியம் என்று நினைத்து.... ''சினிமா ஹீரோ மாதிரி இருக்கீங்க ஸார்'' என்றார்.

சத்யஜித் விளையாட்டுத்தனமாக அவர் தோளில் ஒரு குத்துவிட்டு ''உனக்கு உடனே பதவி உயர்வு'' எனக் கூறினார்.

சத்யஜித் மீண்டும் கார் கண்ணாடியைப் பார்த்து ''இந்த ஸ்டைலும் பந்தாவும்.. இந்தக் கேஸை நீ கண்டு பிடிக்கலைனா காணாமப் போகும் சத்யஜித்?'' என தனக்குள் சொல்லிக் கொண்டார். கண்ணாடியைக் கழற்றி விட்டார்.

சத்யஜித்தின் இந்த நடவடிக்கை கண்டு யோஜித் சிரித்துவிட்டார்.

''என்ன உன் ஆபீஸர பார்த்துச் சிரிக்கறயா?'' எனக் கேட்டார்.

யோஜித் இந்தப் பேச்சை மாற்ற விரும்பி.... ''இல்லை ஸார்! அந்தக் காவலாளிகிட்ட ஏதாவது துப்பு கிடைச்சுதா'' எனக் கேட்டார்.

''பெரிசா சொல்றமாதிரி எதுவும் துப்பு கிடைக்கலை! ஆனா கார்த்திக்கு பணம் எப்படி சம்பாதிக்கணும்னு நல்லா தெரிஞ் சிருக்கு!'' என்றார் மீசையை முறுக்கியபடியே.

யோஜித் வழியில் இருந்த சின்னச் சின்ன ஒட்டல்களைக் கவனித்தபடி வந்தார். அடுத்த திட்டம் என்ன என்று அவர் சத்யஜித்தைக் கேட்கவில்லை. ஆனால் அவருக்குப் பயங்கரப் பசி வந்தது.

''கார்த்திக் படுக்கையறையில என்ன எதிர்பார்த்து தேடினோம்?''

''எல்லார் வாழ்க்கையிலும் ரகஸியங்கள் இருக்கும். சிலர் அதை டயரியில் எழுதுவாங்க. சிலர் மனதில் எழுதுவாங்க. சிலபேர் முகநூல் பக்கத்துல போடுவாங்க'' என்று பலமாகச் சிரித்தார். யோஜித்தும் பலமாகச் சிரித்தார்.

வண்டி ஒரு சிக்னலில் நின்றிருந்தது. ''உண்மைதான் ஸார் உங்களுக்கு அப்படி ஏதாவது அனுபவம் உண்டா ஸார்!''

யோஜித்தின் ஆர்வம் கண்டு முறுவலித்தார் அவர். ''நான் எங்கேயும் எழுத மாட்டேன்! எனக்கு ஜோதிடத்தில் நம்பிக்கை உண்டு! நான் காற்றுடன் பேசுவேன்'' என்றார்.

யோஜித் வண்டியை ஓட்டத் துவங்கினார். அவருக்குச் சிறிது குழப்பம் ஏற்பட்டது. 'காற்றுடன் எப்படிப் பேச முடியும்; காற்றுடன் பேச முடியுமா? காற்று பதில் சொல்லுமா?' அதே சமயம் அவர் வயிறு, உடனே உணவு தேவை என்று அவருடன் பேசியது!

''நான் தனியாக இருக்கும் போது... நான் பால்கனியில் நின்று எனக்குள் பேசிக் கொள்வேன்'' எனத் தொடர்ந்தார்.

யோஜித் பசியிலும் பதில் சொன்னார். ''எனக்கு கண்ணாடி! கண்ணாடிதான் என் ரகஸியங்களைப் பாதுகாக்கும். சின்ன வயசுல என் படுக்கையறை கண்ணாடி பின்னாலதான் மார்க் ப்ரோக்ரஸ்கார்ட் எல்லாம் ஒளிச்சு வைப்பேன்!''

அவர்கள் ஆவடி பஸ் நிலையம் நெருங்கியதும் சத்யஜித்தும் அங்கிருந்த உணவகங்களைப் பார்வையிட்டார். ஆவடி பேருந்து நிலையத்தைச் சுற்றி நிறைய அசைவ உணவகங்கள் இருந்தன. இரண்டு சைவ உணவகமும் இருந்தது. யோஜித் எப்போதும் சிக்கன் பிரியாணி சாப்பிட விரும்புவார். ஆனால் அவருக்கு தன் அதிகாரி அதை விரும்பமாட்டார் என்பது தெரியும். சத்யஜித் வார இறுதி

நாட்களான சனி ஞாயிறு மட்டுமே பிரியாணி சாப்பிட வேண்டும் என்பார். அவருக்கு செட்டிநாடு பானி 'சிக்கன் பிரியாணி' அல்லது 'மட்டன் பிரியாணி' பிடிக்கும். அவருக்கு அதன் மணமே மிகவும் பிடிக்கும். அவர் கிராமத்திற்குப் போகும் போது, அவர் அம்மா நறுமண மசாலா பொருட்களைச் சேகரித்துக் கொடுப்பார்.

ஒரு சைவ உணவகத்தைப் பார்த்ததும் சத்யஜித், யோஜித்திடம் காரை நிறுத்தச் சொன்னார். அந்தச் சைவ உணவகம் தென்னிந்திய உணவு வகைகளை உடையது. அங்கு கூட்டம் சற்றுக் குறைவாக இருந்தது. யோஜித் காலை 6 மணிக்கு விசாரணையை ஆரம்பித்தார். இதுவரை சாப்பிடவில்லை. அவர்கள் சற்று தனிமையான இடமாகத் தேர்வு செய்து சென்று அமர்ந்தனர். அவர்கள் போலீஸ் உடுப்பில் இருந்ததால் உணவகத்தில் ஊழியர்கள் உடனே மரியாதையுடன் கவனிக்க ஓடி வந்தனர்.

சத்யஜித் ஒரு தயிர் வடையும் பில்டர் காபியும் சொல்லி யோஜித்தைக் கேட்க அவர், ''எனக்குச் சாப்பாடு தான்'' என்றார்.

''ஒரு முழுச் சாப்பாட்டை சாப்பிட்டா தூக்கம் வராதா?'' சத்யஜித்.

''மத்தியான நேரத்துல சாப்பாடுதான்! வேற வழி!'' யோஜித் எதிரில் இருந்த ஒரு தள்ளு வண்டிக் கடையைக் காட்டி.... ''என்னை அனுமதிச்சா... அதோ அந்தக் கடைல போயி ரெண்டு தட்டு பிரியாணி சந்தோஷமாச் சாப்பிடுவேன்! அது வீட்லயே தயார் செய்து கொண்டு வர்ற உணவு! சில சமயம் சாயங்காலம் தாமதமா வந்தா அங்க முட்டை தோசை சாப்பிடுவேன். பிரமாதமா இருக்கும்!'' ரஸித்துச் சொன்னார் யோஜித்.

சத்யஜித் முறுவலித்தபடி, அவர் முகத்தைப் பார்த்தார்.

உணவு பரிமாறுபவரிடம் சத்யஜித் 15 நிமிடங்களுக்குப் பிறகு கொண்டு வருமாறு சொன்னார். யோஜித்துக்கு அகோரப் பசி. இதைக் கேட்டு அவர் முகம் மாறியது.

சத்யஜித் ''இந்தக் கேஸ் பத்தி கார்த்திக் பற்றி இதுவரை என்ன ஊகிக்க முடிந்தது'' என யோஜித்தைக் கேட்டார்.

''கார்த்திக் இத்தனை வேகமாப் பணம் எப்படி சம்பாதித்தார்? அதுவே அவர் மீது சந்தேகம் வருகிறது? அதுக்கும் மேல லைசன்ஸ்

இல்லாம துப்பாக்கி வைத்திருந்தது...'' யோஜித் ஒரு டம்பளர் தண்ணீர் குடித்தபடிக் கூறினார். மேலும் தாங்கள் பேசுவதை யாராவது கவனிக்கிறார்களா என சுற்று முற்றும் பார்த்துவிட்டு.... ''நீங்க அந்த போட்டோ... துப்பாக்கியோட கார்த்திக் இருந்த போட்டோ முன்னால ஏன் சட்டுனு நின்னீங்க? அதை ஏன் கிளிக் பண்ணீங்க? என்ன முக்கியக் காரணம்?'' கேட்டார்.

சத்யஜித் தன் கைப்பேசியை எடுத்தபடி ''துப்பாக்கிகளைப் பற்றி ஏதாவது தெரியுமா?'' கேட்டார்.

''கொஞ்சம் தெரியும் ஸார்! ரொம்பத் தெரியாது ஸார்!''

''கார்த்திக் கையில் இருக்குற துப்பாக்கி டைடானியம் கோல்ட் டெசர்ட் ஈகிள் துப்பாக்கி. இது ரொம்பக் குறைவான அளவுதான் தயாரிக்கப்படுது! என்று கூறியபடி அந்தப் புகைப்படத்தை யோஜித்திடம் காட்டினார்.

இவருக்கு என்ன சொல்வது என்று புரியவில்லை. அதனால், சத்யஜித்தே விளக்கம் அளிக்கட்டும் என அவரையே பார்த்துக் கொண்டிருந்தார்.

''உனக்கு துப்பாக்கி பற்றி அவ்வளவா தெரியலை! இது ரொம்ப அபூர்வமான துப்பாக்கி! வெளிநாட்டு நபர்களோட தொடர்பு இருந்தா தான் இதுமாதிரி ஆயுதம் வாங்கவே முடியும்!'' என்றார் சத்யஜித்.

''ஆனா இந்த கேஸுக்கு இது எப்படி உதவும்?!'' யோஜித்.

''எனக்குத் தெரியலை! ஆனா இந்தத் துப்பாக்கியை கார்த்திக் கையில் பார்த்து திகைச்சுப் போயிட்டேன்...'' என்றபடி சத்யஜித் மற்றப் புகைப் படங்களைப் பார்த்தார். ''சும்மா அந்தப் படுக்கையறை போட்டோக்களையும் எடுத்துட்ட'' என்று யோஜித்தை கிண்டலடித்துச் சிரித்தார். ஆனால் அவர் சிரிப்பு சட்டென நின்றது. ஒரு புகைப்படத்தை ஊன்றிக் கவனித்தார்.

''என்ன ஸார் ரொம்ப பசிக்குதா?'' யோஜித் கேட்க சத்யஜித் மீண்டும் சிரித்து விட்டார். உடனே உணவு பரிமாறச் சொன்னார்.

உணவு வந்ததும் யோஜித் அவசரமாகச் சாதத்தில் சாம்பாரை ஊற்றிப் பிசைந்து சாப்பிட ஆரம்பித்தார்.

சத்யஜித் ஒரு துண்டு வடையை முள் கரண்டியால் எடுத்து வாயில் போட்டபடி, அந்தக் குறிப்பிட்ட புகைப்படத்தை யோஜித்திடம் காட்டி ''இதைப்பார்! ஏதாவது தோணுதா?'' எனக் கேட்டார்.

யோஜித் அவசரமாகச் சாப்பிட்டதில் ஒரு கவளம் சோறு தொண்டையில் தகராறு பண்ணிக் கொண்டிருந்தது. அதைக் கஷ்டப்பட்டு விழுங்கிவிட்டு, புகைப்படத்தைப் பார்த்து... சாப்பிடும் போது கேள்வியை எதிர்பார்க்காததால், வெறுமையாக ''தெரியலை ஸார்!'' என்றார்.

''பல வருஷமா சாப்பாட்டைப் பார்க்காதவன் மாதிரி அவசரமாச் சாப்பிடறே? இதுக்கு வேற யாரும் பங்குக்கு வரமாட்டாங்க.... மெதுவா சாப்பிடு'' எனக் கேலி செய்தார் சத்யஜித்.

யோஜித் மீண்டும் புகைப்படம் பார்த்து ''தெரியலை ஸார்'' என்றார். சத்யஜித் கார்த்திக் பின்னால் நின்ற நபரைச் சுட்டிக் காட்டி ''இது நம்ம போலீஸ் கமிஷனர்'' என்றார்.

யோஜித் இப்போது புகைப்படத்தைக் கவனமாகப் பார்த்தார். அவர் நான்கு வருடமாகக் காவல் துறையில் பணியாற்றியும், போலீஸ் கமிஷனரைச் சந்திக்கும் வாய்ப்புக் கிடைக்கவில்லை. சோற்றில் ரஸத்தை ஊற்றிப் பிசைந்தபடி... கேரட் பொரியல் வேண்டும் என பரிமாறுபவரிடம் கேட்டார். பிறகு சத்யஜித்தைப் பார்த்து, ''எப்படி ஸார் கார்த்திக்கு நம்ம கமிஷனரைத் தெரிஞ்சிருக்கு?'' என வியப்புடன் கேட்டார்.

சத்யஜித் புருவங்களை உயர்த்தி ''எனக்கும் ஆச்சரியமாத் தான் இருக்கு! யார் இந்தக் கார்த்திக்? இவனுக்குப் பெரிய மனிதர்களின் தொடர்பு எப்படிக் கிடைத்தது? நம் கமிஷனருக்கு கார்த்திக் நெருக்கமானவர் என்றால் இந்தக் கேஸ் நமக்கு ரொம்ப முக்கியமானது'' என்றார்.

சின்ன வயதில் இருந்தே, ''சாப்பிடும் போது பேசக் கூடாது' எனச் சொல்லி வளர்க்கப்பட்டவர் யோஜித். அதனால் அவர் எப்போதும் உணவை ரஸித்து சாம்பார், பிறகு ரஸம், வத்தக்குழம்பு, மோர்க்குழம்பு ஊற்றிச் சாப்பிடுவார். கடைசியாக தயிர் சாப்பிடுவார். இன்று சத்யஜித் இந்தக் கொலை குறித்து பேசி இடையூறு செய்தது அவருக்கு எரிச்சலைத் தந்தது. அதனால் ''ஸார் இந்த கேஸை

துப்புத்துலக்க நமக்கு நிறைய தெம்பு வேணும். அதுக்கு முதல்ல நம்ம நல்லா சாப்பிடணும்!'' என்றார்.

சத்யஜித் முறுவலித்தபடி கைப்பேசியை வைத்து விட்டுப் சாப்பிட ஆரம்பித்தார். அவர்கள் சாப்பிட்டு முடித்து விட்டு மீண்டும் சத்யஜித் ஆரம்பித்தார். அவருக்கு இந்த வழக்கில் குற்றவாளியை வேகமாகக் கண்டு பிடித்து பதவி உயர்வு பெற வேண்டும் என ஆசை இருந்தது. அதனால் தான் யோஜித்தை கேள்விக் கணைகளால் துளைத்து எடுத்தார்.

''இப்பச் சொல்லு... இந்தக் கொலை கொலைக்கான காரணங்கள் என்னவாக இருக்கும்?''

''கார்த்திக் திருஷ்டி... இவங்களுக்கு இடையில் என்ன உறவு.... பிந்துவுக்கு அது பிடிக்கலை. திருஷ்டி காரணமா பிந்து கார்த்திக்கால் புறக்கணிக்கப்பட்டிருக்கலாம்!'' யோஜித்

சத்யஜித் ஒரு கை துடைக்கும் காகிதம் எடுத்து, அதில் கார்த்திக் என எழுதினார். வேறு ஒன்றும் பேசவில்லை.

யோஜித் தொடர்ந்தார். ''ஸ்ரீராமுக்கு ஒரு முக்கிய பங்கு இருக்கு! சந்தேகத்துக்குரிய நபர்தான்!''

சத்யஜித் அந்தக் காகிதத்தில் ஐங்கோணம் வரைந்தார்.அவர்கள் முன்னால் இருந்த பழச்சாறு நிறைந்த கண்ணாடி டம்ளர்களை உற்று நோக்கினார். அவர் யோஜித்தின் கருத்தை உற்றுக் கவனித்தார்.

யோஜித் தன் எண்ணங்களைத் தொடர்ந்தார். ''அங்கே ரிங்ரோடில் நிறைய கடைகள் இருக்கு. அங்கே உள்ள C.C.TV.ன் பதிவுகளை கடைக்காரர்களிடம் கேட்டு புட்டேஜ் காப்பி எடுக்க ஜூட் கிட்ட சொல்லீருக்கேன் ஸார்... அந்த C.C.TV. ஃபுட்டேஜ் கிடைச்சா பைக்கில் வந்தவர்கள் பற்றித் துப்பு கிடைக்கும் ஸார்!

சத்யஜித் எழுதுவதை நிறுத்தி யோஜித்தைப் பார்த்தார். ''கார்த்திக் மனைவி நமக்குச் சரியான புள்ளி விவரம் கொடுத்திருக்காங்க... நமக்குக் கிடைச்ச எல்லா புள்ளி விவரத்தையும் வச்சுப் பார்த்தாலும், த்ருஷ்டியும்... ஸ்ரீராமும்தான் கார்த்திக் காலை 5.45க்கு அந்த ரோட்டில் பயணம் செய்வதை அறிந்தவர்கள்.''

''இது ஒரு திட்டமிட்ட கொலைனு நினைக்கறீங்களா?''

''இப்பவே நாம முடிவுக்கு வரமுடியாது! ஆனாலும் காலைல 5.45க்கு கார்த்திக் ரிங்ரோடில் வருவார்னு கொலையாளிக்கு எப்படித் தெரியும்கற கேள்விதான் திரும்பவும் வருது! ஒருவேளை முந்தின நாளில் இருந்து காத்திருந்தானா? இந்த டெண்டரை சாக்காக வைத்து கொலை செய்தவன் 'கன் க்ளப்பை' (துப்பாக்கி) சேர்ந்தவனாக் கூட இருக்கலாம்.

மீண்டும் காகிதத்தில் எழுத ஆரம்பித்தார். யோஜித் பில்லுடன் வந்த பெருஞ்சீரகத்தை வாயில் போட்டுக் கொண்டார்.

சத்யஜித் காகிதத்தில் எழுதிய பெயர்களைப் பார்த்து ''நிறைய பேர் சந்தேகத்துக்கு இடமானவர்கள்... நாம டெலிபோன் அழைப்புகளை, சேகரிச்சா நிறைய விஷயங்கள் கிடைக்கும்'' யோஜித் சொன்னார்.

சத்யஜித் ''இப்ப புதுசா நியமிச்சயே பேரு... என்னா?''

''ஜுட்''

''ஜுட்கிட்ட, த்ருஷ்டி, 'கன் க்ளப்' உறுப்பினர்கள், பற்றி எல்லா விஷயமும் சேகரிக்கச் சொல்லுங்க! கார்த்திக்கும் திருஷ்டியும் போனில் பேசிக் கொண்ட எல்லா உரையாடலையும் சேகரிக்கச் சொல்லுங்க? ரிங்ரோட்ல காலைல 5 மணியில இருந்து ஆறுமணி வரைக்கும் எந்த போன் எண்கள் உபயோகத்தில் இருந்ததுனு கண்டு பிடிக்கணும்! நம்ம குழுவுல எல்லாரும் ஜுடுக்கு உதவி செய்யணும்'' என்றார்.

''மூர்த்தி தெருவுல நடந்த கொலை?''

''இப்ப அதுக்கும் இதுக்கும் தொடர்பு இருக்கானு தெரியலை.'' மெல்லிய காகிதத்தில் கிறுக்கியபடியே சொன்னார்!

''கார்த்திக் ஒரு பைக் ஓட்டியால் கொல்லப்பட்டிருப்பது ஒரு ஆச்சரியமான விஷயம்'' யோஜித்.

''அந்த பைக்காரனை நான் அன்னைக்கு பிடிச்சிருந்தா... இன்னைக்கு இது நடந்திருக்காது!'' என எண்ணிய சத்யஜித் ஆதங்கத்தில் அன்று பைக் திருடனைப் பிடிக்க முடியாத ஏமாற்றத்தில்... தன் கை முஷ்டியால் மேஜையை ஓங்கிக் குத்தினார்.

அவர்கள் சாப்பிட்டதிற்கு பணம் செலுத்திவிட்டு, யோஜித் ‘ஜுட்’டை அழைத்து முழு திட்டத்தையும் விவரித்தார்.

சத்யஜித், ஐங்கோணத்தில் ஸ்ரீராம், த்ருஷ்டி, கன் க்ளப், பிந்து, பைக்காரன் என எழுதி முடித்தார். அத்தனை மூலைகளையும் ஒருங்கிணைத்து கார்த்திக்கின் பெயர் மீது கேள்விக்குறியைப் போட்டார்.

‘இது ரொம்பவும் சவாலான கேள்வி’’ என்றார்.

●●●

பகுதி – 4

கட்டிடக்கலையில், உள் கட்டமைப்பில் 'பிக் பில்ட் கார்ப்பரேஷன்' கம்பெனி மிக வேகமாக வளர்ந்து வரும் நிறுவனம். இதன் அலுவலகம் ஆவடியில் இருந்து இருபது கிலோமீட்டர் தூரத்தில் உள்ள போரூரில் இருந்தது. இது நான்கு மாடிக் கட்டிடம். இங்கு ஐநூறு தொழிலாளர்கள் வேலை செய்கின்றனர். இந்த நிறுவனம் மின் நிலையம் கட்டுவதிலும், தெருக்கள் உருவாக்குவதிலும் தனித்திறமை கொண்டது.

இதன் சி.இ.ஓ. ஸ்ரீராம் இந்தத் தொழில் துறையில் நன்கு அறியப்பட்டவன். கட்டுமானச் சந்தையில் உள்ள சிறு கம்பெனிகளை அழித்து விடுவதில் வல்லவன். சின்ன தொழிற்சாலைகளை, துணை ஒப்பந்தக்காரர்களாக மாற்றி விடுவது அவன் யுக்தி. இது அவனுடைய மிகப் பெரிய தந்திரம். அவர்களுக்கு ஒப்பந்தப் பணம் கொடுப்பதில் கால தாமதம் செய்வான். அவர்களே ஒரு கட்டத்தில் ஒப்புக்கொண்ட தொகையை விடக் குறைவாகப் பெற்றுக் கொள்ள சம்மதித்து விடுவார்கள். அதனால் ஸ்ரீராமின் நிறுவனம் அதிக லாபம் ஈட்டியது. ஒரு சமயம் கட்டுமானத் துறையில் இந்தியாவில் உள்ள பல நிறுவனங்கள் கடனால் தத்தளித்த போது ஸ்ரீராமின் நிறுவனம் வரவு செலவு கணக்கில் ஏறுமுகத்தில் இருந்தது.

ஸ்ரீராம் தன் பெரும்பாலான நேரத்தை அலுவலகத்தில்தான் செலவிடுவான். ஒவ்வொரு இலாகாவையும் அடிக்கடி பார்வையிடுவான். எந்தத்துறையிலும் மிகச் சிறப்பான தகுதி உள்ளவர்களை நியமிக்க

மாட்டான். அவனுக்கு அரசியல் அதிகாரிகளோடு இருந்த தொடர்பு, இணக்கம் அவனுக்குப் பல வெற்றிகளைக் குவித்தது. ஒரு அரசாங்க ஏலத்தை (டெண்டரை) எடுக்க வெற்றியைப் பெற எதற்கும் எந்த நிலைக்கும் செல்வான். ஆனால் அவன் கம்பெனி நடுத்தர வர்க்கத்தில் தான் இருந்தது. அவனைவிடப் பெரிய நிறுவனங்கள் பெரிய டெண்டர்களை விழுங்கிக் கொண்டிருந்தது. ஒரு 'சிறப்பு பொருளாதார மையம்' கட்டும் டெண்டர் எடுப்பதே அவனுடைய கனவாக இருந்தது.

ஸ்ரீராமின் கறுப்பு பி.எம்.டபிள்யூ கார் வாயிலை நெருங்கு முன் நிறுவனத்தின் காவலாளி ஓடி வந்து கேட்டைத் திறந்து காருக்கு வழி செய்தான். கம்பீரமாக அவன் கார் கேட்டைத் தாண்டி நிறுவனக் கட்டிடத்தின் முன் நின்றது. அங்கிருந்த காவலாளி ஓடி வந்து பவ்யமாக கார் கதவைத் திறந்து விட்டான்.

ஸ்ரீராம் கம்பீரமாக உள்ளே நுழைந்தான். ஸ்ரீராமின் அலுவலக அறை நான்காவது மாடியில் இருந்தது. அவனுடைய வியாபாரத்தை முன்னேற்றப் பாதையில் எடுத்துச் செல்லும் குழுவும் அதே நான்காவது மாடியில்தான் செயல்பட்டது.

அந்தக் குழுவின் தலைவர், ஸ்ரீராமைப் பார்த்ததும், அன்றைய ஏலம் எடுப்பது பற்றிய கூடுதல் விவரங்களை அவரிடம் சமர்பிக்க ஓடி வந்தார். அவர்கள் குழு தங்களுடைய பங்களிப்புப் பத்திரங்களை அரசாங்கத்தின் மின்பதிவு பக்கங்களில் ஏற்றிக் கொண்டிருந்தனர். ஸ்ரீராம் ஆரம்பக் காலத்தை எண்ணிப் பார்த்தான். ஆயிரம் பக்கங்களில் அச்சிட்டு அத்தனை பக்கங்களிலும் கையொப்பம் செய்து... இன்று கணினியில் அனைத்தும் பதிவேற்றம் செய்யப்படுகிறது. ஸ்ரீராம் பொறுமையாக கூடுதல் விவரங்களைக் கேட்டார். தன் அறையில் நுழைந்ததும், கீர்த்தி அங்கு இருப்பதைக் கவனித்தான். காலையில் இருந்து அவள் ஸ்ரீராமுக்காக அங்கே காத்திருந்தாள்.

ஸ்ரீராம் அறையில் நுழைந்தபோது கீர்த்தி எழுந்து நிற்கவில்லை. அவன் தன் கணினியை எடுத்து மேஜை மேல் வைத்தான்.

அவன் அன்றைய பதிவுகளைக் கவனிக்கத் துவங்கியபோது கீர்த்தி குறுக்கிட்டாள். ''இதையெல்லாம் நீ எப்ப நிறுத்தப் போறே?'' கேட்டாள். அவன் தலை உயர்த்தி கீர்த்தியைப் பார்த்தான். அவள் அவனை நேரடியாக கண்ணில் பார்த்தாள்.

அவன் அளவுக்கு அதிகமாக உழைப்பதும் பணத்துக்காக அதிக ப்ரச்சனைகளைச் சந்திப்பதும் அவளுக்குக் கவலையாக இருந்தது.

ஸ்ரீராம் வழக்கமான புன்னகையுடன் ''நான் உன்னைக் கல்யாணம் பண்ணிக்கறேன் கீர்த்தி! கொஞ்சம் டைம் கொடு!'' என்று கூறித் தன் பணியைத் துவங்கினான். கடந்த ஏழு வருடங்களாக இதே புன்னகைதான். அதில் எந்த மாறுதலும் இல்லை. ஆனால் அவன் குணம் மாறிவிட்டது. வியாபாரத்தைப் பெருக்குவதில் அவன் ஆசை, பேராசையாக மாறிவிட்டது. அவன் பேராசைக்கு ஒரு எல்லையே இல்லை.

ஸ்ரீராம் நிறுவனத்தில் செயல் திட்டத்தில் கீர்த்தி முதன்மை அதிகாரி இருவரும் பல வருடங்களாகக் காதலித்து வருகின்றனர். ஆனால் ஸ்ரீராம், தன் வியாபாரத்தைக் காரணமாகக் காட்டி திருமணத்தைத் தாமதப்படுத்தினான். ஆனால் கீர்த்தியின் குடும்பத்தில் விரைவில் திருமணத்தை முடிக்க வேண்டும் என்று அழுத்தம் கொடுத்தனர். அவர்களுக்குள் இருந்த பழக்கம் அலுவலகத்தில் யாருக்கும் தெரியாது. ஆனால் அவர்களைப் பற்றிய வதந்திகள் பல அலுவலகம் முழுவதும் சுற்றி வந்தது. ஸ்ரீராமுக்கு வியாபாரத்தில் எந்த வாய்ப்பையும் இழப்பது பிடிக்காது. கீர்த்தி அவனை அளவுக்கு அதிகமாக நேசித்த போதும், வெற்றிக் கனியை எப்போதும் சுவைக்க... அவன் எடுக்கும் முடிவுகள்... செயல்பாடுகள் அவளுக்கு அதிருப்தியைக் கொடுத்தது. பயத்தைக் கொடுத்தது.

''நான் நம்ம கல்யாணத்தைப் பற்றி பேச வரலை!'' கீர்த்தி வறண்ட குரலில் சொன்னாள்.

ஸ்ரீராமுக்கு எரிச்சலாக இருந்தது. இப்போது கீர்த்தியுடன் எதைப் பற்றியும் பேசவும், விவாதிக்கவும் அவன் விரும்பவில்லை. அவன் மனம் முழுவதும் அன்றைய 500 கோடி ஏலம்... அதை ஜெயிக்க வேண்டும் என்ற எண்ணம் மட்டுமே இருந்தது.

''நான் உன் கேள்விக்குப் பதில் சொல்லவா? இல்லை இந்த வேலையை முடிக்கவா?'' கிண்டலாகக் கேட்டான்.

கீர்த்தி, அவன் வேலையை முடிக்கட்டும், என அமைதியாகக் காத்திருந்தாள். ஒரு சிப்பந்தி, காப்பிக் குவளையுடன் உள்ளே வந்து அவள் முன் வைத்ததும் கீர்த்தி, காப்பியை கோப்பைகளில் ஊற்றி... சர்க்கரையைப் போட்டுக் கலக்கினாள். ஸ்ரீராம் அவள் கோபமாக

இருப்பதைக் கவனிக்கத் தான் செய்தான். ஆனால் கவனிக்காதது போல பாவனை செய்து அன்றைய பத்திரங்களைக் கவனித்துப் பார்த்துக் கொண்டிருந்தான்.

கீர்த்தி காபியை அவன்முன் வைத்ததும் தன் பார்வையை அவள் பக்கம் திருப்பி ''சொல்லு என் அன்புக் காதலியே! நான் எதற்கு முடிவு கட்ட வேண்டும்?'' என சினிமா பாணியில் கேட்டான்.

''இந்த ஓட்டப் பந்தயம்'' உடன் பதில் கொடுத்தாள் கீர்த்தி.

ஸ்ரீராம் காபியை உறிஞ்சியபடி... ''இந்த விவாதம் நம் கல்யாணம் பத்தியோனு பயமா இருக்கு!''

கீர்த்தி சற்று சோகத்தில் தலையாட்டி ''நான் என்ன கேள்வி கேட்கப் போறன்னு உனக்கு அக்கறை இல்லை!''

''இல்லை கீர்த்தி!'' பல முக்கிய வேலைகள் இருக்கும் போது... இவளையும் சமாளிக்க வேண்டியிருக்கிறதே என்று அவனுக்கு எரிச்சலாக இருந்தது.

அவன் தன் இடத்தில் இருந்து எழுந்து அவள் அருகில் வந்து தன் கைகளை அவள் தோள் மீது வைத்து... ''உனக்கு இன்னைக்குக் காலைல என்ன நடந்ததுனு தெரியணுமா? எனக் கேட்டான்.

கீர்த்தி அவன் கைகளைத் தள்ளி விட்டு... ''இன்னைக்கு காலைல நீ ரொம்ப சந்தோஷமா இருக்கே! நேற்று அப்படி இல்லை!'' கவலையுடன் கேட்டாள்.

ஸ்ரீராம் அவள் முகத்தை உயர்த்தி அவள் கண்களைப் பார்த்து ''நான் சந்தோஷமா இருக்கறது... உனக்கு கவலையா இருக்கா...?!''

''நான் நேற்று மாலை 6 மணி வரைக்கும் ஆபீஸ்ல இருந்தேன். நீ எங்கிட்டக் கூடப் பேசலை... இந்த டெண்டர் பத்தி டென்ஷனா இருந்தே! காலைல என்ன நடந்துச்சு... ஏன் மாற்றம்'' கீர்த்தி.

''ஒவ்வொரு விஷயத்தையும் எங்க எப்படி முடிக்கணும்னு எனக்குத் தெரியும்'' என்றபடி ஸ்ரீராம் கவலையே இல்லாது நடந்து சென்று அங்கிருந்த சோபாவில் அமர்ந்தான். தன்னை ஆசுவாசப்படுத்திக் கொண்டான். கீர்த்தி தன் தலையில் கை வைத்து சோகமாக இருந்தாள்.

''இன்னும் எத்தனை ஒப்பந்தங்கள் விஷயங்கள் முடிக்கணும் உனக்கு'' கீர்த்தி திரும்பி ஸ்ரீராமை கூர்மையாகப் பார்த்துக் கேட்டாள்.

ஸ்ரீராம் அங்கிருந்த ஒரு பத்திரிகையை எடுத்துப் புரட்ட ஆரம்பித்திருந்தான்.

அவன் பக்கங்களைப் புரட்டியபடி ''எப்பவும் எனக்குத் தேவையான பணத்துக்கு... ஒரு ரூபாய் குறைவா இருக்கற மாதிரியே தோணுது!''

''என்னால நம்ப முடியலை ஸ்ரீராம். உனக்கு ஞாபகம் இருக்கா, நீ சொன்னது, வாழ்க்கைல ஒரு கோடி சம்பாதிக்கணும்கறதுதான் உன் லட்சியமா இருந்துச்சு! ஆனா... ஆயிரம் மடங்கு சம்பாதிச்சுட்ட... ஆனா உனக்கு இன்னும் திருப்தி வரலை! இன்னும் வேணும் வேணும்னு கஷ்டப்படறே! ஒரு பெரிய சாம்ராஜ்யத்தை உருவாக்கு! ஆனா...'' கீர்த்தி கத்தினாள். அவள் அழுதாள். அவள் குரல் நடுங்கியது.

ஸ்ரீராம், அவளைப் பார்க்க விரும்பவில்லை. ''எந்த நிமிடம் நீ உன்கிட்ட உள்ளதில் திருப்திப்படுகிறாயோ... அந்த நிமிடம் உன் வெற்றியை நோக்கிய பயணம்... நின்றுவிடும்'' என்றான்.

''பணம்... பணம் சம்பாதிப்பது மட்டும்தான் வாழ்க்கையில் வெற்றியா? அதுதான் உன் கோட்பாடா? குடும்பம் என்னாவது? மற்றவர்களின் வாழ்க்கை என்னாவது?'' அவள் சொல்வதை அவன் கவனமாகக் கேட்காததால் கீர்த்தி குரலை உயர்த்திக் கேட்டாள்.

''மத்தவங்களைப் பற்றி யோஸிக்க எனக்கு நேரம் இல்லை!''

இப்படி ஒரு அலட்சியமான பதிலை அவனிடம் இருந்து கீர்த்தி எதிர்பார்க்கவில்லை. அவன் அறையில் அவனுக்கு எதிர் சுவரில், சட்டமிட்டு மாட்டப்பட்ட வாசகத்தைப் பார்த்தாள். அது 'Wall Street' என்ற ஆங்கிலப் படத்தில் உள்ள, பரபரப்பாகப் பேசப்பட்ட வாசகம். Greed, for lack of better word, is good.

அவள் கண்ணீரைக் கட்டுப்படுத்திக் கொண்டாள். ஸ்ரீராம் நிசப்தத்தைக் கலைத்து ''நீ என் காதலி. அது நமக்குள்ள உள்ள உறவு, இந்த ஆபீஸ்குள்ள நீ இந்த கம்பெனியின் ஒரு அதிகாரி. நான் உள்ள வரும்போது எழுந்து நின்னு மரியாதை கொடுக்கணும்!

மத்தவங்க இதைப் பார்த்தா என்ன நினைப்பாங்க?'' எனக் கேட்டான்.

கீர்த்தி பதில் எதுவும் பேசாமல் எழுந்து வெளியே செல்ல யத்தனித்தாள்.

ஸ்ரீராம் அவள் கையைப் பிடித்து ''இரு கீர்த்தி பேசலாம்!'' என்றான். கீர்த்தியின் கண்கள் சிவப்பாகி இருந்தது.

அவனைக் கூர்ந்து பார்த்து, ''சட்ட விரோதச் செயல்ல ஈடுபடறவங்க... பணம் சம்பாதிக்கறவங்க... அவனோ.. அவளோ... ஒண்ணு நல்லா ஞாபகம் வைக்கணும். இதில ஆயிரம் ஆயிரம் பேர் பாதிக்கப்படறாங்க... சம்பந்தமே இல்லாதவங்க...''

ஸ்ரீராம் அவள் கையை மேலும் இறுக்கமாகப் பிடித்தான். ''ப்ளீஸ் கீர்த்தி! ரொம்பவும் உணர்ச்சி வசப்படாதே... இரு பேசலாம்!''

ஆனால் கீர்த்தி, ''இல்லை நான் போறேன்! என் முதலாளிக்கு ஒவ்வொரு வினாடியும்... பணம்தான்... எனக்கு வேலை இருக்கு'' எனக் கூறிச் சென்றாள்.

சற்று நேரத்தில் திரும்பி வருவாள் என்பது ஸ்ரீராமுக்குத் தெரியும். அன்றைய டெண்டரில் ஏலம் எடுக்கச் செல்லும் குழு அதைப் பற்றி விவாதிக்க உள்ளே நுழைந்தது. 'அறிவுப்பூங்கா' கட்டுவதற்கான 500 கோடி டெண்டர் தனக்குத்தான் கிடைக்க வேண்டும் என்பதில் குறியாக இருந்தான் அவன். இது போன்ற பெரிய கட்டிட கான்ராக்ட் அரசாங்கத்திடம் எடுத்துச் செய்யும் பெரிய கம்பெனிகளில் தனதும் ஒன்றாகி விடும். பெரிய கட்டிட வல்லுனர்கள் நிறைந்த 'இலைட்கிளப்'ல் தானும் ஒரு உறுப்பினர் ஆகலாம் என்பது அவன் கனவு.

சத்யஜித்தும் யோஜித்தும் அந்த 'பிக்பில்ட்' நிறுவனத்திற்குள் நுழைந்தனர். அவர்கள் நான்காவது தளத்தில் வரவேற்பறையில் காத்திருந்தனர். அவர்கள் வந்திருக்கும் செய்தி ஸ்ரீராமுக்குத் தெரிவிக்கப்பட்டது. யோஜித், அங்கு காப்பிக் கோப்பையுடன் அங்குமிங்கும் சென்று கொண்டிருந்த ஊழியர்களைப் பார்த்து.... ''கொடுத்து வைச்சவங்க... ஆபீஸ் ஏ.ஸி... காபி ப்ரீ...'' என்றார். சத்யஜித் எதுவும் பதில் சொல்லவில்லை.

இரண்டு அழகான பெண்கள் உள்ளேயே இருந்த ‘காபியகம் செல்வதை அவர்கள் கண்ணில் இருந்து மறையும் வரை பார்த்தார் யோஜித்.

‘‘இங்க வேலை செய்யற பசங்க ரொம்ப லக்கி! இவங்களோட...’’ என்று ஏதோ சொல்ல ஆரம்பிக்க.. வரவேற்பில் இருந்த பெண், அவர்களை ஸ்ரீராம் அறைக்குப் போகலாம் எனக் கூற... இருவரும் உள்ளே சென்றனர்.

அது மாலை 3 மணி. அந்த அலவலகம் சுறுசுறுப்பாக இயங்கிக் கொண்டிருந்தது. அவர்கள் ஸ்ரீராம் அறை நோக்கிச் செல்லும் பாதை நெடுக கண்காணிப்புக் காமிரா பொருத்தப்பட்டிருந்தது. ஊழியர்கள் உள்ளே நுழையவும் வெளியே செல்லவும் அடையாள சீட்டை பயன்படுத்தியே கதவைத் திறந்தனர். (access card)

ஸ்ரீராமின் காபினில் நுழைந்தனர். அது அவர்களின் போலீஸ் ஸ்டேஷனை விடப் பெரிதாக இருந்தது. அது ஒரு மனிதனுக்கு மிகவும் பெரிய அறை என்று தோன்றியது. அங்கு ஸ்ரீராமின் புகைப்படங்கள், பெரிய பெரிய அரசியல்வாதிகளுடன் எடுத்துக் கொண்ட புகைப்படங்கள் மாட்டப்பட்டிருந்தன. அவர்களுக்குக் கொடுக்கப்பட்டிருந்த நற்சான்று பத்திரங்களும் மாட்டப்பட்டிருந்தன. அங்கு இருந்த எல்.ஈ.டி. டிவியில், பிக் பில்ட் நிறுவனத்தால் செய்து முடிக்கப்பட்ட கட்டிடங்கள் பற்றிய ஒரு காட்சிப்படம் (Slide show) ஓடிக் கொண்டிருந்தது.

சத்யஜித் அமரும் போதே அங்கு இருந்த அனைவரையும் ஒரு நோட்டம் விட்டார். அவர்கள் தங்களைத் தாங்களே அறிமுகப்படுத்திக் கொண்டனர். உடன் ஸ்ரீராம் ‘‘என்னால் பத்து நிமிடங்கள் தான் ஒதுக்க முடியும்! சீக்கிரமா கேளுங்கள்’’ என்றார்.

ஸ்ரீராம் நட்சத்திர அந்தஸ்து இல்லாத காவல் அதிகாரிகளை இதுவரை சந்தித்ததில்லை. யோஜித்தின் தோளில் ஒரு நட்சத்திரப் பட்டை கூட இல்லை என்பது ஆச்சரியமாக இருந்தது.

‘‘உங்களுக்கு கார்த்திக்கைத் தெரியுமா? சத்யஜித் நேரடியாக விஷயத்தை ஆரம்பித்தார்.

‘‘எந்தக் கார்த்திக்?’’ சிறிதும் தயங்காமல் எதிர்க் கேள்வி வந்தது.

சத்யஜித் திகைத்து விட்டார். யோஜித் சமாளித்து... ‘‘பாஸ்ட் கண்ஸ்ட்ரக்ஷன் சி.இ.ஓ.’’ என்றார்.

‘‘தெரியும்... ஏன்’’ சுவாரஸியமே இல்லாது சொன்னதை சத்யஜித் மனதில் குறித்துக் கொண்டார்.

‘‘அவர் இன்று காலை 6 மணி அளவில் சுட்டுக் கொலை செய்யப்பட்டார்.’’ சத்யஜித் அறிவிப்பு போலவே சொன்னார்.

ஸ்ரீராம் முதல் முறையாக அதிர்ச்சி அடைந்தான். அவன் தொண்டை அடைத்தது. சத்யஜித் புரிந்து கொண்டார். மேஜை மேல் இருந்த தண்ணீரை எடுத்துக் குடித்தான். பிறகு ‘‘எப்படி... எப்படி இது நடந்தது?’’ கேட்டான்.

சத்யஜித் தன் குரலை உயர்த்தி கேட்டார். ‘‘கார்த்திக்கை எதுக்காகச் சந்திச்சீங்க?’’

‘‘அவரோட ஒரு வியாபார சம்பந்தமா ஒரு ஒப்பந்தம் செய்ய...’’ ஸ்ரீராம்.

‘‘காலைல 4.30க்கு?!’’

‘‘நாங்க ஒரு அரசாங்க டெண்டர்ல பங்கெடுக்கறதா இருந்தோம்! நானும் அவர் கம்பெனியோடு சேர்ந்து ஏலத்துல பங்கு பெறலாம்னு நெனைச்சேன்!’’ தன் விரலில் இருந்த மோதிரத்தைக் கழற்றியபடிச் சொன்னான்.

இந்த நிமிடத்தில் ஸ்ரீராம் மனத்தளர்ச்சியில் இருப்பது சத்யஜித்திற்குத் தெரிந்தது.

‘‘என் கேள்விக்கு இது பதில் இல்லை!’’. சத்யஜித் தான் விரும்பிய பதிலை வரவழைக்க தன் கேள்வியில் அழுத்தம் கொடுத்தார்.

கீர்த்தி கதவைத் தட்டியபடி திறக்க... ஸ்ரீராமை வெறுமையாகப் பார்த்தார் யோஜித். அவளை விசாரணையில் தலையிட வேண்டாம் எனக் கூறினார்.

கதவை மூடும்போது கீர்த்தி ஸ்ரீராம் கண்களைப் பார்த்தே அங்கு நிலவிய பதட்டத்தைப் புரிந்து கொண்டாள்.

சத்யஜித் தன் விசாரணையைத் தொடர்ந்தார். ‘‘எங்ககிட்ட இருந்து எந்த விஷயத்தையும் மறைக்காதீங்க! கார்த்திக் கொலை செய்யப்பட்டிருக்கார். கடைசியா உங்களைத் தான் சந்திச்சிருக்காரு! சொல்லுங்க. எதனால் அதிகாலை 4.30 மணிக்கு சந்திச்சீங்க?’’

ஸ்ரீராம் உடனடியாகப் பதில் சொல்லவில்லை. சத்யஜித் அவரின் உடல் அசைவுகளை... அதன் மொழியை ஆராய்ந்தார்.

முப்பது நொடிகள்தான் ஆனது. ஆனால் சத்யஜித்திற்கு அவர் அதிக நேரம் எடுத்துக் கொண்டது போலத் தோன்றியது. அவர் மிரட்ட எண்ணியபோது, ஸ்ரீராம் பேச ஆரம்பித்தார். ‘‘அரசாங்கத்தின் ‘‘அறிவுப் பூங்கா’’ கட்டுமான டெண்டரில் இரண்டு கம்பெனியும் பங்கேற்க நினைத்தோம். கார்த்திக்கின் ‘‘பாஸ்ட் கண்ஸ்ட்ரக்ஷன்’ ஒரு சின்னக் கம்பெனி, இந்த மாதிரி அரசாங்க டெண்டரில் பங்கு பெறவே முடியாது. ஆனால் என்னுடைய தொடர்பில் உள்ளவர்கள், அரசாங்க அதிகாரிகள், கார்த்திக் இந்த ஏலத்தில் ஜெயிக்க அனைத்து ஏற்பாடும் செய்திருப்பதாக உளவு சொன்னார்கள்.!

‘‘கார்த்திக்கை இந்த போட்டியில் இருந்து விலக்க... நீக்க முடிவு செஞ்சீங்க...’’ சத்யஜித் உடனே கேட்டார்.

ஸ்ரீராமும் அதிர்ச்சியில் இருமினான். ஒரு டிஷ்யு காகிதம் எடுத்து வாயை முடிக் கொண்டார். அவர் சத்யஜித்தை தவிர்த்து யோஜித்தின் குறிப்பேட்டைப் பார்த்தார். மேஜை மீது இருந்த கோப்புகளையும், கைபேசியின் அதிர்வுகளையும் பார்த்தார். சத்யஜித்தின் கண்களைப் பார்க்கவில்லை. பொதுவாக எந்தக் காவல்துறை அதிகாரிக்கும் கண்களைப் பார்த்து பேசாமல் கீழே பார்த்து பேசுவதை ஏற்றுக் கொள்ள முடியாது. ஸ்ரீராம் கண்டிப்பாகப் பொய்தான் சொல்கிறார் என சத்யஜித் தீர்மானித்தார்.

‘‘இதில் ஜெயித்தா இன்னும் பெரிய டெண்டரில் பங்கேற்கும் தகுதி அவனுக்கு வந்துவிடும். அதனால் அவன் கூட ஒரு பங்குதாரரா சேர விரும்பினேன்’’ ஸ்ரீராம் விளக்கினான்.

ஆனால் சத்யஜித் ஒரு சரியான பதிலைத் தர ஸ்ரீராம் அதிக நேரம் எடுத்துக் கொள்வதை உணர்ந்தார். வார்த்தை ஜாலத்தால் உண்மையை மறைக்கிறான்.

''ஏன் 4.30க்கு சந்திப்பு''? சத்யஜித் கூர்மையாகக் கேட்டார்.

''அந்த 'அறிவுப்பூங்கா' டெண்டருக்கு பதிவு செய்ய இன்றுதான் கடைசி நாள். நான் கார்த்திக்கை ஒரு வாரமாகத் தொடர்பு கொண்டேன்! ஆனால் மூன்று நாள் முன்புதான் அவர் தொடர்பில் வந்தார்.''

''என்ன விவாதிச்சீங்க?!''

''நாங்க சேர்ந்து பயணம் செய்ய இந்த டெண்டரில் சேர்ந்து பணி செய்ய... என்ன செய்ய வேண்டும் என்று விவாதித்தோம். நாங்க ஏலத்தில் ஜெயிச்சா... அவங்கவங்க உழைப்பின் அடிப்படையில் லாபத்தை பகிர்ந்துக்க முடிவு செய்தோம்!''

''உங்களுக்கிடையில் கோபமான விவாதங்கள், சண்டைகள் கோபங்கள் வந்ததா?!''

இதற்குள் ஸ்ரீராம் சற்றுத் தெளிந்து விட்டான். இதற்குள் கீர்த்தி அல்லது மற்ற ஆபீஸ் ஊழியர்கள் தன் வக்கீலுக்கு செய்தி சொல்லியிருப்பார்கள். அதனால் இந்தக் காவல் அதிகாரிகளிடம் நம் பலவீனத்தைக் காட்டக் கூடாது என தன்னையே தேற்றிக் கொண்டான். தன் மேஜையில் இருந்து இரண்டு தண்ணீர் குப்பிகளை, சத்யஜித், யோஜித் பக்கம் வைத்து குடிக்குமாறு சைகை செய்தான். பிறகு சொன்னான்.

''விவாதிக்க கோபம் கொள்ள எதுவும் இல்லை... இங்கே பொருளாதார விவாதம்தான்... யார் எவ்வளவு பணம் இறக்குவது என்பதே விவாதம். கார்த்திக் ஆபீஸ் வேலை முடித்து வருவதாகச் சொல்லி காலை 4.30 மணிக்கு வந்தார். அவ்வளவு தான்'' ஒரு புன்னகையுடன் முடித்தான்.

ஸ்ரீராமுக்கு தொலைபேசியில் அழைப்பு வர எடுத்துப் பேசினார். ''முடிந்தவரை சீக்கிரம் வாங்க'' என்றார். பிறகு சத்யஜித்தைப் பார்த்து, ''பொதுவா இந்த மாதிரி பெரிய டெண்டர் வரும் போது இரவு முழுவதும் கூட பணி செய்வோம். கார்த்திக் கம்பெனியும் அப்படித்தான் இரவு முழுவதும் வேலை செய்திருக்கிறார்கள்'' என முடித்தான்.

''அதனால்தான் கார்த்திக் இங்க அதிகாலை 4.30க்கு வந்தாரா!?'' சத்யஜித்.

''ஆமாம்'' ஸ்ரீராம் சுருக்கமாகப் பதிலளித்தான்.

சத்யஜித்திற்கு அவன் பதிலளித்த விதம் சற்றும் பிடிக்கவில்லை. 4.30 மணிக்குக் சந்திச்ச ஒருவன் கொலை செய்யப்பட்டிருக்கான். ஆனால் அது பற்றிச் சிறிய வருத்தம் கூட இல்லாது செயற்கைத்தனமாகப் பேசிக் கொண்டிருக்கிறான். எண்ணியபடி சத்யஜித் சுவரில் மாட்டப்பட்டிருந்த அரசியல்வாதிகளைப் பார்வையிட்டார்.

''எனக்கு அடுத்த சந்திப்பு இருக்கு. கொஞ்சம் துரிதப்படுத்துங்க'' தான் கைக்கடிகாரத்தைப் பார்த்தபடிச் சொன்னான்.

சத்யஜித், யோஜித்தின் குறிப்பேட்டைப் பார்த்துவிட்டு முடித்து விடலாம்.

''இன்னும் ஒரே ஒரு கேள்விதான்!'' என்றார்.

ஸ்ரீராம் சரியென்று தோளைக் குலுக்கினான்.

''பொருளதார ரீதியில என்ன முடிவு எடுத்தீங்க? சத்யஜித்.''

''கார்த்திக் எந்த முடிவுக்கும் வரவில்லை. மீண்டும் என்னை வந்து சந்திப்பதாகச் சொன்னார்!''

''அவர் எந்த முடிவுக்கும் வராததனால கொன்னுட்டீங்க... அப்படித்தானே?'' சத்யஜித் அறிவித்தார்.

''இல்லை... அப்படி இல்லை கார்த்திக் கம்பெனி என்னுடையதை விடச் சின்னக் கம்பெனி. எனக்கு கார்த்திக்கைக் கொல்ல வேண்டிய எந்தக் காரணமும் அவசியமும் இல்லை!'' ஸ்ரீராம் ரொம்ப அமைதியாக மறுத்தான்.

அவன் மிகப் பெரிய உண்மைச் செய்தி ஒன்றை மறைக்கிறான் என்பதை சத்யஜித் உணர்ந்தார்.

''கொலைக்குக் காரணங்கள் வேண்டுமா? நான் சொல்றேன்... சத்யஜித் தன் புள்ளி விவரத்தை அடுக்கத் தொடங்கினார். முதலாவது உங்க சந்திப்புல நடந்த ஏதோ ஒரு முக்கியமான விஷயத்தை நீங்க மறைக்கறீங்க... இப்ப என்னால அதைக் கண்டு பிடிக்க முடியலை! ஆனா விரைவில் கண்டு பிடிப்பேன்!''

ஸ்ரீராம் கேபின் கதவைப் பார்த்தான். இந்த சூழ்நிலையில் இருந்து தன்னை விடுவிக்க அவன் யாரையோ எதிர்பார்த்தான்.

‘‘நான் நடந்ததைச் சொல்லிட்டேன். என்னைப் பயமுறுத்த வேண்டாம். எனக்கு உள்ள தொடர்பை நான் உபயோகித்தால் இந்த ஆபீஸுக்குள்ள நீங்க நுழைய முடியாது. கார்த்திக்னு ஒருத்தரைச் சந்திக்கவே இல்லைனு என்னால நிரூபிக்க முடியும்! நான் நினைச்சா உங்க மேலதிகாரிகளைக் கூப்டு பேசமுடியும். என்னை ரொம்ப சாதாரணமா நினைக்காதீங்க! மிஸ்டர் சத்யஜித்’’ அவரின் தோள்பட்டையில இருந்த பெயரைப் பார்த்தபடி கூறினான்.

சத்யஜித் புன்னகைத்தபடி தொடர்ந்தார். ‘‘இரண்டாவது, கார்த்திக் அந்த ரிங் ரோடில் பயணிப்பது இரண்டு பேருக்குத்தான் தெரியும். அதில் ஒன்று நீங்க!’’

‘‘அதுக்காக... நான் இந்தக் கொலையைத் திட்டமிட்டேன்னு சொல்ல முடியாது!’’ ஸ்ரீராம் உடன் பதில் சொன்னார்.

சத்யஜித்தால் உடன் அடுத்த கேள்வியைக் கேட்க முடியவில்லை. இவனிடம் இருந்து எந்த உண்மையையும் வரவழைக்க முடியவில்லை. ஸ்ரீராம் உண்மை பேசவில்லை எனத் தெளிவாகத் தெரிந்தது. அங்கு எல்.ஈ.டி. தொலைக்காட்சிப் பெட்டியில் வந்த புகைப்படங்களைப் பார்த்தார்.

யோஜித் இந்த சந்தர்பத்தை இழக்கத் தயாராக இல்லை. தன் திறமையை தன் உயர் அதிகாரியிடம் நிரூபிக்க விரும்பினார். ‘‘உங்க ஆபீஸ்ல கண்காணிப்பு காமிரா இருக்கு! அதன் பதிவுகளைப் பார்க்கலாமா? அது எங்களுக்கு ஒரு தெளிவான செய்தியைக் கொடுக்கும்!’’ சத்யஜித் சட்டென திரும்பி ஏதாவது மாற்றம் தென்படுகிறதா என்று ஸ்ரீராமை கண்காணித்தார்.

ஆனால் ஸ்ரீராம் அந்தத் துறையின் மேனேஜரை அழைத்தார். இவர்கள் அவரைத் தொடர்ந்தனர்.

‘‘கடந்த ஒரு வாரத்தின் பதிவுகளைப் பார்க்கணும்’’ என்றார் சத்யஜித்.

அவர்கள் பார்த்துக் கொண்டிருக்கும் போதே ஸ்ரீராம் அறையின் பதிவு எதுவும் அதில் இல்லாததை சத்யஜித் கவனித்தார்.

கேட்டபோது ‘‘அவர் அறையில் காமிரா கிடையாது ஸார்... அவர் ப்ரைவஸி கெட்டுவிடும்னு’’

யோஜித் அதிர்ச்சியடைந்து ‘‘அப்ப மத்தவங்களுக்கு ப்ரைவஸி கிடையாதா?’’ கேட்டார்.

‘‘ஸார் கம்பெனி அவருது... அவரோட உத்தரவு...’’ தயங்கிச் சொன்னார் மேனேஜர்.

அவர்கள் தொடர்ந்து ஸி.ஸி.டிவி. பதிவைப் பார்த்தனர். காலை 4.25 வரை அவர்களுக்கு சுவாரஸியமாக எதுவும் இல்லை. 4.25க்கு கார்த்திக்கும் த்ருஷ்டியும் அந்த நிறுவனத்திற்குள் நுழைவதைக் காட்டியது.

த்ருஷ்டி வரவேற்பறையில் காத்திருந்தாள். கார்த்திக் பாதுகாப்பு வாயில் வழியாக ஸ்ரீராம் அறையை நோக்கிச் செல்வது தெரிந்தது. ஸ்ரீராம் கார்த்திக்குடன், பாதுகாப்பு வாயிலில் இருந்து அவர் அறையில் நுழையும் வரை கார்த்திக்குடன் காணப்பட்டார். அப்போது அலுவலக ஊழியர்கள் யாரும் இல்லாததால் வெறுமையாக இருந்தது. த்ருஷ்டி வரவேற்பறையில் தலையில் கை வைத்து அமர்ந்திருந்தாள். அது அவள் உறங்க முயற்சிப்பதைக் காட்டியது. ஆனால் அடிக்கடி அவள் கைப்பேசியில் யாருக்கோ செய்தி அனுப்பிக் கொண்டிருந்ததையும் காட்டியது.

4.50 நேரம் காட்டிய போது பதிவு நின்றுவிட்டது. சத்யஜித் அதிர்ச்சியுடன் ‘‘ஏன் ஒளிப்பதிவு இல்லை எனக் கேட்டார். ‘‘இயந்திரக் கோளாறு ஸார்... காலை 7 மணிக்குத்தான் அதைச் சரி செய்தோம் ஸார்!’’ என்றார் மேனேஜர்.

சத்யஜித்திடம் யோஜித், சந்தேகத்துடன் ‘‘அப்போ கார்த்திக் இங்கிருந்து வெளியே போன பதிவு இல்லை’’ என்றார்.

சத்யஜித் ‘‘இயந்திரக் கோளாறு பற்றி யார் எப்ப உங்களுக்கு செய்தி சொன்னாங்க...?’’

‘‘நான் வந்தப்ப அது வேலை செய்யலைனு... தெரிஞ்சுது!’’

ஸ்ரீராமை மடக்கி கேள்வி கேட்க... இது போதும் எனப் பரபரப்பும் ஆர்வமும் கொண்டார் சத்யஜித். ‘‘இரவுப் பணியாளர்கள் தெரிவிக்கவில்லையா?’’ என்றும் கேட்டார்.

‘‘எங்களுக்கு இரவு 7 மணி வரைதான் ஸார் வேலை... ராத்ரி ஷிப்ட் கிடையாது ஸார்!’’ மேனேஜர் அவர்கள் கணினிப் பதிவை இவர்கள் கைப்பேசியில் பதிவிறக்கம் செய்தபடியே சொன்னார்.

சத்யஜித் புயல் போல ஸ்ரீராம் அறைக்குள் நுழைந்தார். கத்தினார். ‘‘உனக்கு வலுவான காரணம் வேணும் இல்லையா? மூன்றாவது காரணம் இதோ! கார்த்திக் உள்ளே நுழைந்ததும் எப்படி ஸி.ஸி.டிவி காமிரா வேலை செய்யாமல் போகும்?!’’

சத்யஜித்தை தொடர்ந்து பேச ஸ்ரீராமின் வக்கீல் அமித் அனுமதிக்கவில்லை குறுக்கிட்டார்.

அமித் நக்கலாக கேட்டார். ‘‘மெஷின் தவறு! அதனால் ஸ்ரீராம் கொலைக்குக் காரணமாக முடியுமா?’’ மிகவும் அலட்சியமாகக் கர்வத்துடன் கேட்டார்.

மிகச் சுறுசுறுப்பாக வந்த சத்யஜித்திடம் உடனே ஸ்ரீராம், அந்த வக்கீலை சத்யஜித், யோஜித்துக்கு அறிமுகம் செய்து வைத்தார்.

சத்யஜித் சுவாரஸியம் காட்டாது, இப்ப சட்டப்படி எதுவும் பேச நான் விரும்பலை!’’ என்றார். ‘‘ஒன்று மட்டும் சொல்ல முடியுமா? கார்த்திக் உள்ளே வந்த பிறகு ஏன் ஸி.ஸி.டிவி காமிரா வேலை செய்யலை? சத்யஜித் ஸ்ரீராமைப் பார்த்துக் கேட்டார்.

ஸ்ரீராம் ‘‘எனக்குத் தெரியாதே’’ எனப் பதில் சொன்னார். அதில் அலட்சியம் இருந்தது. வக்கீல் பக்கத்தில் இருப்பது... அவனுக்கு கூடுதல் மன வலிமையும் உடல் கூறு மாற்றத்தையும் கொடுத்திருப்பதை சத்யஜித் கவனித்தார்.

‘‘அதுதான் உங்கள் நம்பிக்கை இல்லையா? என்னால நீங்க பேசிகிட்டதை சாட்சியா எடுக்க முடியாது. ஏன்னா உங்க அறைல ஸி.ஸி.டிவி. காமிரா இல்லை! ஏன் இல்லை?’’ உண்மையில் ஸ்ரீராம்தான் கொலைகாரன் என்று சத்யஜித் முடிவு செய்து விட்டாரா? அல்லது இன்னும் ஊகத்தில்தான் பேசிக் கொண்டிருக்கிறாரா... என்பது புரியாமல் குழம்பினார் யோஜித்.

‘‘அது தற்செயலாக நடந்தது’’ என்றான் ஸ்ரீராம்.

‘‘நான் திரும்பவும் வருவேன் ஸ்ரீராம். போலீஸ் ஸ்டேஷனுக்கு இழுத்துப் போயி விசாரணை செய்வேன்... அது வேற மாதிரி விசாரணையா இருக்கும்’’ சத்யஜித் தன் கையை உயர்த்தி ஸ்ரீராமை சுட்டிக் காட்டி மிரட்டினார்

''எங்களை சந்தேகப்படாதீங்க ஸார்! நாங்க ரொம்ப சாதாரணமானவங்க!'' என்று சிரித்தபடி தன் கறுப்புக் கோட்டைக் கழற்றி மேஜை மீது வைத்தார், வக்கீல்.

சத்யஜித்தும் யோஜித்தும், அந்தக் கம்பெனியை விட்டு வெளியேறினார்கள். காரை ஓட்டிக் கொண்டே யோஜித் சத்யஜித்தை பார்த்துக் கொண்டு வந்தார்.

''சார்! கவலைப்படாதீங்க நமக்கு சரியான சாட்சியம் கிடைக்கும்!'' என்று சமாதானம் சொன்னார் யோஜித்.

''ஸ்ரீராம் பற்றி என்ன நினைக்கற?'' சத்யஜித் மீசையை திருகியபடிக் கேட்டார். தன்னுடைய அதிகாரி ஆழ்ந்த சிந்தனையில் இருப்பதைப் புரிந்து கொண்டார் யோஜித்.

''அவன் கார்த்திக்கைக் கொலை செய்யணும்னாலும் இன்னைக்கு செய்திருக்க மாட்டான்'' என்றான் யோஜித்.

சத்யஜித் பதிலுக்காகக் காத்திருந்தார் யோஜித்.

''நான் கேட்டுக்கிட்டுதான் இருக்கேன்... மேலே சொல்லு'' என்றார் சத்யஜித்.

''அவன் நம்மகிட்ட எதையோ மறைக்கறான்! கார்த்திக்கை கொலை செய்ய கூலிப்படையை ஏவி இருக்கலாம். அதுக்கு முன்னாலயே வேறு யாரோ கார்த்திக்கை கொலை செய்திருக்கலாம்'' என்ற யோஜித் சற்று நிதானித்து சிந்திந்தார். ''சாரி ஸார் நான் அதிகமா குழப்பறனோ?''

''ஆனா நீ சொல்றதும் சரியா இருக்கலாம்! ஏன்னா ஸ்ரீராம், கார்த்திக்கை கொலை செய்திருந்தா திருஷ்டியையும் சேர்த்துக் கொன்று இருப்பான்!'' என சத்யஜித் முடிவு செய்தார்.

''உண்மைதான் ஸார்'' யோஜித் ஆமோதித்தார். அவர்கள் ரிங் ரோடை நோக்கிப் பயணித்தார்கள்.

''ஸார்! தடவியல் துறைல இருந்து அறிக்கை வந்திடுச்சு! கார்த்திக்கை கொல்லப் பயன்படுத்தப்பட்ட துப்பாக்கி 4.4 செயல்திறன் கொண்ட துப்பாக்கி. கழுத்தின் மேல் பகுதில சரியா 15 இன்ச் தூரத்தில் இருந்துதான் சுட்டிருக்காங்க! காலை 5.45ல இருந்து காலை 6 மணிக்குள்ள மரணம் நிகழ்ந்திருக்கு! சுவாசக்குழாய்

பாதிப்புல ஏற்பட்டிருக்கு! குண்டுகள் மண்டையோட்டில் புதைஞ்சு இருக்கு!'' யோஜித் விவரித்தார். சத்யஜித் கவனமாகக் கேட்டு அதை கண்முன் காட்சிப்படுத்த முயற்சித்தார்.

''அவன் கைதேர்ந்த கொலையாளியா இருக்கணும்! இல்லைனா கார்த்திக் ஜன்னல் கதவை அடைக்க கூட நேரம் கொடுக்காமல் சுட முடியாது'' என்ற சத்யஜித் தன் இடது கையில் துப்பாக்கி எடுத்து சுடுவது போல நடித்தார். அவர் கொலைக் காட்சியை கற்பனை செய்ய முயன்றார்.

'துப்பாக்கி குண்டுகள் தானே சொன்னே?'' சத்யஜித்.

''ஆமா ஸார் இரண்டு''

''வலது பக்கத்தில் இருந்தா தாக்கப்பட்டான்?'' கொலைக் காட்சியைக் கற்பனை செய்தபடி கேட்டார் சத்யஜித்.

''ஆமா ஸார்... இரண்டு குண்டுமே வலது பக்கத்தில் இருந்து தான் பாய்ஞ்சிருக்கு. ஒண்ணு மண்டையோட்டிலும், ஒண்ணு தாடை எலும்பிலும் தங்கிருக்கு!'' சத்யஜித் முழு காட்சியையும் கற்பனை செய்வதைப் பார்த்தபடி யோஜித் சொன்னார்.

''அந்த பைக்காரன் திருஷ்டியையும் கொலை செய்ய நினைத்தானா?'' சத்யஜித்.

''இருக்கலாம் ஸார்! ஆனா கார்த்திக் மரணம்... தான் அவனுக்குத் தேவை. அதான் இரண்டு முறை சுட்டிருக்கான்!'' என்று யோஜித் கூறிய போது அவர்கள் ரிங் ரோடில் நுழைந்து விட்டார்கள்.

''ஆனா கழுத்தில சுடப்பட்ட குண்டு எப்படி மண்டை யோட்டுக்குப் போச்சு!''

யோஜித் பதில் சொல்லவில்லை.

''இந்தக் கேஸில் நிறைய மர்ம முடிச்சுகள் இருக்கு! இதுதான் எனக்கு சரியான சவால்'' என்றார் சத்யஜித்.

யோஜித் தயங்கியபடி தன் சந்தேகத்தை முன் வைத்தார். ''ஸார் ஆடி Q7 கார் உயரமானது. ரேஸ்பைக் உயரம் குறைவானது. எப்படி இது... முடியுமா ஸார்?''

சத்யஜித் பரவசப்பட்டு யோஜித் முதுகில் தட்டினார். அவர் இந்தப் புள்ளி விவரத்தை அங்கீகரித்தார் ''புத்திசாலித்தனமா சிந்திக்கற யோஜித்! ரொம்ப உபயோகமான ஊகம்!'' எனப் பாராட்டினார்.

''இங்க இருக்கற கடைகள்ள இருந்து கிடைக்கற ஸி.ஸி.டிவி பதிவை சேகரிச்சா நிறைய துப்புக் கிடைக்கும்'' என விவாதத்தை முடித்தார்.

இருவருமே காலையில் இருந்து கொலையைச் சுற்றி விசாரணையில் பணி செய்ததால் சோர்வு அடைந்தனர். அந்த நேரத்தில் கமிஷனர் அலுவலகத்தில் இருந்து அழைப்பு வந்தது. உடனே காரை நிறுத்தும்படி யோஜித்தைக் கேட்டுக் கொண்டார் சத்யஜித். காரைவிட்டு இறங்கினார்.

கமிஷனர் இரண்டு கொலை பற்றியும் விசாரணை செய்தார். பிறகு அவசரமா ''இதுக்கு முன்னோடியா ஏதாவது சம்பவம் நடந்ததா?''

''ஆவடில கடந்த நாலு வாரமா சங்கிலிப் பறிப்பு'' நடந்திருக்கு ஸார்! பெண்களைத் தாக்கி... நகைகளைப் பறிச்சிருக்காங்க. இந்தக் கொலை அதன் தொடர்ச்சிதான் ஸார்! இந்த ரெண்டு கேஸுக்கும் தொடர்பு இருக்கும் ஸார்!'' எதுவும் சரியாகத் துப்பு துலங்காமல் கொலை பற்றிக் கூற சத்யஜித் விரும்பவில்லை. ஆனால் கமிஷனர் குரல் மாறியது.

''ஒரு சாதாரண மனுஷன்... கொஞ்சம் காமன்சென்ஸ் .... இருக்கறவன் கூட சங்கிலி பறிப்புக்கும், கார்த்திக் கொலைக்கும் சம்பந்தம் உண்டுனு சொல்ல மாட்டான்!'' எனக் கத்தினார்.

''கார்த்திக்கை கொலை செய்ததும் பைக்கில் வந்தவன்தான் ஸார்!'' சத்யஜித் தன் பக்க நியாயத்தைச் சொன்னார்.

''கூட வந்த பொண்ணு என்ன ஆனா? அவளைக் கைது செய்து விசாரணை செய்.. கேஸை முடி!'' கமிஷனர் மீண்டும் சத்யஜித்தை எச்சரிக்கும் குரலில்.... ''அதை விட்டுட்டு மத்தவங்கள்... விஷயத்தில் மூக்கை நுழைக்காதே! நீ விசாரிக்கறவங்க பெரிய பிஸினஸ் மேன்! சமூக அந்தஸ்து உள்ளவங்க. அவங்ககிட்டருந்து விலகி நில்'' என்றார்.

அவரின் மிரட்டல் சத்யஜித்திற்குப் பிடிக்கவில்லை. அதனால் ''யாரு ஸார் பெரிய வியாபாரி? ஸ்ரீராமைச் சொல்றீங்களா?'' எனக் கேட்டார்.

கமிஷனர் சத்தியாஜித்தின் கேள்விக்கு பதில் சொல்லவில்லை. ''இன்னும் மூணு நாள்ள இந்தக் கேஸை முடிக்கலை இதை நான், C.B.I. கிட்டக் கொடுத்திடுவேன்'' மீண்டும் மிரட்டினார்.

''ஒரு வாரம் டைம் கொடுங்க ஸார்'' நான் நிறைய விஷயங்கள் சேகரிச்சு வச்சிருக்கேன்... ஒரு வாரத்தில் குற்றவாளியைக் கண்டு பிடிச்சிடலாம்... ப்ளீஸ் ஸார்?'' கெஞ்சினார் சத்யஜித்.

''இந்தக் கேஸை மட்டும் பாருங்க... சும்மா எல்லாத்துலயும் தலையிட வேண்டாம்! உங்க வேலைல நீ இன்னும் ரொம்ப தூரம் போகணும். சின்ன வயசு! கமிஷனர் காட்டமாகச் சொன்னார்.

''யெஸ் ஸார்!'' என ஆங்கிலத்தில் மெல்லிய குரலில் சொன்னார்.

''இன்னும் ரெண்டு நாள்ள எனக்கு விரிவான ரிபோர்ட் வரணும்! எந்தவித சாக்குப் போக்கும் வேண்டாம்!'' என்று தன் உரையாடலை முடித்தார், கமிஷனர்.

சத்யஜித் நாள் முழுவதும் அலைந்து உடல் சோர்வும், கமிஷனர் பேச்சால் மனச் சோர்வும் கொண்டார். இந்த உரையாடலைத் தொடர விரும்பவில்லை. அதனால் ''யெஸ் சார்!'' என்று மட்டும் சொன்னார்.

தொடர்பைத் துண்டித்தார் கமிஷனர். சத்யஜித் ஏமாற்றத்தில் கோபத்தில் தன் முஷ்டியால் காரைக் குத்தினார். அவருக்குத்தான் வலித்தது. யோஜித்திடம் தன்னை வீட்டில் இறக்கி விடும்படிச் சொன்னார். அன்றைய தினம் ஒரு குழப்பமான தினமாக முடிந்தது, அவருக்கு.

சூரியன் மேற்கில் மறையத் துவங்கிய போது சத்யஜித்திற்கு இன்று தான் கண்டுபிடித்த அத்தனை துப்புகளும் ஒன்றன் பின் ஒன்றாக எல்லா துப்புகளும் மறைந்துவிட்டது போல் தோன்றியது.

''ஒரு கொலையைத் தடயமே இல்லாமல் செய்ய முடியுமா? சரியான சாட்சியம் தடயம் எதுவும் என்னால் கண்டு பிடிக்க முடியவில்லையே?'' சத்யஜித் தனக்குள் கேட்டுக் கொண்டார்.

●●●

பகுதி – 5

சத்யஜித் வீட்டிற்கு வந்து விட்டார். அவருடைய எண்ணங்கள், ஆடிQ7 காரை இடித்து சேதப்படுத்திவிட்டுச் சென்ற பைக்கைத் துரத்தியது. மீண்டும் மீண்டும் கண்களில் அந்தக் காட்சி வந்து சங்கடப்படுத்தியது. ‘‘எப்படி நான் பைக் ஓட்டியவனை சங்கிலி பறித்தவனைத் தவற விட்டேன்!’’

அவர் தன்னைத் தானே சமாதானம் செய்து கொண்டார். ‘‘இந்த உலகம் ரொம்பச் சின்னது. திரும்பவும் ஒரு சந்தர்ப்பம் வரும்! தவற விட்டதைப் பிடிப்பேன்!’’ என உறுதி எடுத்தார்.

பால்கனிக்குச் சென்றார். குளிர்ந்த காற்றை சுவாசித்தார். க்ரீன் டீ குடித்துக் கொண்டே... எல்லாப் புள்ளிகளையும் இணைத்தார். பத்துப் பதினைந்து நிமிடங்களுக்குள் இரண்டு உயிர்... கார்த்திக்... கனகா... இரண்டு வேறு வேறு கொலைகாரனா? ஒரே ஆளா? ஸ்ரீராம் எதை மறைக்கிறான்? காலை 4.50க்குப் பிறகு ஏன் C.C.T.V. யில் எதுவும் பதிவாகவில்லை? கார்த்திக் மனைவி பிந்துவும் சந்தேகத்துக்கு அப்பாற்பட்டவள் இல்லை. கமிஷனர் என்னை அழைப்பதற்கு முன் கார்த்திக்கின் குடும்பத்திடம் பேசியிருப்பாரா?

இந்தக் கொலையில் ‘கன் க்ளப்’ (Gun club) அதன் பங்கு என்ன? ஒரு சமயம் என்னுடைய கணிப்புத் தவறா? இரண்டு கொலைகளும் வெவ்வேறு காரணங்களால் வெவ்வேறு மனிதர்களால் செய்யப்பட்டிருக்குமா?’ பலவிதமாகச் சிந்தித்துப் பார்த்தார்.

கமிஷனர் என்னுடன் பேசும்போது நான் இந்தக் ‘கன் கிளப்’ பற்றிச் சொல்லி இருக்க வேண்டும். அவர் எப்படி எதிர் கொள்கிறார்

என்பதை கைப்பேசியில் பேசும்போது அனுமானிக்க முடியாது. அடுத்த முறை கண்டிப்பாகச் சொல்ல வேண்டும். கமிஷனரிடம் பேசியதை எண்ணிப் பார்த்தார் சத்யஜித். ஜுட் கைபேசி எண்ணை யோஜித்திடம் வாங்கி வைத்திருந்தார். அவனிடம் ஒப்படைக்கப்பட்ட வேலை எவ்வளவு தூரத்தில் இருக்கிறது என அறிய விரும்பினார்.

ஜுட் 'டெம்பிள் ரன்' என்ற வலைதள விளையாட்டை, தன்னுடைய கைப்பேசியில் விளையாடிக் கொண்டிருந்தான். அப்போது தான் சத்யஜித் அழைத்தார். அவன் மணி சப்தம் கேட்டதும் அழைப்பை ஏற்றான். இப்போதுதான் முதல் முறையாக சத்யஜித்திடம் பேசுகிறான். அடுத்த நாள் காலை ஜுடை சந்திக்கப் போவது உறுதி என்று அவருக்குத் தெரியும். அந்தச் சந்திப்பால் ஏதாவது சாதிக்க முடியுமா? ஏதாவது உபயோகமான சாட்சிகள் கிடைக்குமா என அறிய வேண்டும் என்றே அவனை அழைத்தார்.

''கனகா கேஸ் பத்தி சுருக்கமாச் சொல்ல முடியுமா ஜுட்?'' எனக் கேட்டார். ஜுட் இந்தத் துப்பறியும் இலாகாவிற்குப் புதிதாக வந்திருந்ததால், அவர் கேள்விக்கு உடன் பதில் அளிக்கத் தயார் நிலையில் இல்லை. இருந்தும் ''ஸார் கனகா தன் உறவினர் திருமணத்துக்குப் போய்க் கொண்டிருந்தாள். பைக்கில் வந்தவன் அவளைத் தாக்கி நகை பறித்துச் சென்றிருக்கிறான். அவள் தலை விளக்கு கம்பத்தில் இடித்து இறந்திருக்கிறாள்.

சத்யஜித் அடுத்து, ''அந்த பைக் ஓட்டி பத்தி ஏதாவது துப்புத் தெரிஞ்சுதா?''

ஜுட்டுக்கு கேள்வியின் அவசர... அவசியத்தன்மை புரியவில்லை. அதனால் ''ஸார் இந்தப் ப்ரச்சனை ஏற்கெனவே இருக்கு ஸார்! அந்தச் சங்கிலித் திருடனைக் கொஞ்ச நாளாவே தேடிக்கிட்டு இருக்கோம் ஸார்'' தன் அறையில் குறுக்கும் நெருக்கும் நடந்தபடி சொன்னான்.

இந்தப் பதில் சத்யஜித்திற்கு எரிச்சலைக் கொடுத்தது. ''எனக்கு தெரியும் ஜுட்! நான் விசாரணை செய்யும் கேஸ் பத்தி எனக்கே பாடம் சொல்ல வேண்டாம்''.

சத்யஜித் பொதுவாகவே புதிதாக தனக்குக் கீழ் பணியில் சேர்ந்தவர்களை ஆரம்பத்தில் சற்றுக் கடுமையாகப் பேசுவதால், அவர்கள் எப்போதும் பணிவாகத் தன்னிடம் இருப்பார்கள் என நம்பினார். பிரச்சனைகளை அவர்கள் சாதாரணமாக, அசட்டையாக

எடுத்துக் கொள்வதும் ரொம்பவும் புத்திசாலி போல் காட்டிக் கொள்வதும் அவருக்குப் பிடிக்காது.

ஜூட் வேர்வைத் துளிகள் நெற்றியில் அரும்புவதை உணர்ந்தான். ''ஸாரி ஸார்'' என்றான் பதட்டமாக. சத்யஜித்திடம் இருந்து இந்த வசவுகளைக் கேட்குமுன் அவனுக்கு தன் பணி, தான் சேகரித்த விவரங்கள் திருப்தியாகவே இருந்தது. அவன் ரிங்ரோடு கடைகளில் சேகரித்த ஸி.ஸி.டிவி. பதிவுகளை, நவீன தொழில் நுட்ப செய்திப் பிரிவினருடன் பார்வையிட்டான். அதோடு தொலைபேசி துறை அதிகாரிகளைத் தொடர்பு கொண்டு, கைப்பேசி அழைப்புகள், பற்றிய விவரமும் கேட்டிருந்தான்.ஆனால் எல்லாமே கார்த்திக் கொலையோடு சம்பந்தப்பட்ட விவரங்கள்.

அவன் பதில் தராது தாமதித்த போது... ''புதுசா எந்தச் செய்தியும் இல்லை. இந்தச் செய்திகள் நீ இப்ப சொன்ன செய்திகள் காலைல 6.15 மணிக்கே எனக்குத் தெரியும். சத்யஜித் திட்டியபோது ஜூட் மௌனமாகவே இருந்தான். ''ஜூட் இந்த மாதிரி கொலை கேஸ்ல நீ துப்பறியும் வேலை எடுத்துக்கிட்டா இத்தனை அலட்சியமா இருக்கக்கூடாது. இருக்க முடியாது! ஜூட் பதில் சொல்வானா? தன்னுடைய பேச்சு அவனிடம் என்ன தாக்கத்தை ஏற்படுத்தியிருக்கும் என்பதையும் அறிய சத்யஜித் சிறிது நேரம் பேசுவதை நிறுத்தினார்.

இந்த வழக்கில் எப்படித் துப்பு துலக்குவது என்பதற்கு நரேன் வழிகாட்டினானா இல்லையா என்பதும் சத்யஜித்திற்கு தெரியாது. சத்யஜித் தொடர்ந்தார். ''ரொம்ப வேகமாகச் செயல்படனும். ஒவ்வொரு சின்ன விஷயமும் சேகரிச்சு எனக்கு உடனடியாகத் தரணும்! அவன் அடுத்த கொலை செய்யும் முன்னால் அவனைப் பிடிச்சாகணும்!''

ஜூட் தன் அறையில் வேக வேகமாக நடந்தான். அவனால் பதில் சொல்ல முடியவில்லை. கனகா கொலையில் அவன் மேலும் செய்திகள், சேகரிக்கவில்லை. அதில் அவனுக்கு ஆர்வம் இல்லை. அது நகை திருட்டு அவ்வளவுதான். மரணம் எதிர்பாராமல் நிகழ்ந்தது என்பது அவன் கருத்து. அதனால் பைக்கில் வந்தவன் பற்றி அதிகம் விசாரணை செய்யவில்லை.

''ஜூட்! நான் உன்கிட்டதான் பேசிட்டிருக்கறேன்! எனக்குத் தெரியும். நீ துப்பறியும் பணிக்குப் புதுசு! அடிப்படைத் தடயங்களை நாம் உடனே கண்டு பிடிச்சாகணும்... இல்லைனா குற்றவாளி, சுலபமா தப்பிச்சிடுவான்'' சத்யஜித் அறிவுறுத்தினார்.

இப்போது ஜூட் பதில் சொன்னான். ''கண்டிப்பா ஸார்! நாளைக்குள்ள எல்லா விவரங்களும் சேகரிச்சிடுவேன் ஸார்!''

''கண்டிப்பா செய்யணும் ஜூட்! யோஜித் உன்னை கார்த்தி கேஸ்ல சில சாட்சிகள் சில தடயங்கள் பற்றி விசாரிக்கச் சொன்னாரே அது எவ்வளவு தூரத்தில் இருக்கு? சத்யஜித் கார்த்திக் கேஸ் பற்றிக் கேட்டதும் ஜூட் சந்தோஷமானான்.

அவன் கார்த்திக் வழக்கில் இரண்டு தடயங்கள் சேகரித்திருந்தான். அன்றைய தொலைபேசி, கைபேசி அழைப்பு விவரங்கள் கிடைக்க ஏற்பாடு செய்திருந்தான். மற்றும் ஸி.ஸி.டிவி பதிவுகளைப் பதிவு செய்திருந்தான்.

''நான் எல்லாத் துறையை...'' ஜூட் முடிக்கவில்லை.

சத்யஜித் இடைமறித்தார். ''நீ என்ன செஞ்சேன்னு நான் கேட்கலை! எனக்கு புதுசா என்ன தகவல்... என்ன பதிவு கொடுக்கப் போறே? ''சொல்லு'' என்றார்.

''நீங்க எதிர்பார்க்கிற எல்லாத் தகவலும், விவரங்களும் நாளைக்கு மாலை கொடுக்கறேன் ஸார்!''

ஜூட் பணிவுடன் சொன்னான்.

''நாளைக்குக் காலை, மாலைக்குப் பிறகும் நம் சந்திப்பு இருக்கும்! தயாரா வா! விவரங்களோட வா!'' ''சத்யஜித் தன் குரலை உயர்த்தி கேலி செய்யும் விதத்தில் கூறினார். ஆனால் தனக்குள் சிரித்துக் கொண்டார். புதிதாக வேலைக்கு அமர்த்தியவர்களை அவர் இப்படித்தான், கலாய்ப்பது (ragging) வழக்கம்.

''யெஸ் ஸார்!'' என்று மட்டும் ஆமோதித்தான்.

''நீ குடிப்பியா?'' சத்யஜித் வேண்டுமென்றே அதே தொனியில் கேட்டார்.

''என்ன ஸார் குடிக்கறதா?'' ஜூட்டுக்கு நட்புடன் பதில் சொல்ல வேண்டுமா என்ற குழப்பம் ஏற்பட்டது.

சத்யஜித் அவன் குரலில் இருந்த தடுமாற்றம் கண்டு சிரித்துவிட்டார்.

பிறகு ''ஜூட் ரொம்பவும் சமத்தா நடிக்காதே! எங்கிட்ட ஒரு பாட்டில் விஸ்கி இருக்கு! நாளைக்கு வா! வீட்டுக்கு! நம்ம குடிக்கலாம்! அப்ப இந்தக் கேஸ் பற்றி விவாதிக்கலாம்! நீ என்னைவிட வயசுல

சின்னவன். நீ என்னைவிட சுறுசுறுப்பா இருக்கணும்! நாளைக்கு நான் ஆச்சரியப் படறமாதிரி... இந்த இரண்டு கொலை பற்றியும் ஆராய்ச்சி செய்து முழு விவரங்களோட வரணும். புரியுதா?

உண்மையில் யோஜித் அவனை வேகமாக விவரங்கள் சேகரித்ததற்கு பாராட்டியிருந்தார். அதனால் தன்னுடைய வேலைத்திறன் பற்றி அவனுக்குப் பெருமையாக இருந்தது. இப்போது சத்யஜித்தும் நட்பாகப் பேசவும் அவன் மகிழ்வுடன் ''யெஸ் ஸார்!'' என்றான். அவன் திட்டமிட்டபடி செயல்பட்டால் கண்டிப்பாக கார்த்திக் கேஸில் போதுமான அளவு சாட்சியங்கள், கிடைத்துவிடும்.

''அப்படியே செய்! நாளை உன்னைப் பார்க்கிறேன்!'' சத்யஜித் சொல்லித் தொடர்பைத் துண்டித்தார்.

சத்யஜித் கைபேசியை மெத்தை மேல் வீசினார். அவர் இரவு உணவிற்கு என்ன செய்யலாம் என யோஸித்தபடி குளிர்சாதனப் பெட்டியைத் திறந்தார். அங்கு முட்டையும் இல்லை. பழங்களும் இல்லை. இரண்டும் வாங்க வேண்டும் என எண்ணியபடியே யோஜித்தை அழைத்தார். தான் ஜுட் கூடப் பேசியதை யோஜித்திற்குத் தெரிவிக்க எண்ணினார். ஆனால் யோஜித் உடன் அழைப்பை ஏற்றும், சத்யஜித்தால் அவர் பேசுவதை தெளிவாகக் கேட்க முடியவில்லை.

''என்னோட அத்தை வர்றாங்க ஸார்! அதனால் வீட்டுக்குத் தேவையான பொருட்கள் வாங்க கடைக்கு வந்தேன் ஸார்!'' யோஜித்.

''சரி நான் உன்னை பிறகு கூப்பிடறேன். ஜுட் என்ன செய்யறானு பாரு. அவன் மேல ஒரு கண் வைச்சுக்கோ! அவனுக்கு எப்பவுமே உந்து சக்தி தேவைப்படும்னு நினைக்கிறேன். 'வாட்ஸ் அப்பிலும், ஃபேஸ் புக்கிலும்' அவன் நேரத்தை வீணாக்காம பார்த்துக்கோ!'' சப்தமாக கத்திப் பேசினார். பின்னால் கேட்ட இரைச்சலை தோற்கடிக்கும் விதமாக சத்யஜித்.

யோஜித் ஒரு சப்தமில்லா இடம் வந்து விட்டு.... ''கண்டிப்பா ஸார் என்னாச்சு ஸார்!'' எனக் கேட்டார் சப்தம் குறைந்ததை சத்யஜித்தும் உணர்ந்தார்.

''இப்பதான் அவனைக் கூப்டு பேசினேன்! அவன் இந்த ஒரு நாளை வீணாக்கிட்ட மாதிரித் தெரியுது!''

‘‘இல்லை ஸார். உங்ககிட்டச் அவன் துப்பறிந்து சேகரித்த தடயங்களைச் சொல்ல பயந்து விட்டான். நாம் அவனோட உக்காந்து பேசலாம் ஸார்’’ யோஜித் அவனுக்குப் பரிந்து பேசினார்.

சத்யஜித் சிரித்தபடிக் கேட்டார்.

‘‘என்ன? அவனை ரொம்பவும் ஆதரிச்சுப் பேசறே!’’

யோஜித்தும் சிரித்து விட்டுச் சொன்னார். ‘‘இல்லை ஸார்!’’

சத்யஜித் அடுத்த நாள் காலையும் மாலையும் மூவரும் சந்திக்க வேண்டும் என்பதை உறுதிப்படுத்திவிட்டு, ‘‘நாளைக் காலையும் மாலை 7 மணிக்கும் சந்தித்து இந்த கேஸ் பற்றி விவாதிக்கலாம்’’ என்றார்.

‘‘அப்படீனா நான் 4 மணிக்கு கிளம்பி வீட்டுக்கு வந்துர்றேன். வீட்ல சில வேலைகளை முடிச்சிட்டு... 7 மணிக்கு வந்து சந்திக்கறேன்!’’ ஏன்னா நாளன்னைக்கு எங்க அத்தை வர்றாங்க!’’ யோஜித் தயவாகக் கேட்டுக் கொண்டார்.

‘‘ஓ! நீ வீட்டு வேலையெல்லாம் செய்வியா? இளம் அதிகாரிகள் உயர் அதிகாரிகள் வீட்டு வேலைதான் செய்வாங்க.... அதான் நியதி!’’ சத்யஜித், யோஜித்தை கிண்டல் செய்தார்.

யோஜித் தயக்கத்துடன் ‘‘சரியாக கேக்கலை ஸார்’’ என்றார்.

சத்யஜித் மணி. 6.45 ஆகி விட்டதைக் கவனித்தார். எப்போதும் அவர் 7.30 மணிக்கு முன் இரவு உணவு சாப்பிட்டு விடுவார். அவர் அங்காடிக்குப் போய்தான் சாமான் வாங்க வேண்டும். அதனால், பேச்சை இத்துடன் முடிக்கத் தீர்மானித்தார்.

‘‘இது... இந்தப் பதிலைத்தான் உன்கிட்ட இருந்து எதிர்பார்த்தேன்’’ என்றார். இருவரும் சிரித்தனர். சத்யஜித் ‘‘கவனத்தைச் சிதறவிடாதே! இந்தக் கேஸ் ரொம்ப முக்கியமானது’’ என்றார்.

‘‘ஓ.கே. ஸார்! என் அத்தை இந்த ஒரு வாரம் தான் சென்னைல இருப்பாங்க அவங்க பையன் காலேஜ் அட்மிஷனுக்காக வர்றாங்க!’’ என்றார் யோஜித்.

‘‘செய்ங்க... நான் சூப்பர் மார்க்கெட் போறேன்... ராத்திரிக்கு ஏதாவது வாங்கணும்’’ சத்யஜித்.

‘‘பை ஸார்! நாளைக்குக் காலைல பார்க்கலாம்’’ என யோஜித் அழைப்பைத் துண்டித்தார்.

வெளியே நன்றாக இருட்ட ஆரம்பித்திருந்தது. எப்போதும் போல ஆவடி பஸ் நிலையம் பரபரப்பாக இயங்கிக் கொண்டிருந்தது. போக்குவரத்தும் அதிகமாக இருந்தது.

தெருவோரக் கடைகள் களைகட்ட ஆரம்பித்திருந்தது. சின்னச் சின்ன தள்ளு வண்டிகளில், சூப், சமோஸா, துரித உணவுகள் விற்றுக் கொண்டிருந்தார்கள். சத்யஜித் ஒருபோதும் அங்கே சாப்பிடமாட்டார். ஆனால் யோஜித் சொன்ன பிரியாணியின் சுவை அவரை வண்டியின் பக்கம் இழுத்துச் சென்றது. ‘சிக்கன் சூப் –20 ரூபாய், மட்டன் சூப் – 25 ரூபாய் என்று ஒரு கரும்பலகையில் எழுதி மாட்டியிருந்தது. ஆனால் அந்த இடத்தில் கல்லூரி மாணவர்கள் குழுமி இருந்தனர். அவர்களுக்கு இடையில் புகுந்து செல்ல அவர் விரும்பவில்லை.

பல்பொருள் அங்காடி பஸ் நிலையத்தில் இருந்து ஒரு கிலோ மீட்டர் தூரத்தில் இருந்தது. அங்கு கூட்டம் இல்லை. அங்குதான் சத்யஜித், முட்டை, பழம், ரொட்டி இவற்றை வாங்குவது வழக்கம். அவர் பழங்கள் எடுக்கச் சென்றபோது தனக்குத் தெரிந்த பெண் அங்கு நிற்பதை உணர்ந்தார். அவர் மீண்டும் முட்டை எடுத்த இடத்தில் குளிர்சாதனப் பெட்டி அருகே நின்ற பெண்ணை, பின்னால் சென்று உற்றுப் பார்த்தார்.

‘அது திருஷ்டியாக இருக்குமோ’ என எண்ணினார். அந்தப் பெண் பணம் செலுத்தும் இடம் செல்ல....... சத்யஜித்தும் தன் கூடையில் பழங்களை அவசரமாக நிரப்பிக் கொண்டு அங்கு சென்றார். அந்தப் பெண் யாரையும் நிமிர்ந்து பார்க்கவில்லை.

சத்யஜித் ‘‘ஹாய் த்ருஷ்டி! என அழைத்தார். அவள் நிமிர்ந்து பார்த்தாள். காலையில் சோர்வாக இருந்த அவள் முகம் இப்போது பிரகாசமாக இருந்தது. சத்யஜித் ஆறடி உயரம். அவள் ஐந்தடி. ஒரு உயரமான கோபுரத்தைப் பார்ப்பது போலப் பார்த்தாள். சத்யஜித் அவள் கூடையை ஆராய்ந்தார். திருஷ்டி பணம் செலுத்தி விட்டு சத்யஜித்திற்காகக் காத்து நின்றாள்.

‘‘உங்க ஷாப்பிங் முடிஞ்சுதா?’’ எனக் கேட்டார் சத்யஜித். நிரம்பியிருந்த அவள் கூடையை மிகக் கேவலமாக ஒரு பார்வை பார்த்து ‘‘என்ன ஏதாவது விருந்துக்கு ஏற்பாடா?’’ என இழிவாகக் கேட்டார்.

‘விருந்து’ என்ற வார்த்தையைக் கேட்டதும், திருஷ்டி அழ ஆரம்பித்தாள்.

காலையில் நெருங்கிய நண்பனின் மரணம்... மாலையில் இத்தனை காய்கறிகள்... விருந்துக்கு வாங்குவது போல... முடியுமா?'' என சத்யஜித் வியந்தார்.

'ஒருவேளை, கார்த்திக்கின் மரணத்தை இவள் கொண்டாடுகிறாளா?' என்ற சந்தேகமும் அவருக்கு வந்தது.

திருஷ்டி கண்ணில் இருந்து வழிந்த கண்ணீரைத் துடைத்தபடி, ''நான் காலையில் இருந்து எதுவும் சாப்பிடலை... எங்கயும் போகலை. கார்த்திக் எனக்கு நல்ல நண்பர் மட்டும் இல்லை, எப்பவும் நான் நல்லா இருக்கணும்னு நினைக்கறவரு... இன்னும் என்னால நம்ப முடியலை! என் கண் முன்னால கார்த்திக்கைக் கொலை பண்ணீட்டாங்க.''

இப்போது பணம் செலுத்தும் இடத்தில் இருந்த பெண் இருவரையும் கவனித்தாள். பொது இடத்தில் ஒரு பெண்ணை அழ வைத்து விட்டதை எண்ணி வெட்கப்பட்டார் சத்யஜித். 'ஒரு வேளை இவள் குற்றமற்றவளாகவும் இருக்கலாம்' என எண்ணினார்.

''எனக்கு கவலையை மறக்க ஒரு மாற்றம் தேவைப்பட்டது. எனக்கு எப்போதும் ருசியாக சமையல் செய்வது பிடிக்கும். அதனால கையில் கிடைத்த காய்கறியை அள்ளிக் கூடையில் குவித்தேன்'' என்றாள் த்ருஷ்டி.

சத்யஜித் இப்போது மிகவும் தர்மசங்கடமாக உணர்ந்தார். கார்த்திக் கொலை பற்றிப் பேசுவதை அத்துடன் நிறுத்திக் கொள்ள விரும்பினார். அதனால் ''கவனமா இருங்க...!'' என்றார்.

திருஷ்டி எந்தப் பதிலும் சொல்லாது நடக்க ஆரம்பித்தாள்.

''நான் வேணா வீட்டில் விடட்டுமா? கேட்டார்.

அவள் திரும்பி, ''நா நடந்து போயிடுவேன் ஸார்!'' என்றாள். அவள் நடைபாதையில் நடக்க ஆரம்பித்தாள். சத்யஜித்தும் தன் பைக்கை இயக்கினார். அதற்குள் ஒரு பெண் அலறும் சப்தம் கேட்டது. அது அவளுடைய குரல்.

சத்யஜித் அக்கம் பக்கம் பார்த்தார். ஆம் திருஷ்டி கீழே விழுந்து கிடந்தாள். எண் இல்லாத ஒரு பைக் வேகமாகத் தப்பிச் செல்வதையும் கவனித்தார். அவர், அவளை நோக்கி ஓடினார். த்ருஷ்டியைக் கை பிடித்து தூக்கி நிறுத்தினார். கை மணிக்கட்டு அருகில் சிராய்ப்புகள் இருந்ததைக் கவனித்தார். அங்கிருந்தவர்களிடம் யாராவது பைக்கில்

வந்தவனைப் பார்த்தார்களா என விசாரித்தார். ஆனால் யாரும் கவனிக்கவில்லை. அவன் முகம்... அவன் யார் என்ற துப்பும் கிடைக்கவில்லை.

சத்யஜித் கையைத் தொட்டுப் பார்த்து.... ''டாக்டரிடம் போகலாமா?'' எனக் கேட்டார்.

''எனக்கு ஒண்ணும் பெரிசா இல்லை ஸார்! நானே வீட்டுக்கு போயிடுவேன்'' என்றாள்.

'ஏற்கெனவே அவளுக்கு வாழ்க்கையில் பெரிய இழப்பு ஏற்பட்டிருக்கு. நான் வேற ஐந்து நிமிஷம் முன்னால அவளை சந்தேகப்பட்டேன்!' தவறு என உணர்ந்தார். இவளை இன்றைய தினத்தை மறந்து வாழ்க்கையில் முன்னோக்கிச் செல்ல உறுதியை வளர்க்கணும். ஆனால் அதற்கும் இது நேரம் இல்லை என எண்ணி, ஒரு ஆட்டோவை நிறுத்தினார்.

சத்யஜித் திருஷ்டியை ஏறச் சொன்னார். ஆட்டோ ஓட்டுனரிடம் நூறு ரூபாய் கொடுத்தார். அவர் சத்யஜித்தை அடையாளம் கண்டு, வணக்கம் சொன்னான். ''மெதுவா போ, கவனமாப் போ என்று ஓட்டுனரிடம் சொல்லிவிட்டு த்ருஷ்டியைப் பார்த்து ''வீட்டுக்கு போனதும் எனக்கு தெரியப்படுத்து. என் மொபைல் நம்பர் இருக்குல்ல?'' எனக் கேட்டார்.

''செய்றேன் ஸார்'' என்றாள் அவள்.

தெரு முனையில் மறையும் வரை பார்த்தார். இங்கு ரோந்துப் பணியில் யார் இருக்கிறார்கள் என அறிவதற்காக தன் காவல் நிலையத்தை அழைத்தார்.

அவர் அந்த இடத்தை விட்டுச் செல்லுமுன், அவனைப் பிடிக்க, அவளை அறிந்து கொள்ள முடியுமா என முயற்சித்தார். இது எப்போதும் நடக்கும் திருட்டில் இருந்து வித்தியாசமானது. சங்கிலி பறிப்பு திருடர்கள் அனைவரைப் பற்றியும் அவர் செய்தி சேகரித்து விட்டார். ஆனால் இவன் அதில் ஒரு திருடன் இல்லை. இவன் திருடும் விதமே வேறாக இருக்கிறது. இது கண்டிப்பாக ஒரு கல்லூரி மாணவனும் இல்லை.

ஒரு கான்ஸ்டபிளை அழைத்தார். ரோந்துப் பணியில் இருப்பவர். ''நம்பர் இல்லாத பைக் எதுவும் இந்தப் பக்கம் போகலை ஸார்!'' என்றதும், சத்யஜித் வெறுப்பில் அழைப்பை அப்படியே துண்டித்தார். அவர் வீட்டிற்குக் கிளம்பினார்.

''இரண்டாவது முறை நான் இவனைத் தவறவிட்டிருக்கிறேன். பைக் சப்தம் என் காதில் எப்படி விழாமல் போனது! சத்யஜித் கவனத்தைச் சிதறவிடாதே! எண்ணியவர் கைகளால் தன் நெற்றியில் ஓங்கி அறைந்து கொண்டார்.

சத்யஜித் வீட்டை அடைந்ததும் த்ருஷ்டி ஏதாவது செய்தி அனுப்பி இருக்கிறாளா எனத் தன் கைபேசியைப் பார்த்தார்.

அவள் என்னுடன் வந்திருந்தால் இது நிகழ்ந்திருக்காது என எண்ணினார். அவர் சமையலறையில் இரவு உணவைத் தயாரிக்கச் சென்றபோது வாட்ஸ்அப்பில் செய்தி வந்தது. அது த்ருஷ்டி.

திருஷ்டி 'இன்று எனக்கு உதவியதற்கு நன்றி! வீட்டிற்கு வந்து விட்டேன்' ஆங்கிலத்தில் செய்தி இருந்தது.

சத்யஜித்: 'அது என் கடமை' என ஆங்கிலத்தில் தொடர்ந்தார்.

த்ருஷ்டி. 'நான் என் வாழ்க்கையில் நிறைய கஷ்டங்களை அனுபவிச்சுட்டேன். அதனால் எது நடந்தாலும் ஏத்துக்கற மனப் பக்குவம் வந்திடுச்சு!'

சத்யஜித்: 'கவலைப்படாதீங்க. எல்லாம் சரியாயிடும். இன்று ஒரு மோசமான நாள். அவ்வளவுதான்.'

த்ருஷ்டி: 'இல்லை சார்! என் வாழ்க்கை முழுவதும் ப்ரச்சனைகள் தான் ஸார்!'

சத்யஜித்: 'என்ன ஆச்சு! என்கிட்ட சொல்லலாமா?'

த்ருஷ்டி: 'என்னோட நெருக்கமான சினேகிதங்களுக்கு மட்டும் தான் என் கடந்த காலம் தெரியும்.'

சத்யஜித்: 'என்கிட்ட சொல்லலாம். உன்னைப் புரிஞ்சுக்க எனக்கு அது உதவும்.'

த்ருஷ்டி: 'எனக்கு நான்கு வயசா இருக்கும் போது அப்பா இறந்துட்டாரு!' சத்யஜித் இதைப் படித்துவிட்டு முட்டை ஆம்லெட் போட ஆரம்பித்தார்.

த்ருஷ்டி: 'அதிலேயிருந்து நானும் அம்மாவும்தான். எனக்கு 15 வயது ஆனப்ப எங்க சொத்து எல்லாமே எங்களை விட்டுப் போயிடுச்சு!

எனக்கு 18 வயசு ஆனப்ப என் அம்மாவையும் இழந்துட்டேன். அப்பவே இருந்து எனக்கு உதவி செய்யவும் ஆறுதல் சொல்லவும் யாரும் இல்லை.'

சத்யஜித்: 'உங்க சொந்தக்காரங்க?

த்ருஷ்டி: 'யாருமே இல்லை! நான் ஒரு அநாதை!'

சத்யஜித் ஆம்லெட்டை அடுப்பில் இருந்து எடுத்தார்.

த்ருஷ்டி: 'தற்கொலை பண்ணிக்க பல முறை நினைத்தேன்! ஆனா என் அம்மா என்னை வளர்க்க வாழ வைக்க பட்ட கஷ்டங்கள் நினைவு வரும். என் அம்மாவுக்கு கெட்ட பெயர் வேண்டாம் என விட்டு விடுவேன்!'

சத்யஜித் பழங்கள், ரொட்டி முட்டை சகிதம் அமர்ந்து தொலைக்காட்சிக்கு உயிரூட்டினார். அப்படியே த்ருஷ்டி அனுப்பிய செய்திகளை மீண்டும் படித்துப் பார்த்தார்.

சத்யஜித்: 'உன்னுடைய வேலை எப்படி?'

அவர் தொடர்ந்து சோகக் கதையைக் கேட்க விரும்பவில்லை.

திருஷ்டி: 'புதிய வியாபார வாய்ப்புக்களைத் தேடுவது. அடிப்படைத் திட்ட அறிக்கை தயார் செய்வது.'

சத்யஜித்: 'ஓ! யாரும் இதுவரை படிக்காத ஆவணங்களைத் தயார் செய்வாயா?'

த்ருஷ்டி..... @ 

'சத்யஜித் அவள் போட்ட படம் பார்த்து சிரித்து விட்டு கைப்பேசியைக் கீழே வைத்தார். பால்கனிக்குச் சென்று பரபரப்பாக இயங்கிக் கொண்டிருந்த தெருவைப் பார்த்தார். தன்னால் த்ருஷ்டியைச் சிரிக்க வைக்க முடிந்தது என்பதை எண்ணி சந்தோஷமானார். மெலிதாக வீசிய காற்றை அனுபவித்தார். கைப்பேசியைப் பார்த்தார். த்ருஷ்டி இன்னும் வாட்ஸ் அப்பில்தான் இருந்தாள். ஓ! ஒருவேளை என் பதிலுக்குக் காத்திருக்கிறாளோ?''

சத்யஜித்: 'என்ன சமைக்கப் போகிறாய்?'

த்ருஷ்டி: 'ஆலு பராத்தா கோப்தா!'

சத்யஜித்: 'இப்பவே பராத்தா சாப்பிடணும் போல இருக்கு!'

த்ருஷ்டி: ‘வீட்டுக்கு வாங்க! கூட இரண்டு பராத்தா செய்தா போச்சு!’

சத்யஜித்: ‘இரண்டுதானா?’

த்ருஷ்டி: ‘அப்படினா கொஞ்சம் மைதா மாவு வாங்கீட்டு வாங்க!’

இதைப் படித்ததும் சத்யஜித் புன்னகைத்தார்.

சத்யஜித் : ‘நா ரொம்ப சாமானியன். ஆம்லெட், ரொட்டி, பழம் இதுதான் என் உணவு!’

த்ருஷ்டி: ‘சாமானியனான பெரிய மனிதர்!’

சத்யஜித் : ‘பெரிய மனிதனா?!’

த்ருஷ்டி: ‘நீங்க ஒரு ராஜா மாதிரி இருக்கீங்க! உங்க வாட்ஸஆப் உருவப் படம் திரும்பப் பாருங்க!’

சத்யஜித் ஒரு போதும் பெண்களிடம் இப்படிப் பேசியது இல்லை. கல்லூரி நாட்களில் கூடப் படிக்கும் பெண்களிடம் பேசியதும் இல்லை. அவர் படிப்பில் சுமாராக இருந்தாலும் விளையாட்டுக்களில் ஆர்வமாகத் துடிப்பாக இருந்தார். அவர், பெண்களுடன் வாட்ஸ் அப்பில் அரட்டை அடிக்கும் தன் சினேகிதர்களை வியந்து பார்ப்பார்.

த்ருஷ்டி: ‘நீங்க எப்பவும் உடல் தகுதி பற்றியே கவனம் அதிகமாக செலுத்துவீங்களா?’

சத்யஜித்: ‘ஆமாம் நீங்க?’

த்ருஷ்டி: ‘நான் சாப்பாட்டுப் பிரியை!’

சத்யஜித் உடம்பில் நாளச் சுரப்பிகள் அதிகமாகச் சுரப்பது போல உணர்ந்தார். இதுவரை எந்தப் பெண்ணிடமும் தான் இத்தனை பேசியது கிடையாதே என வியந்து கொண்டார்.

சத்யஜித்: ‘நான் ஒரு விஷயம் கேட்கலாமா?’

த்ருஷ்டி: ‘இல்லை.... என்னை எதுவும் கேட்க வேண்டாம்.’

சத்யஜித்: ‘இது ஒரு சின்ன கேள்வி. எனக்கு இந்த கேஸில் உதவும். நீ உண்மையா உள்ளதைச் சொல்லணும்!’

த்ருஷ்டி: ‘நான் பொய் பேசறேன்னு நினைக்கறீங்களா?’

சத்யஜித்: 'இல்லை அப்படி இல்லை...'

த்ருஷ்டி: 'சரி கேள்விக் கணைகளை விடுங்க!'

சத்யஜித் சிறிது நேரம் பேசாமல் இருந்துவிட்டார்.

தொலைக்காட்சியில் ஒரு நகைச்சுவைக் காட்சி ஒளிபரப் பாகிக் கொண்டிருந்தது. அவருக்கு அதை ரஸிக்கும் மனநிலை இல்லை. அவருக்கு 'கார்த்திக் கொலைச் சம்பவம் இன்னும் மனதில் ஓடிக் கொண்டிருந்தது. கைப்பேசி வாட்ஸ்ஆப் அழைத்தது. த்ருஷ்டிதான்.

த்ருஷ்டி: 'ஹலோ தூங்கிட்டீங்களா?'

சத்யஜித்: 'கார்த்திக்கிட்ட துப்பாக்கி இருந்ததைப் பார்த்திருக்கீங்களா?' தன் கேள்வியை அனுப்பினார்.

த்ருஷ்டி: 'ஆமாம்! பார்த்திருக்கேன்.' அவர் அடுத்த கேள்வியைத் தயார் செய்யும்முன் த்ருஷ்டியின் செய்தி வந்து விழுந்தது.

த்ருஷ்டி: 'நேற்று இரவு முழுவதும் நான் உறங்கவில்லை. காலையில் என்னுடைய உயிர் நண்பனின் மரணத்தைப் பார்த்தேன். மாலை என்னிடம் திருட வருகிறான் ஒருவன்...'

சத்யஜித்: 'ஸாரி த்ருஷ்டி! நான் இந்தக் கேள்விய இப்பக் கேட்டிருக்கக் கூடாது! வாட்ஸ்ஆப்பில் கேட்டிருக்கக் கூடாது! நாளைக்கு உன்னை நேரில் சந்திக்க முயற்சி பண்றேன்!'

த்ருஷ்டி: 'அது ஓகே!'

சத்யஜித்: 'எதுக்கும் கவலைப்படாதே! நான் பார்த்துக்கறேன்!'

த்ருஷ்டி: நாளைக்கு நாம சந்திக்கலாம். ஆனா இப்ப ஒரே ஒரு கேள்வி கேட்கலாமா?

சத்யஜித்: 'என்ன?!'

த்ருஷ்டி: 'அந்தக் கொலைக்காரன் என்னையும் கொன்று விடுவானா? மாலையில் வந்தவன் அவன் தானா என்னைத் தொடர்கிறானா?'

சத்யஜித்: 'இல்லை த்ருஷ்டி! அவன் உன்னை நெருங்க முடியாது! கவலைப்படாதே! நான் பார்த்துக்கறேன்.'

த்ருஷ்டி: 'நன்றி! நான் தூங்க முயற்சி செய்யப் போறேன்!'

சத்யஜித்: 'உதவி தேவைப்பட்டா எந்தநேரமும் நீ என்னைத் தொடர்பு கொள்ளலாம்! குட் நைட்!'

த்ருஷ்டி: குட் நைட்!

சத்யஜித் கை பேசியை நெஞ்சின் அருகில் வைத்தார். 'நான் பயப்படுகிறேனா? சத்யஜித் எதற்காகப் பயப்பட வேண்டும்? சத்யஜித் எதற்குப் பயப்படுகிறான்? ஒருவேளை த்ருஷ்டி! பயம் அவள் மீதா? சத்யஜித் சாப்பிட்ட தட்டுக்களை எடுத்துக் கொண்டு சமையலறைக்குச் சென்றார்.

ஸ்ரீராம் முக்கிய, முதல் குற்றவாளியாக... (சந்தேகத்துக்கு இடமான) தெரிகிறான். அவனுக்கும் திருஷ்டிக்கும் ஏதாவது தொடர்பு இருக்குமா? நான் ஏன் இந்தக் கேஸ்ல அதிகக் கவலை... குழப்பம் கொள்கிறேன்! ஏன்? கார்த்திக் அறையில் கமிஷனர் புகைப்படம் இருந்ததாலா? தெரியவில்லை? இதுவும் மத்த கேஸ் மாதிரிதான் என இருமுறை சொல்லிக் கொண்டார். தட்டுக்களை சிந்தனையுடனேயே கழுவி வைத்தார்.

சிறிது நேரம் கழித்து மீண்டும் கைப் பேசி எடுத்துப் பார்த்தபோது... திருஷ்டி இன்னும் வாட்ஸ்ஆப் பில் இருப்பது தெரிந்தது. மீண்டும் ஏதாவது செய்தி அனுப்பலாமா? சே! நானும் இன்னும் வலைதளத்தில் இருப்பது அவளுக்கும்தானே தெரியும்... நான் தொடர்பு கொண்டால் எனக்கு அவள் மீது ஆர்வம் இருப்பதாக எண்ணி விடுவாளோ?' என நினைத்தபடி வாட்ஸ் ஆப்பில் உள்ள அவளின் புகைப்படம் பார்த்தார். ''அழகாக இருக்கிறாய் த்ருஷ்டி!'' அவளுக்குக் கேட்கும் என்பது போல புகைப்படத்திடம் பேசினார்.

அடுத்து அவள் முகநூல் பக்கங்களைப் பார்க்க விரும்பி, அங்கு அவள் பெயரைப் பதிவு செய்து தேடினார். ஆனால் அவள் பதிவு கிடைக்கவில்லை 'ரொம்பவும் விநோதமா இருக்கே! ஏன் பேஸ் புக்கில் இவள் இல்லை' என எண்ணியபடி உறங்கச் சென்றார்.

அவருடைய ஒரே எண்ணம் கார்த்திக் கொலையில், ஸ்ரீராம், பிந்து, திருஷ்டி இவர்கள் அனைவரையும் தவிர்த்து யாரோ ஒரு புதியவன் குற்றவாளியாக இருப்பானோ? என்பதாக இருந்தது. ஒருவேளை அவர் மனம் த்ருஷ்டியைக் குற்றவாளியாகப் பார்க்க விரும்பவில்லை போலும்.

அதே சமயம் சென்னையில் இருந்து ஐம்பத்தைந்து கிலோமீட்டர் தொலைவில் கிழக்கு கடற்கரைச் சாலையில் உள்ள ஒரு உல்லாச விடுதியில் அரசின் உயர் அதிகாரிகள் சந்தித்தனர். வருமான வரித்துறை அதிகாரிகள், சுங்க இலாகா அதிகாரிகள், அரசியல்வாதிகள், சி.பி.ஐ.ல் இருந்து ஒரு அதிகாரி மேலும் போலீஸ் கமிஷனரும் குழுமி இருந்தனர். அந்தச் சந்திப்பு துரித கதியில்... சில மணித்துளி அறிவிப்பில் ஏற்பாடு செய்யப்பட்டிருந்தது. ஒரு நெருக்கடியான சந்தர்ப்பத்தில் இந்தச் சந்திப்பு நிகழ்கிறது.

நேரத்தை வீணாக்க விரும்பாமல் கமிஷனர் அந்தக் குழுவிடம் பேச ஆரம்பித்தார்.

''கார்த்திக்கின் மரணம் நம் அனைவருக்கும் ப்ரச்சனையை உண்டு பண்ணலாம்! கார்த்திக் நம்மைப் பற்றிய செய்திகளை வெளி நபர்களிடம் பகிர்ந்தார் என்ற சந்தேகம் எனக்கு உண்டு'' என்ற போது சி.பி.ஐ. அதிகாரி ஆமோதித்து தலை அசைத்தார். மற்றவர்கள் விஸ்கியையும் வோட்காவையும் சுவைக்கத் துவங்கினர். அவர்கள் அனைவருமே, இனி புதிய இளைஞர்களான, வியாபாரிகளை அவர்கள் அமைப்பில் சேர்த்துக் கொள்ளக் கூடாது என முடிவெடுத்தனர்.

கமிஷனர், எங்க போலீஸ் நம் கன்கிளப்பை (Gun club) நெருங்கினால் நான் மந்திரிகளின் உதவி கொண்டு கேஸை முடித்துவிடுவேன். நம் விஷயம் வெளியே கசியாமல் பார்த்துக் கொள்வேன்! என முடித்தார். அனைவரும் குடிப்பதிலும் சாப்பிடுவதிலும் மும்முரமானார்கள்.

சத்யஜித், இந்தக் கொலையாளியைப் பிடிக்க மிகத் துரிதமாகச் செயல்படுவது அவர்களுக்குத் தெரியாது.

சிறிது நேரம் கழித்து கமிஷனர் உளவுத்துறை அதிகாரி ரஞ்சித்திடம் வந்தார், கார்த்திக் கொலை பற்றி விவாதிக்க எண்ணினார்.

ரஞ்சித் இவரைப் பார்த்ததும் ''நீங்க யாரைச் சந்தேகப் படுறீங்க?'' எனக் கேட்டார்.

''இந்த அறையில் இருக்கிற யாரோ ஒருத்தர்தான்னு நெனைக்கறேன்'' என்றார். யாரையும் குறிப்பிட்டுச் சொல்ல அவர் விரும்பவில்லை.

''ஏன் அப்படி நினைக்கறீங்க?'' ரஞ்சித்.

''நம்ம இந்த க்ளப்ல கார்த்திக் மாதிரி சின்ன பிஸினஸ்மேனை

சேர்த்திருக்கக்கூடாது. அவன் நம் ரகசியங்களை விலைபேசி விட்டான்'' அதீத மனச் சோர்வுடன் சொன்னார். இந்தச் சங்கத்தில் கமிஷனர் மிகவும் துடிப்புடன் செயல்படும் ஒரு உறுப்பினர். ஆனால் இன்று அவர் எதையும் ரஸிக்கும் மன நிலையில் இல்லை.

ரஞ்சித் குடித்து முடித்து ''நம்மை பற்றி அவனுக்கு பெரிசா ஒண்ணும் தெரியாது'' என்றார்.

''இல்லை. அவன் நம்முடைய சில உறுப்பினர்களை நம் உள்கட்டமைப்பில் உள்ள பெரிய தலைகளைத் தனக்கு அறிமுகப்படுத்தும்படி, மிரட்டியிருக்கான்னு கேள்விப்பட்டேன்.

அவன் அறிவு முதிர்ச்சி இல்லாதவன். நம்முடைய செயல்பாடுகளை எப்போதும் புகைப்படம் எடுப்பான் ஞாபகம் இருக்கா?'' கேட்டார் கமிஷனர்.

'அந்தப் புகைப்படங்களை வைத்து என்ன ஸார் செய்ய முடியும்? நீங்க அநாவசியமா கவலைப் படறீங்க! வேண்டாம்'' என அவரைச் சமாதானம் செய்தார்.

''நான் இந்தக் கேஸை ஸி.பி.ஐ.க்கு மாத்திடறேன்!'' என்றார் கமிஷனர். ரஞ்சித் சம்மதம் என்ற பாவனையுடன் அங்கிருந்து வெளியேறினார்.

கமிஷனருக்கு கார்த்திக்கை நன்றாகத் தெரியும். பணம் சம்பாதிக்க அவன் என்ன வேண்டுமானாலும் செய்வான் என்பதும் தெரியும். அரசின் 'அறிவுப் பூங்கா' டெண்டர் கிடைக்க, அதில் ஜெயிக்க ஏதாவது செய்திருப்பானோ? இங்கே இருப்பவர்களில் யார் கார்த்திக்கைக் கொலை செய்திருப்பார்கள்? அவர்களை ஆராய்ந்தார்.

●●●

பகுதி – 6

சத்யஜித்தால் சரியாக உறங்க முடியவில்லை. நள்ளிரவு 2 மணிக்கு எழுந்து பால்கனியில் நின்று வெளியே பார்த்தார். அவருக்கு ஒவ்வொரு நிமிடமும் ஒரு பைக் ஒரு காரைத் துரத்திச் செல்வது போன்றே தோன்றியது.

''கார்த்திக்கும் திருஷ்டியும் காரில் போகிறார்கள். அவர்கள் ரிங் ரோடில் நுழைகிறார்கள். இரண்டு பைக் அவர்களைப் பின் தொடர்ந்து செல்கிறது. மிக அருகில் வந்து விடுகிறது. சத்யஜித் காட்சியைக் கற்பனை செய்து தனக்குள் சொல்லிக் கொண்டார்.

அவர் பால்கனியில் ஒரு நோட்டும் பேனாவும் வைத்திருந்தார். ஆவடி நகரத்தை உயரத்தில் இருந்து பார்க்கும் போது ஒரு அமைதி. அதனால் அவர் மனம் நிம்மதி ஆனது. அதனால் அவரால் எல்லாக் கோணங்களிலும் சிந்தித்துப் பார்க்க முடிந்தது.

கார்த்திக் ஏன் சரியாக அந்த நேரத்தில் ஜன்னல் கதவைத் திறக்க வேண்டும்? த்ருஷ்டிக்கு கார்த்திக்கைப் பற்றி ஏதாவது ரகசியம் தெரிந்திருக்குமா? ஸ்ரீராமிடம் நான் விசாரணை செய்ததை யார் கமிஷனரிடம் சொல்லியிருப்பாங்க? இந்தக் கொலைக்கு பைக்கில் வந்தவர்கள் எப்படித் திட்டம் வகுத்திருக்க முடியும்? சத்யஜித் மனதில் இத்தனை கேள்வியும் வந்து நின்றது. ஆனால் யார் கொலையாளி என அடையாளம் காண முடியவில்லை. அவருடைய நோக்கமே தகர்ந்து போனது. அன்றைய நாள் முழுவதையும் கண் முன் மீண்டும் ஓட்டிப் பார்த்தபோது... இதுவரை காட்சிக்கு வராத... தெரியாத நபர்கள் குற்றவாளியாகத் தோன்றியது அவருக்கு.

அடுத்த நாள் காலை 5.30 மணிக்கு எழுந்து வழக்கமான வேலைகளைச் செய்யாது, கனகா கொலை செய்யப்பட்ட மூர்த்தி

தெருவை நோக்கிச் சென்றார். பார்வையிட்டார். அவர் கனகாவைத் தாக்கியவன் எங்கிருந்து வந்திருப்பான், எவ்வளவு தூரம் பயணித்திருப்பான் என ஊகித்தார்.

அங்கிருந்து ரிங்ரோடு செல்ல முடிவெடுத்தார். ஆவடி மெயின்ரோடு வழியாக ரிங்ரோடில் நுழைந்தார். ஐந்து நிமிடங்கள்தான் ஆனது. கார்த்திக் கொலை நடந்த இடத்தில் நின்றார்.

அழகான செம்பரம்பாக்கம் ஏரிக்கு எதிரில் நின்றார். இன்னும் சூரிய வெளிச்சம் ஏரி நீர் மீது படவில்லை. ஏரியில் இருந்து வந்த சுகந்தமான வாசனையைக் காற்றில் உணர முடிந்தது. ரிங்ரோடு சமீப காலங்களில் விபத்துக்குப் பெயர் பெற்றதாக இருந்தது. அங்கு பைக்கும் கார்களும் ஒரு மணி நேரத்திற்கு 130 முதல் 150 கிலோ மீட்டர் வேகத்தில் செல்வதை வழக்கமாகக் கொண்டிருந்தன. கடந்த இரண்டு மாதத்தில் மட்டும் பதினைந்து விபத்துக்கள் நிகழ்ந்திருந்தன. அந்த விபத்துகளில் இறந்தவர்களின் குடும்பங்களை எண்ணி இரக்கப்பட்டார் சத்யஜித்.

ரிங்ரோடில் நடந்தபடி சூரிய உதயத்தைப் பார்த்தார். அவருடைய வாழ்க்கை காவல் நிலையத்தைச் சுற்றியே கழிந்தது. அவர் திருமணம் செய்து கொள்வதில்லை என்று எப்போதோ தீர்மானித்துவிட்டார். அவரின் அம்மா அவ்வப்போது திருமணப் பேச்சை எடுப்பாள். ஆனால் சத்யஜித் ஒரு முடிவில் இருந்ததால் அதை மாற்றுவது கடினம் என்பதும் அவளுக்குத் தெரியும்.

நான் செய்யும் அனைத்தும் மதிப்புடையதா? பேராசை பிடித்த சமூகத்திற்காக நான் இரவும் பகலும் ஏன் உழைக்க வேண்டும்?! பணத்திற்காக ஒருவரை ஒருவர் கொலை செய்யும் இந்த மனிதர்களுக்காக நான் ஏன் என் வாழ்க்கையை அர்ப்பணிக்க வேண்டும்?' அவர் மனம் அலை பாய்ந்தது.

சத்யஜித் பைக் நிறுத்திய இடத்திற்கு திரும்பச் சென்றார். ஒரு கூழாங்கல்லை, அவர் கை எடுத்து உருட்டியது. கொலை செய்தவன் இங்கே இருந்துதான் சுட்டு இருக்க வேண்டும்! இரண்டு இடத்திலும் கொலை செய்தவன் ஒரே ஆள்தான்' என்று எண்ணியபடி அவர் வேகமாக நடந்தார்.

'அப்படீனா நான் கனகாவிற்கும் கார்த்திக்குக்கும் தொடர்பைக் கண்டு பிடிக்க வேண்டும். அது எந்த மாதிரித் தொடர்பாக இருக்கும்? கமிஷனரின் எண்ணம் என்ன? அவர் என்ன எதிர்பார்க்கிறார்?

என்பது அவனுக்குப் புரியவில்லை. அவருக்கும் இந்தக் கொலைக்கும் சம்பந்தம் இருக்க வாய்ப்பில்லை. ஆனால் அவர் 'கன்க்ளப்' பற்றிய விவரங்கள் வெளியே கசிவதை விரும்பவில்லை. சத்யஜித் கூழாங்கல்லை ஏரியில் வீசினார்.

சத்யஜித் வீட்டிற்குத் திரும்பும் போதும் சிந்தனையில் இருந்தார். பணக்காரர்களான, கார்த்திக்கும் ஸ்ரீராமும் நிம்மதியாக வாழவில்லை. அதிகாரமும் பொறுப்பும் உள்ள கமிஷனர், தன்னுடைய அதிகாரத்தைத் தவறாகப் பிரயோகம் செய்ய முயற்சிக்கிறார்.

சத்யஜித் காவல் நிலையத்தில் நுழைந்தபோது... அவரின் சந்தோஷமான முகம் பார்த்து ''ஸார்! இன்னைக்கு ரொம்ப நல்ல மனநிலை இருக்கற மாதிரி தோணுது'' என வரவேற்றார், யோஜீத். அவரும் இன்று 7.30 மணிக்கே காவல் நிலையம் வந்து விட்டார்.

''இன்னும் இரண்டே நாளில் இந்தக் கேஸை உடைக்கலாம்! குற்றவாளியைக் கூண்டில் ஏத்துறோம், எனக்கு அப்படி ஒரு தோணல்!'' எனக் கூறினார் சத்யஜித்.

''எங்க ஸார் ஆரம்பிக்கறது?''

பக்கத்து கடையில் இருந்து அவர்கள் இருவருக்கும் டீ கொண்டு வரப்பட்டது.

''நம்ம ரிங் ரோடு கடைகளில் இருந்து கிடைத்த வீடியோ காட்சியைப் பார்க்கலாம்'' என்றார் சத்யஜித்.

''நம்ம ஐ.டி. துறைல இருக்கறவங்க 8.30 மணிக்கு வந்ததும் வீடியோ பார்த்து ஆராயலாம் ஸார்'' என்றார் யோஜித். ஜூட் உடன் யோஜித்தும் சேர்ந்துதான், வீடியோ சேகரிப்பதிலும் மற்ற விவரங்கள் சேகரிப்பதிலும் செயலாற்றினார். அதனால் இந்தக் கேஸில் போதுமான அளவு சாட்சியங்கள் கொடுத்து... சத்யஜித்தை ஆச்சரியத்தில் ஆழ்த்தலாம் என்ற நம்பிக்கை அவருக்கு இருந்தது.

''ஆமா ஜூட் எத்தனை சமத்துனு பார்க்கலாம்!'' என்றார் சத்யஜித்.

''எப்பவும் ஜூடை கலாட்டா பண்றதுன்னு முடிவே பண்ணீட்டீங்களா?'' என யோஜித் கேட்க இருவரும் சிரித்தனர்.

கொஞ்ச நேரத்தில் காவல் நிலையம் பரபரப்பானது. சத்யஜித்திடம் அவரின் கீழ் பணி செய்பவர்கள், அவரவர் கேஸ் பற்றி அதன் இன்றைய மேல் விவரம் குறித்து, அறிக்கை சமர்ப்பித்தனர்.

அதற்குள் ஜுட், ஐ.டி.அதிகாரி முகேஷை அழைத்துக் கொண்டு வந்தான். தாங்கள் ஆய்வு செய்து கண்டுபிடித்த தகவல்களுடன் விவரிக்கத் தயாராக வந்தனர்.

ஜுட் தன் பதிவுகளைக் காண்பிக்க ஆரம்பித்தான். ‘‘இது பூந்தமல்லி ஹைரோடில் உள்ள ஒரு நகைக் கடையின் தெருவைப் பாத்தபடி உள்ள காமிராவில் பதிவானது. இது ரிங்ரோடில் இருந்து ஐநூறு மீட்டர் தூரத்தில் உள்ளது என்றான். அவர்கள் அந்த வீடியோ பதிவைப் பார்த்தார்கள். ஒரு ஆடி க்யூ 7 கார் நகைக் கடையை காலை 5.25க்கு கடந்து சென்றது. ஏழு நிமிடங்களுக்குப் பிறகு.... இரண்டு பைக் அதே இடத்தைக் கடந்து சென்றது. அடுத்த வீடியோ ஒரு வங்கியின் பாதுகாப்பு காமிராவில் பதிவானது. இது அதே தெருவின் மறுபக்கத்தில் இருந்து பதிவானது. அது கார்த்திக் கார் எனத் தெரிந்தது. இரண்டு பைக்குகள் ரிங் ரோடில் அவர்களைத் தொடர்வதும் தெரிந்தது. அவர்கள் மேலும் ஏதாவது வண்டி அந்தத் தெருவில் வருகிறதா எனத் தெரிந்து கொள்ள கண்காணித்தனர். ஆனால் 6 மணி வரை ஒரு வண்டி கூட அந்தத் தெருவில் வரவில்லை!

‘‘இந்த பைக்கின் ரெஜிஸ்ட்ரேஷன் நம்பர் கண்டு பிடிக்க ஏதாவது வழி உண்டா?’’ சத்யஜித் கேட்டார். ஜுட் பரபரப்பாக முகேஷிடம் இன்னொரு வீடியோ பதிவை போடச் சொன்னான். அதில் ஒரு மோட்டார் சைக்கிள் ஒரு ரொட்டிக் கடையின் முன் நின்றது. அதை மெதுவாக ஓட்டி ஒரு குறிப்பிட்ட இடத்தில் நிறுத்தினார் முகேஷ். ‘‘இது ஒரு பைக்கின் எண் 5.20க்கு ரிங்ரோடில் இருந்து இரண்டு கிலோ மீட்டர் தூரத்தில் உள்ளது, இந்தக் கடை’’ ஜுட் விவரித்தான். முகேஷ் அதன் எண் பலகையை பெரிதாக்கிக் காட்டினார். அதன் எண் தெளிவாகத் தெரிவதற்காக.

இதைப் பார்த்த சத்யஜித்தின் முகம் பில்டர் காபி குடித்தது போல பிரகாசமானது. அவர் கண் முன் ஒரு சாட்சி மின்னியது. ஜுட் தன் எல்லைகள் தாண்டிய ஒரு ஆய்வு செய்திருக்கிறான் என சத்யஜித் மகிழ்ந்தார். ‘‘நான் நினைத்த மாதிரி நீ இல்லை’’ என பாராட்டினார்.

ஜுட், யோஜித்தைப் பார்த்து புன்னகைத்தபடி ‘‘நன்றி ஸார்’’ என்றான்.

‘‘ஆனா நீ இன்னும் சுறுசுறுப்பா இருக்கலாம்! இதற்குள் அந்த பைக் எண்ணை வைத்து அவன் முகவரியும் கண்டு பிடித்திருக்கலாம்’’ சத்யஜித் தன் மீசையை முறுக்கியபடி சொன்னார்.

‘‘இருக்கு ஸார்!’’ என்றபடி

ஜுட் தன் கோப்பில் இருந்து ஒரு காகிதம் எடுத்துக் கொடுத்தான். அதில் முகவரியும், அதற்கான வழித்தட வரைபடமும் இருந்தது.

யோஜித், பாராட்டும்விதமாக அவனைத் தோளில் தட்டி ‘‘நல்ல வேலை நீ சரியாகச் செய்தாய்’’ என்றார்.

சத்யஜித் அந்த முகவரியை எடுத்துக் கொண்டு யோஜித்தைப் பார்த்தார். ‘‘ஜுட் சத்யஜித் இடம் இருந்து பாராட்டை எதிர்பார்த்தான்.

‘‘இன்னும் என்ன சேகரிச்சிருக்கே?’’ சத்யஜித் கேட்டார்.

‘‘ஸார் கைப்பேசி அழைப்பு பற்றிய விபரங்களும், அதன் எண்களும் நாளை காலை அல்லது மாலை கெடச்சிடும்’’ பதிலளித்தான் ஜுட். சத்யஜித் வேகமாக எழுந்தார்.

‘‘யோஜித் இன்னும் எதற்காகக் காத்திருக்கணும்? வா! போகலாம்’’ என அறையை விட்டு வெளியேறினார். பின் திரும்பி ஜுடைப் பார்த்து ‘‘நல்ல பணி ஜுட். இன்று போல் என்றும் இரு!’’ எனப் பாராட்டினார். ஜுட் மகிழ்ச்சி அடைந்தான்.

அந்த முகவரி ஆவடியில் இருந்து பதினைந்து கிலோமீட்டர் தாண்டி தண்டலம் என்ற இடத்தில் இருந்தது.

அங்கு பத்துக்கும் மேற்பட்ட பொறியியல் கல்லூரிகள் இருந்தது. அதனாலயே அங்கு பைக் ஓட்டும் போட்டிகள் அதிகம் நடைபெற்றன.

சத்யஜித்தும், யோஜித்தும் குறிப்பிட்ட முகவரியை அடைந்தனர். அது ‘யோ பைக்ஸ்’ என்ற பந்தய வண்டிகளைத் தயார் செய்யும் நிறுவனமாக இருந்தது. அந்த நிறுவனம் இரண்டாகப் பிரிக்கப்பட்டிருந்தது. ஒரு பாதியில் சுமார் இருபது பைக் வண்டிகள் நின்றது. அவை ஓட்டப் பந்தயத்திற்கான வண்டியாக மாற்ற அல்லது மேம்படுத்த வேண்டியவை. இன்னொரு பக்கம் ‘பைக் வண்டிகளில்’ சிலர் சாகசம் செய்து பழகிக் கொண்டிருந்தனர். சத்யஜித்

சென்னையின் வெளிவட்டத்தில் இப்படி ஒரு இடம் இருப்பதை இன்றுவரை அறியவில்லை.

அவர்கள், முடியை குதிரைவால் போல் கட்டி, ஹோண்டா ஸி.டி.ஆர். வண்டியில் அமர்ந்து சாகஸத்துக்குத் தயாரான ஒரு மனிதனைக் கண்டனர். அவனை நெருங்கி அந்த இடத்தின் உரிமையாளர் பற்றிக் கேட்டனர். அவன் தன் தலைக்கவசத்தை அணிந்தபடி அங்கு வேலை செய்து கொண்டிருந்த மெக்கானிக்கைச் சுட்டிக் காட்டினான்.

அவர்கள் அடுத்த கேள்வி கேட்கும் முன் அவன் வண்டி சீறிப் பாய்ந்தது. ஒரு குளிர்பான குப்பியை நசுக்கியபடிச் சென்றது.

''நம்ம எங்க இருக்கிறோம்,'' வியந்தபடி யோஜித்தைக் கேட்டார். பைக் பழுது பார்ப்பதும், அதை ஓட்டப் பந்தய வண்டியாக மாற்றுவதும் இத்தனை பெரிய வியாபாரமா? இத்தனை வளமான தொழிலா?! வியந்தார். அவர் சட்டத்திற்குப் புறம்பான பைக் ஓட்டப் பந்தயங்களை பற்றிக் கேள்விப் பட்டிருந்தார். சில சமயம் தேசிய நெடுஞ்சாலையில் நடக்கும். சில சமயம் போக்குவரத்து அதிகம் உள்ள ரோடுகளிலும் கல்லூரி மாணவர்கள் பந்தயம் வைத்து ஓட்டுவார்கள் என்று காவல் நிலையத்தில் காவலர்கள் பேசுவதைக் கேட்டிருக்கிறார். ஆனால் இது பைக் ஓட்டப் பந்தயம் இல்லை. இவர்கள் பைக்கில் சாகசங்கள் செய்கிறார்கள். சென்னையில் இப்படி பைக் சாகசங்கள் கற்றுக் கொடுக்க ஒரு இடமா?

''இது ஏதோ ஹாலிவுட் படம் மாதிரி இருக்கு!'' யோஜித் பதில் சொன்னார்.

''நம் கவனம் சிதறக் கூடாது வா! முதலில் இந்த இடத்தின் மேலாளரைச் சந்திப்போம்'' என்று அந்த பைக் ஓட்டி காட்டிய திசையில் சென்றார் சத்யஜித்.

அவர்கள் அருகில் சென்றபோது மெக்கானிக்குகள் பைக்குகளை நெருக்கி அடித்து அதன் யந்திரங்களைச் சரி செய்வது கேட்டது. அந்த இடம் மேத்யூ என்பவருக்குச் சொந்தமானது. அவருக்கு பைக் பந்தயத்தில் அதிக ஆர்வம் உண்டு.

அவர்கள் மேத்யூஸ் அருகில் சென்றபோது... அவர் ''நீங்க எதுக்காக வந்தீங்க! அநாவசியமா நேரத்தை வீணாக்காம சொல்லுங்க?'' தன்னுடைய பாதுகாப்புக் கண்ணாடியை மேஜை மீது வீசியபடி கேட்டார்.

சத்யஜித் இத்தகைய ஆரம்பத்தை எதிர்பார்க்கவில்லை. ஆனால் எந்தக் காரணமும் இல்லாமல் காவல்துறை அதிகாரிகள் வருவதில்லை என்பது அனைவரும் அறிந்ததுதான்.

''எங்களுக்கு ஒரு கொலைக்காரனைக் கண்டுபிடிக்க.... உங்கள் உதவி தேவை!'' சத்யஜித் பணிவாகச் சொன்னார்.

''எனக்கு இப்ப நேரம் இல்லை'' மேத்யூ அலட்சியமாகச் சொன்னார்.

''இந்தக் கேஸ்ல... குற்றவாளி உங்களுக்கு தெரிஞ்சவன்! அவன் இங்கதான் பயிற்சி எடுத்திருக்கான்னு நான் சொல்றேன்'' சத்யஜித்.

மேத்யூ இதைக் கேட்டதும் தன் கை உறைகளைக் கழட்டினார். அவருக்காகக் காத்திருந்த ஒரு பைக் ஓட்டியைப் பார்த்தார். அருகில் சென்று அவருக்கு சில வழிமுறைகள் சொல்லிக் கொடுத்துவிட்டு இவர்களிடம் வந்தார்.

''மாத்யூ உன் பிஸினஸைக் கெடுக்க நான் இங்கு வரவில்லை. இத்தனை பெரிய இடத்தை நிர்வாகம் பண்றே! உங்கிட்ட இதற்கான (சட்ட ரீதியான) பத்திரப் பதிவு இருக்கும்னு நினைக்கறேன்'' சத்யஜித் சுமுகமாகவே கேட்டார்.

''நீங்க ஏன் நேராக உங்களுக்கு என்ன உதவி வேணும்னு சொல்லக்கூடாது?'' மேத்யூ கேட்டார்.

ஒரு மெக்கானிக் பல்ஸார் – 220யை பலமாக அடித்துக் கொண்டிருந்தார். சத்யஜித் அந்த சப்தத்தை பொருட்படுத்தாமல், விவரிக்கத் தொடங்கினார்.

''நேற்று ஆவடியில் இரண்டு கொலைகள் நடந்தது. இரண்டு கொலைகளையும் செய்தவன் பைக்கில் வந்தவன்!''

''மாத்யூ சுவாரஸியம் இல்லாது கேட்டுக் கொண்டிருந்தார்.அவரால் சத்யஜித் முடிக்கும் வரை பொறுமை காக்க முடியவில்லை.

''என்ன சொல்றீங்க? இங்க இருக்கறவங்கதான் பைக் வச்சிருக்காங்களா? பைக் யார் வேணாலும் ஓட்டலாம்... வாங்கலாம்!'' கோபமாகக் கத்தினார்.

சத்யஜித் ஏதோ சொல்ல ஆரம்பித்தார். ஆனால் சட்டென நிறுத்தி அங்கு இருந்த மெக்கானிக்கைப் பார்த்து கோபமாகச் சொன்னார்.

''இப்ப இந்த சப்தத்தை நிறுத்தணும். இல்லை... நான் அத்தனை பைக்கையும் போலீஸ் ஸ்டேஷனுக்கு இழுத்துட்டுப் போயிடுவேன்!

இப்போது மாத்யூ பயந்து தன் செயலுக்கு வருந்தினார். அவர் எதுவும் பேசும் முன்பாக ''நீங்க எங்க விசாரணைக்கு ஒத்துழைக்க மறுத்தா.... கொலைகாரனுக்கு பைக் கொடுத்த குற்றத்திற்காக ஜெயில்லதான் இருப்பீங்க!'' எனக் கத்தினார் சத்யஜித். இப்போது மாத்யூஸ் சத்யஜித்தையும் யோஜித்தையும் தன்னுடைய அலுவலக அறைக்கு வந்து பேசும்படிக் கெஞ்சினார். அவர்களின் விசாரணைக்கு ஒத்துழைப்பதாக, சத்தியம் செய்தார். பரஸ்பர அறிமுகத்திற்குப் பிறகு... யோஜித் ஆவடியில் நடந்த திருட்டுகளைப் பற்றி சொல்ல ஆரம்பித்தார்.

''ஆவடியில் தொடர்ந்து சங்கிலி பறிப்பு நடைபெறுகிறது! எல்லா கேஸ்லயும் திருடன் கண்ணிமைக்கும் நேரத்தில் தப்பி விடுகிறான். அத்தனை வேகம்! யாரும் அவனைப் பார்க்க முடியவில்லை. இன்னும் முக்கியமான விஷயம், அந்த வண்டியில் நம்பர் ப்ளேட் இல்லை! ஒருமுறை நாங்க கே.டி.எம்.200 பைக் ஓட்டிச் சென்றவனை துரத்திச் சென்றோம்''.

சத்யஜித் பொறுமை இழந்து விட்டார். ''திருட்டுத் தொழில் செய்ற பைக்காரன் யாரையாவது தெரியுமா? இதுதான் என் முதல் கேள்வி'' என்றபோது...

மேத்யூவிற்கு எரிச்சலாக இருந்தது. ஆனால் சத்யஜித்திற்கு ஒத்துப் போவதே நல்லது என தன் மனதை தேற்றிக் கொண்டு....''ஒரு விஷயம் தெளிவாகத் தெரிஞ்சுக்கங்க.... நான் இங்க திருட்டுக்குப் பயிற்சி கொடுக்கலை! இங்க பைக் ரேஸ்ல ஆர்வம் உள்ளவங்களும் வராங்க.... பைக்ல சாகஸம் செய்ற ஆர்வம் உள்ளவங்களும் வராங்க... நான் அவங்க விருப்பபடி பைக்கை மாற்றிக் கொடுக்கறேன்! அவங்க ரெண்டிலும் பயிற்சி கொடுக்கறேன்! நான் குற்றவாளிகளோட வேலை செய்யறதில்லை உங்க கேள்விக்கு இதுதான் பதில்.''

சத்யஜித்திற்கு, இந்த பைக் திருடர்களின் செயல்படும் விதம் அவர்களின் 'செயல்திறன்' அறிய வேண்டியது முக்கியம் என்பது தெரியும். அதனால் தானும் மாத்யூவை எரிச்சலடையச் செய்யாமல், அவரோடு ஒத்துப் போவதே நல்லது எனத் தீர்மானித்தார். மாத்யூவிடம் இருந்து இந்தக் கேள்விக்குத் தேவையான செய்திகளைப் பெறவேண்டும்.

''நான் அந்தத் திருடனை அவனுடைய இரண்டாவது திருட்டில்

பிடித்திருக்க வேண்டும். ஆனால் அவன் பைக்கை மிகச் சுறுசுறுப்பாக இயக்கித் தப்பிவிட்டான். நான்கு அல்லது ஐந்து முறை நானும் கவனித்தேன். பைக் திருடன் தன் செயலை முடித்ததும் நேராகப் போகாமல், துரிதகதியில் 'யு' வளைவில் சென்று மறைந்துவிடுகிறான். எப்படி அது சாத்தியமாகிறது, அது எப்படி முடியுதுனு சொல்லுங்க!'' கேட்டார்.

''இங்கே பைக்கில் நிறைய சாகசங்கள் செய்ய பயிற்சி அளிக்கிறோம். அதுல சக்கரங்களில் சாகஸம் (Wheelise) புகைவிடும் சாகஸம் (burnout) பாதை மாறும் சாகஸம் (Drifting) இதில் தனி பாதை இருக்கு. டிரிப்டிங் பண்றவங்க இந்தப் பாதையைச் சுற்றிச் சுற்றி வருவாங்க! பாதையை சட்டென மாற்றித்தான் அந்தச் சுற்றை முடிக்கணும்.'' மேத்யூ விவரித்தார்.

சத்யஜித்திற்கு எதுவும் புரியவில்லை. அவர் யோஜித்திற்கு ஏதாவது புரிந்ததா என அவர் முகத்தை பார்த்தார். இருவருக்கும் விளங்கவில்லை என மாத்யூ புரிந்து கொண்டார். தன் ஐ பேடை எடுத்து மூன்று சாகஸங்கள் அடங்கிய வீடியோ காட்சிகளைக் காட்டினார். ''ஒரு பைக்குக்கு வீலிங், பர்ன்அவட், டிரிப்டிங், மூணும் தெரிஞ்சா குறிப்பாக டிரிப்டிங் (வேகமாக பாதை மாறுதல்) தெரிஞ் சா... சரியாக அந்த டெக்னிக் தெரிஞ்சா ஒரு வினாடில 'யு' வளைவு எடுக்க முடியும் ஸார்''

சத்யஜித் திகைத்து ''நீங்க இதெல்லாம் கற்றுக் கொடுக்கறீங்களா?!'' கேட்டார்.

''கிரிக்கெட், கால்பந்து போல் இதுவும் ஒரு விளையாட்டுதான் ஸார்'' என்றார் மேத்யூ.

''அவன் தன் எதிரியை எப்படி விழ்த்துகிறான்! என்ன நினைக்கறீங்க?''

மாத்யூ சிறிது சிந்தித்தார். அவனுக்கு அவள் வரும் நேரம் தெரிந்திருக்க வேண்டும். அவன் பைக்கை சப்தமில்லாது நிறுத்திக் காத்திருப்பான். அந்த இடத்தில், இந்த மாதிரி பைக் எல்லாமே, பதினைந்து நொடியிலயே முதல் கியர் அல்லது இரண்டாவது கியர்லயே, மணிக்கு 45 கிலோமீட்டர் வேகத்துல கிளம்பிடும். அவன் பார்த்ததுமே வேகமாகச் செயல்பட முடியும்.

மாத்யூ இப்போது அவர்களுக்கு சில சாகச வீடியோ பதிவுகளைக் காட்டினார். அமர்ந்தபடி ஒரு சக்கரத்தில் வண்டி ஓட்டும் பதிவு,

நின்றபடி ஒரே பின்சக்கரத்தால் மட்டும் ஓட்டும் பதிவு, உயரத்தில் எழும்பி ஓட்டும் பதிவு கைகளை விட்டு கால்களால் மட்டும் ஓட்டும் பதிவு இருந்தது. மாத்யூ சொன்னார். ''இப்படி கைகளால் வண்டியைப் பிடிக்காமல் ஓட்டி வருவதைத் பார்த்தாலே, வயதான பெண்கள் மிரண்டு விடுவார்கள். இவர்களுக்கு நகை திருடுவது சுலபமாகிவிடும்.

மாத்யூ இருவர் முகத்தையும் பார்த்தார். அவர்கள் முகம் குழப்பத்தில் இருந்தது. அவர்கள் பதிலுக்குக் காத்திராமல் அவர் தொடர்ந்தார். திருட்டுக்குப் பிறகு தப்பிக்க வேமாகச் சுழன்று திரும்புவது, மற்றவர்களைத் திணற அடிக்கும், மேலும் இது அதிகப்புகையைக் கிளப்பும். எல்லாமே ஒரே நிமிடத்தில் நிகழும். சத்யஜித்தால் நம்ப முடியவில்லை. அதனால் சற்றுக் கிண்டலாக... ''ரொம்ப சுவாரஸியமா... ஆச்சரியமா இருக்கு! சென்னையில் இருந்து 25 கிலோமீட்டரில்தான் இருக்கறமா? பயிற்சி இல்லாத மனிதன் இதைச் செய்ய முடியுமா?'' கேட்டார்.

''கண்டிப்பா முடியாது ஸார்! கடுமையான பயிற்சிக்குப் பிறகுதான் முடியும். இத்தனை திறமையை சமூக விரோதச் செயலுக்கு வீணாக்குறாங்க சிலபேர், இந்தக் குற்றவாளியும் அவர்களில் ஒருவன்!'' மேத்யூ வருத்தமாகச் சொன்னார்.

சத்யஜித் கார்த்திக் கொலை பற்றிச் சொல்ல ஆரம்பித்தார். பிறகு அவர்கள் கண்டுபிடித்த பைக் எண்ணைக் கொடுத்து அது யாருடையதாக இருக்கும் எனத் தேடச் சொன்னார். மாத்யூ தன் கணினியில் பைக் வாடகைக்கு எடுத்தவர்களின் பட்டியலில் தேடினார். ''அந்த பைக், டியூக் – 200, எங்க சங்க அங்கத்தினர் மூலம் 'பிக்பில்ட் கார்ப்பரேஷன்' எடுத்திருக்கிறது'' இருவரிடமும் பதிவைக் காண்பித்தபடி சொன்னார்.

''யார் பெயரில் எடுத்திருக்கு?''

''ஸ்ரீராம், மே மாதம் 19ம் தேதி 2017ல் எடுத்திருக்கார்'' என்றபடி கீழே இருந்த விலாசத்தை அவர்களிடம் தெரிவித்தார்.

இன்னும் அவரிடம் தான் இருக்கா?' யோஜித் கேட்டார். அவர்கள் ஸ்ரீராம் பெயரை இங்கே எதிர்பார்க்கவில்லை. ஆனாலும் அவர்களின் முதல் சந்தேகம் அவர் மீதுதான் இருந்தது. அவர்களுடைய கழுகுப் பார்வையில் ஸ்ரீராம் எப்போதும் இருந்தான். அவனுக்கு எதிரான சந்தேகத்தை இந்தச் சாட்சி வலுப்படுத்தியது.

மாத்யூ தன் கணினியைப் பார்த்து.... ‘‘ஆமாம் இன்னும் அவரிடம்தான் இருக்கு’’ என்றார்.

யோஜித் அடுத்த கேள்வியைக் கேட்குமுன் மேத்யூ குறுக்கிட்டார். ‘‘யார் பைக் வாடகைக்கு எடுத்தாலும் குறைந்தபட்சம் ஒரு வாரமாவது வைத்திருப்பார்கள். ரேஸுக்கு போவதற்கு முன் மூன்று நாள் பயிற்சி எடுக்க நாங்க வற்புறுத்திச் சொல்வோம்! சிலர் பத்து நாள் எடுப்பாங்க.... அதுதான் அவங்களுக்கு லாபம். நண்பர்கள் சேர்ந்து எடுத்து அதன் வாடகையைப் பகிர்ந்துக்கலாம், வாடகைத் தொகை சற்று அதிகம்தான்!’’

‘‘எப்படி’’

‘‘பைக் எடுக்கும் போது வைப்புத் தொகை அதிகம்... வாடகை அதிகம், இரண்டு மூன்று நண்பர்கள் சேர்ந்து எடுத்தா இதைப் பகிர்ந்துக்கலாம்!

வைப்புத் தொகை பைக் திரும்பியதும் கொடுத்து விடுவோம். ஆனா பைக் எந்தவிதச் சேதாரமும் இல்லாம திரும்பி வந்தாதான்...’’ சொல்லியபடி தன் கணினியை தள்ளி வைத்தார்.

மேஜை மீது ஹார்லிடேவிட் சன்னின், சிறிய பொம்மை இருந்தது. சத்யஜித் அதைக் கையில் எடுத்துப் பார்த்தபடி சொன்னார். ‘‘உங்க உறுப்பினரைப் பாதுகாக்க நினைக்காதீங்க’’

மேத்யூ ‘‘இல்லை ஸார் நான் உங்ககிட்ட எல்லாமே உண்மைகளைச் சொல்றனே’’ எனத் தன்னைக் காப்பாற்றிக் கொள்ளும் விதமாகச் சொன்னார்.

சத்யஜித் சிறிது சிந்தித்தார். யோஜித்திற்கு எந்தக் கேள்வியும் கேட்கத் தோன்றவில்லை. ஒரு ‘தண்டர் பர்ட்’ (Thunder bird) பைக் மேலிருந்து தொங்க விடப்பட்டிருந்தது. அதைப் பார்த்தார். அவர்களுக்கு தேநீர் வழங்கப்பட்டது. அதை உறிஞ்சியபடி, சத்யஜித், அங்கிருந்த மேத்யூஸின் அறிவிப்பு பலகையைப் பார்வையிட்டார்.

அந்த மாதத்தின் பயிற்சிப் போட்டியில் முதன்மை யானவர்களின் புகைப்படம் அதில் இருந்தது. மேத்யூ, இந்தியாவிலும், வெளிநாடுகளிலும், பைக் சாகசப் போட்டிகளின் நடுவராகப் பங்கேற்ற புகைப்படங்களும் இருந்தது. சத்யஜித்திற்கு, இந்த இடத்தில் இத்தனை பெரிய சாதனை... உலக அளவில் உருவாக்கிய மாத்யூ

மீது ஒரு நல்ல எண்ணம் உருவானது. தேநீரை முடித்துவிட்டு... ''பைக் எடுப்பவர்கள், எதற்காக எடுக்கிறார்கள், என்ற காரணம் எழுதுவார்களா?''

மாத்யூ மீண்டும் கணினியைப் கவனமாகப் பார்த்தார். ''சொந்த உபயோகத்திற்காக'' என்று இருக்கு ஸார்'' என்றார்.

சத்யஜித் மாத்யூ அருகில் வந்து அமர்ந்தார். ''நான் இந்தக் கேஸை முழுவதும் விளக்கமாகச் சொல்றேன். (முழுவதும் கேட்டுட்டு உங்க அபிப்ராயம் சொல்லணும்) ஆனா நீங்க ரொம்ப ரகஸியமாக வைக்க வேண்டிய விஷயம். எங்கயும் கசியவிடக்கூடாது.

மாத்யூ அவரின் முகபாவம் கண்டு.... அவரின் மரியாதை கண்டு ஆச்சரியமடைந்தார். ''சொல்லுங்க ஸார்'' என்றார்.

சத்யஜித் 'கார்த்திக்' கொலை கேஸை விவரித்தார். த்ருஷ்டி இவரிடம் சொன்ன அத்தனை விவரங்களையும் சொன்னார்.

''இது ரொம்ப சாதாரணம் ஸார். இதுக்கு பைக் சாகஸங்கள் தெரியணும்னு அவசியம் இல்லை. யார் வேணாச் செய்யலாம் ஸார்!'' உடன் பதில் சொன்னார் மேத்யூ.

''அப்ப அந்த பைக்ல வந்தவங்க தப்பு செய்யலைனு வைச்சா காலைல 5.30 மணிக்கு அவங்க ஏன் ரிங்ரோட்ல போகணும்?'' சத்யஜித் யோஜித்தைப் பார்த்தபடிக் கேட்டார்.

மாத்யூ தன் தேநீரை முடித்து.... கோப்பையை மேஜைமீது வைத்தார். பிறகு பல பிம்பங்கள் இருந்த சுவரை நோக்கி நடந்தார். இருவரும் அவரைத் தொடர்ந்தனர். மாத்யூ சுவரைப் பார்த்தபடி விவரித்தான். இரண்டு விதமான பந்தயங்கள் நம் ஊரில் நடைபெறுகிறது.

ஒன்று போக்குவரத்து நெரிசலான சாலையில் பின்னால் ஒருவர் அமரக்கூடிய வண்டியை ஓட்டிச்செல்வர். இரண்டாவது, ரிங்ரோடு மாதிரியான ரோடு, அல்லது தேசிய நெடுஞ்சாலையில் அதில் ஜனநடமாட்டம் இல்லாத நேரத்தில் இந்த மாதிரி அதிகாலை 5.30 மணி ரொம்ப சரியான நேரம்... பந்தயம் ஓட்டிச் செல்வார்கள். மாத்யூ சட்டத்திற்குப் புறம்பான பந்தயங்களின் புகைப்படமும், நிர்வாகத்தால் நடத்தப்பட்ட பந்தயங்களின் புகைப்படமும் சுவரில் ஒட்டி வைத்திருந்தார். யோஜித் அதை ஆழமாகப் பார்த்தார்.

''இது சாதாரண விஷயம்தானா?''

''ஆமாம் அதிகாலையில் இந்த மாதிரி சாகஸங்கள் செய்வது... ஆளில்லாத தெருவில்... அவங்களுக்கு பாதுகாப்பானது'' மாத்யூ.

''இந்தத் துப்பாக்கி எடுத்துக்கங்க எப்படி பைக்ல வந்து சுடமுடியும்னு பாக்கலாம்! இதில் குண்டுகள் இல்லை!'' சத்யஜித் சொல்லியபடி மாத்யூ முன்னால் தன் துப்பாக்கியை வைத்தார். மாத்யூ திகைத்தார். ஆனால் சத்யஜித்திற்கு இதெல்லாம் பெரிய விஷயம் இல்லை என்பது மேத்யூவிற்குப் புரிந்தது. சத்யஜித் பெரிதாக எதுவும் எதிர்பார்க்கவில்லை. ஆனால் பைக்கில் வந்து காரில் செல்பவனை எப்படிச் சுடமுடியும்... முடியுமா? கொலை எப்படி நடந்தது என்பதை அறிய விரும்பினார்.

சத்யஜித் காரை தானே ஓட்ட முடிவு செய்தார். யோஜித்தையும் மாத்யூவையும் உள்ளே அமரச் சொன்னார். மாத்யுவின் மாணவன், அவரிடம் சாகசப் பயிற்சி பெறுபவன், சத்யஜித்தின் துப்பாக்கியுடன் காரில் இருந்து ஐநூறு மீட்டர் தூரத்தில் நின்றான்.

''உங்க துப்பாக்கிய கொடுத்திருக்கணுமா?'' யோஜித் கேள்வியாகக் கேட்டார்.

''எனக்குள்ளே என் மூளையில் ஒரு பெரிய... போரே நடக்குது ..... எனக்கு உடனே குற்றவாளியைப் பிடிக்க வேண்டிய நிர்ப்பந்தம். எனக்கு உடனே விடை வேணும்!'' சத்யஜித் பதட்டமாகச் சொன்னார்.

சத்யஜித் காரை ஓட்டத் துவங்கினார். மாத்யூ பைக்கில் பின் தொடர்ந்தவனை கைப்பேசி மூலம் வழி நடத்தினார். சத்யஜித் மணிக்கு 60 கிலோமீட்டர் வேகத்தில் ஓட்டத் துவங்கினார். யோஜித் பைக்கில் வருபவனின் வேகத்தைக் கவனிக்கத் திரும்பிப் பார்த்தார்.

அவன் முன் சக்கரத்தை உயர்த்தி வேகமாகப் புறப்பட்டான். ரோட்டில் மிக அதிவேகம் எடுத்தான். ஒரு நிமிடத்தில், அவன் சத்யஜித்தின் க்ாரின் பின்னால் வந்துவிட்டதை, தன் காரின் கண்ணாடியில் பார்த்தார். அதைப் பார்ப்பவர்கள் அதை சாகஸம் என்றும் மிக வேகமாக ஓட்டிச் செல்கிறான் என்றுதான் நினைப்பார்கள். சத்யஜித் தன் பக்க ஜன்னல் கதவைத் திறந்தார். பைக்கில் வந்தவன் இரண்டே வினாடியில் அருகில் வந்து தன் காலை அவன் வண்டியின் இருக்கையில் வைத்துக் கொண்டு இரண்டு கைகளாலும் துப்பாக்கியை, சத்யஜித்தை நோக்கிப் பிடித்தான். சத்யஜித் அவன் செயல்படும் பாங்கைக் கவனித்தார். ரொம்ப சுலபமாக அவரை நோக்கித் திரும்பி மிகச் சுலபமாக இரண்டு கையாலும் துப்பாக்கியை இயக்கிய நேரத்தை யோஜித் கணக்கிட்டார். பைக்கில் திரும்பி

சத்யஜித்தை நோக்கி துப்பாக்கியை ஏந்த ஐந்து வினாடிகள்தான் ஆனது. பைக் இருக்கையில் கால்களை மடக்கி தேசிய நெடுஞ் சாலையில் அடிக்கும் காற்றை எதிர்த்து துப்பாக்கி ஏந்துவது மிகவும் கடினம்.

இப்படி வேகமாகச் செயல்பட துப்பாக்கியிலும் பழக்கம் இருக்க வேண்டும், பைக் சாகஸங்களிலும் தேர்ச்சி பெற்றிருக்க வேண்டும்.

இந்த முழு நிகழ்வும் பார்த்து யோஜித் வியர்வையில் குளித்தார். சத்யஜித் காரின் பிரேக்கை அழுத்தினார். மேத்யூ இந்நிகழ்ச்சி எப்படி நிகழ்ந்தது சாத்தியம் என சாத்யாஜித்திடம் விவரித்தார்.

''ஒரு மனிதனை இப்படிச் சுட்டுக் கொல்வது ரொம்ப சுலபம் ஸார்! எப்ப... எங்கே கொல்றதுங்கறது தெளிவா இருக்கணும்'' என்றார் மேத்யூ.

அவர்கள் உடனே அங்கிருந்து புறப்பட்டு, ஸ்ரீராமைச் சந்திப்பது என முடிவெத்தனர்.

சத்யஜித் மாத்யூவிடம் கை குலுக்கினார். ''நீங்க எங்களை மேலும் குழப்பீட்டீங்க! ஆனா அதுவும் நல்லதுதான்'' என்றார்.

மாத்யூ முதலில் தான் மரியாதை இல்லாமல் நடந்து கொண்ட விதத்தை எண்ணி மன்னிப்புக் கேட்டார். ''எப்போது உங்களுக்கு என் உதவி தேவைப்பட்டாலும் வரலாம்'' என உறுதியும் அளித்தார்.

அவர்களுக்கு விடை கொடுக்கும்போது... ''ஸார் நாங்க சாகஸ நிகழ்ச்சிகள் செய்யும்போது சொல்றேன்... நீங்க கண்டிப்பா வரணும்! நீங்க அதை ரஸிச்சு சந்தோஷப் படுவீங்க'' என்றார் மாத்யூ.

அவர்கள் யோபைக் நிறுவனத்தைவிட்டு வெளியே வந்ததும், அடுத்து ஸ்ரீராமைச் சந்திக்க வேண்டும் என முடிவெடுத்தனர். சத்யஜித் மனதில் ஆர்வம் மிகுந்தது. 'இது ஒரு முக்கியமான சந்திப்பு? என பரபரப்புடன் தனக்குள் சொல்லிக் கொண்டார்.

ஆரம்பக் கட்ட விசாரணைகள் முடிந்தது.

''உனக்கு எதிரா பலமான சாட்சி வேணும்னு சொன்னேல்ல வர்றேன்! இந்தச் சாட்சியை உன்னால தாங்க முடியுமா? என்னோட மேலதிகாரியைக் கூப்பிடுவியா? ஸ்ரீராம் நான் வர்றேன் உன்னைப் பிடிக்க மனதில் பேசியபடியே வந்தார் சத்யஜித். ஆவடி சந்திப்பும் வந்தது.

●●●

பகுதி – 7

யோஜித் அழைத்தபோது... ஸ்ரீராம் வீட்டில் இருந்தார். அவரின் பங்களா பூந்தமல்லி ஹைரோடில் இருந்தது. ரிங்ரோடிற்கும் சமீபமாக இருந்தது. சத்யஜித் பங்களாவில் நுழைந்ததும், தோட்டத்தில் 'டிரையம்ப் ராக்கெட் III' ஹார்லி டேவிட்சன் திணீமீ ஙிஷீதீ, இரண்டு ராட்சத பைக்குகள் இருப்பதைக் கவனித்தார். மேலும் கேட் அருகில் ஒரு பி.எம்.டபிள்யு x 6 காரும் நின்றது.

ஸ்ரீராம் இருவரையும் வரவேற்று கை குலுக்கினார்.

''உங்களுடைய புலனாய்வு எப்படிப் போகிறது?''

''குற்றவாளியை நெருங்கி விட்டோம்'' பிடித்து விடுவோம்!. ஸ்ரீராமின் கண்களைப் பார்த்தபடி யோஜித் சொன்னார்.

ஸ்ரீராம் அவர்களை வீட்டிற்குள் அழைத்தார். ''எனக்குத் தெரிந்த எல்லா விஷயங்களும் நான் சொல்லீட்டேன்! இன்னும் உங்களுக்கு என்ன வேணும்?!'' கேட்டார்.

சத்யஜித்தும் யோஜித்தும் இதற்கு எந்தப் பதிலும் சொல்லவில்லை. ஸ்ரீராமின் வீட்டை அதன் ஆடம்பரத்தை பார்த்தனர். அந்த ஹால் ஒரு கால்பந்து விளையாட்டு மைதானத்தைவிடப் பெரிதாக இருந்தது.

ஸ்ரீராம் பக்கவாட்டில் உள்ள அலுவலக அறைக்கு அழைத்துப் போனார். ''கவலைப்படாதீங்க! நான் வக்கீலைக் கூப்பிட மாட்டேன்!'' என்று சிரித்தபடி உள்ளே நுழைந்தார்.

மூவரும் சோபாவில் அமர்ந்ததும் வேலையாள் தண்ணீர், இனிப்புக்கள், காபி ஆகியவற்றைக் கொண்டுவந்து வைத்தான். சத்யஜித் தண்ணீர் எடுத்துக் குடித்தார். யோஜித்தை இனிப்புப் பலகாரங்கள் கவர்ந்தது. ஆசையுடன் பார்த்தார்.

அதற்கு மேலும் தாமதிக்காமல் சத்யஜித் ''பைக் ஓட்டப் பிடிக்குமா?'' என்ற கேள்வியைக் கேட்டார்.

''எங்கிட்ட பைக் இருக்கு. ஒரு துடியான கிளப்பும் இருக்கு! ஒவ்வொரு காலாண்டும் நாங்க ரொம்ப தூரம் பயணம் மேற்கொள்வோம்''

''நீங்க பைக்ல போவீங்களா?''

''ம் போவேன். அங்கே நான் சிறப்பு உறுப்பினர்!'' ஸ்ரீராம் தயங்காமல் சொன்னார்.

''எப்ப கடைசியா அங்க வாடகைக்கு பைக் எடுத்தீங்க?''

''போன வாரம்! ஏன்? ஏதாவது ப்ரச்னையா?''

ஸ்ரீராம் மீண்டும் மன அழுத்தத்திற்கு ஆளாக விரும்பவில்லை. யோஜித் அழைத்தபோது அது ஒரு சின்ன சந்தேகத்தை நிவர்த்தி செய்யத்தான் என நினைத்தார். ஆனால் சத்யஜித், கேள்விக்கு மேல் கேள்வியாகக் கேட்டு ஸ்ரீராமின் ரத்த அழுத்தத்தை அதிகரித்தார்.

''நீங்க எந்த மாதிரி பைக் எடுத்தீங்க? சத்யஜித் பொறுமை இழந்துவிட்டார். அவர் எந்தச் சின்ன சாட்சியையும் தடயத்தையும் இழக்க விரும்பவில்லை.

''ஒரு டியூக்'' ஸ்ரீராம் பதிலிறுத்தார்.

சத்யஜித் அடுத்த கேள்வி கேட்பதற்கு முன் தொடர்ந்தார்.

''ப்ளீஸ் நீங்க எந்த ஒளி மறைவும் இல்லாம விஷயம் என்னனு சொல்லுங்க! நான் உங்களோட எல்லாமே மனம் திறந்து சொல்றேன்!''

''நீங்க எதுக்கு வாடகைக்கு பைக் எடுக்கறீங்க?'' யோஜித் கேட்டார். சற்று கடுமையான குரலில் கேட்டார்.

‘‘சின்ன பைக்குகள் எனக்குப் பிடிக்காது. நான் எப்பவாச்சும் ஒரு ‘தீம்’ வச்சு நடத்தப்படற பைக் பந்தயத்தில் கலந்துக்குவேன். அப்ப ஒரு சௌகர்யமான பைக்கை வாடகைக்கு எடுப்பேன்!’’

யோஜித்திற்குப் பதில் திருப்தியாக இருந்தது. அதனால் ஒரு இனிப்பு பலகாரம் எடுத்து வாயில் போட்டுக் கொண்டு சோபாவில் சாய்ந்து கொண்டார்.

‘‘பைக் இன்னும் உங்ககிட்டதான் இருக்கா?’’

‘‘போன வாரக் கடைசியில் இருங்காட்டுக் கோட்டையில் நடந்த பைக் ரேஸில் கலந்துகிட்டேன்.’’

‘‘பைக் இன்றும் உங்ககிட்டதான் இருக்கா?’’ மீண்டும் கேட்டார் சத்யஜித்.

ஸ்ரீராமுக்கு எரிச்சலாக இருந்தது. தான் ஒரு குற்றவாளி என்பது போலவே சத்யஜித் பேசுவது அவருக்குப் பிடிக்கவில்லை. சத்யஜித்திடம் நட்பாகப் பழக விரும்பி பேசிக்கொண்டிருந்தார். ஆனால் இந்த அதிகாரி அதைப் புரிந்து கொள்ளாமல்... ஸ்ரீராம் தொடர்ந்தார் ‘‘என்னுடைய அலுவலக உதவியாளர்கள்தான் எடுத்து வருவார்கள். திரும்பக் கொண்டு ஒப்படைப்பார்கள். அடுத்த நாளே கொடுத்திருப்பார்கள் என நினைக்கிறேன்!’’ என்றார்.

‘‘இல்லை ஸ்ரீராம்... பைக் திருப்பி கொடுக்கப்படவில்லை! அதே பைக்தான் கார்த்திக்கை கொலை செய்யப் பயன்படுத்தப்பட்டிருக்கு’’ சத்யஜித் உறுதியான குரலில் சொன்னார்.

சத்யஜித் ஸ்ரீராமின் முகமாற்றம் உடல்மாற்றத்தைக் கண்காணித்தார். நாம் எப்படி இவனை அடிக்கிறோம் (வீழ்த்துகிறோம்) என (இவனுக்கு ஆச்சரியமாக இருக்கும்) நினைத்தார் சத்யஜித்.

ஸ்ரீராம் முகத்தில் கோபம் கொப்பளித்தது. சத்யஜித், அவன் கோபத்தில் தவறு செய்ய வேண்டும். அல்லது கமிஷனரை அழைக்க வேண்டும். அது இந்தக் கேஸை தீர்வு செய்ய உதவும் எனக் காத்திருந்தார். ஆனால் ஸ்ரீராம் அசையவே இல்லை.

‘‘நீங்க உங்க ஆபீஸ்ல கூப்டுக் கேட்டுப் பாருங்க’’ அதிகாரத்தோரணையுடன் சொன்னார் சத்யஜித். ஸ்ரீராம் இப்போது தன் பிடியில் வந்துவிட்டதாக சத்யஜித் உணர்ந்தார்.

ஸ்ரீராம் தன் காரியாலய போக்குவரத்துப் பிரிவை அழைத்தார். யோ பைக்ஸில் தன் பெயரில் எடுக்கப்பட்ட பைக்கை யாருக்கு வாடகைக்கு கொடுத்தார்கள் என விசாரித்தான். தன் பெயரில் எடுத்த பைக்கை, மற்றவருக்கு வாடகைக்கு கொடுத்ததைக் கண்டித்தார். உடன் போக்குவரத்துப் பிரிவைச் சார்ந்தவர்கள், பைக்கை வாடகைக்கு எடுத்தவருடன் பைக்கையும் தன் வீட்டுக்குக் கொண்டு வருமாறு பணித்தார்.

போக்குவரத்து மேனேஜர் பத்தி, பைக்கை வாடகைக்கு எடுத்த (சாஜன், கிஷோர்) என்ற இரண்டு இளைஞர்களுடன் வந்தார். பைக்கையும் கொண்டு வந்தார். யோஜித்தின் கைப்பேசியில் பதிவாகி இருந்த பைக் அது. ஸ்ரீராம் மேனேஜரைத் திட்டினார். அவரை வேலையில் இருந்து நீக்குவது பற்றி மனிதவள மேம்பாட்டுத்துறை அதிகாரியுடன் விவாதித்தார். பைக்கை எடுத்தவர்கள் கொலை நடந்த அன்று அதிகாலை ரிங்ரோடில் பயணித்ததை ஒப்புக் கொண்டனர். யோஜித் காண்பித்த பதிவைப் பார்த்து சாஜன், அன்று காலை ரிங்ரோடில், வரும் வாரப் பந்தயத்தில் பங்கேற்க, ஒத்திகை பார்த்ததாகச் சொன்னான். சாஜனுக்கு 19 வயது கிஷோருக்கு 20 வயது.

''ரிங் ரோட்ல ஆடி Q7 என்ற காரைப் பாத்தீங்களா?'' ஸ்ரீராமின் பைக்கை ஓட்டிய சாஜனைப் பார்த்துக் கேட்டார், சத்யஜித்.

''இல்லை ஸார்! நாங்க மணிக்கு 160 கிலோ மீட்டர் வேகத்துல போனோம். கவனிக்கலை! அந்தக் கார் அங்க இருந்திருக்கலாம்! ஆனா எங்க கண்ல படலை!

சத்யஜித் நரேனை அழைத்தார். ஸ்ரீராம் வீட்டிற்கு வருமாறு சொன்னார். ஸ்ரீராமிற்கு, அவருடைய ஆதரவுக்கு நன்றி சொன்னார். ஒரு சமயம் ஸ்ரீராமே இந்த இரண்டு பேரையும் ஏவியிருக்கலாம் என்ற சந்தேகமும் வந்தது அவருக்கு. ஸ்ரீராம் பணம் படைத்தவர். கேஸை எப்படி வேணாலும் புரட்டிப் போட அவரால் முடியும், அவருக்கு எதிராக எந்தச் சாட்சியமும் இல்லை. நரேன் போலீஸ் வண்டியுடன் வந்தார். யோஜித்தும் நரேனும், சாஜனையும் கிஷோரையும் போலீஸ் வண்டியில் ஏற்றிச் சென்றனர்.

சத்யஜித் உடனே காவல் நிலையம் செல்ல விரும்பவில்லை. அவர் இன்னும் சிறிது ஆய்வு செய்ய விரும்பினார். அவருக்கு அந்த இளைஞர்கள்தான் குற்றவாளிகள் எனத் தீர்மானிக்க முடியவில்லை.

''இனி பைக் வாடகைக்கு எடுக்கும்போது கவனமா இருங்க! இல்லைனா இந்த மாதிரி கஷ்டங்கள் வரும்'' சத்யஜித் ஸ்ரீராமிற்கு அறிவுரை சொன்னார்.

போலீஸ் வண்டி சென்ற பிறகு ஸ்ரீராம் தன்னிடம் ஏதோ சொல்ல விரும்புவதை சத்யஜித் கவனித்தார், காத்திருந்தார்.

அனைவரும் சென்ற பிறகு ஸ்ரீராம் கேட்டார் ''அவங்க ஏன் கார்த்திக்கை கொலை பண்றாங்க?'' சத்யஜித்திடம் அந்த இரண்டு இளைஞர்கள் பற்றி ஸ்ரீராம் கவலைப்படுவதை சத்யஜித் கவனித்தார்.

''காரணம்?'' கண்டுபிடிக்கணும்!'' என்றார் சத்யஜித்.

''அவங்களைப் பாத்தா கல்லூரி மாணவர்கள். பைக்ரேஸ்ல ஆர்வம்''

சத்யஜித் குறுக்கிட்டார். ''நாங்க பாத்துக்கிறோம்! ஸ்ரீராம். விசாரிக்காம சும்மா யார் மேலயும் கேஸ்போட மாட்டோம்''. சத்யஜித் மிகுந்த குழப்பத்துடன் அங்கிருந்து வெளியேறினார்.

அவர் கார்த்திக்கின் 'பாஸ்ட் கண்ஸ்ட்ரக்ஷன்' கம்பெனிக்குச் சென்றார். கார்த்திக் காபினுக்குச் சென்றார். யாரும் அதை இரண்டு நாட்களாகத் திறக்கவில்லை. அந்தக் கம்பெனியின் மனிதவள மேம்பாட்டு அதிகாரியைச் சந்தித்தார். இங்கு வேலை செய்யும் யாராவது கார்த்திக் பற்றி துப்புக் கொடுத்திருப்பார்களா? யார் அது?

அவர் அங்கு உள்ள அத்தனை ஊழியர்களையும் சந்தித்து, திருஷ்டி பற்றியும் கார்த்திக் பற்றியும் விசாரணை செய்தார். ஸி.ஸி.டிவியின் 24, 25ம் தேதிகளின் பதிவுகளைப் பார்த்தார். இடைவேளை இல்லாது ஸ்ரீராம் காரியாலயம் நோக்கிக் கிளம்பினார். தன்னை கார்த்திக்காகப் பாவித்துக் கொண்டு புறப்பட்டார்.

அவர் பிக்பில்ட் கார்ப்பரேஷன் சென்று, தன் கைப்பேசியில் இருந்த வீடியோ பதிவைப் பார்வை இட்டார். பின் மீண்டும் அந்த நிகழ்வுகளை மறுசுழற்சி செய்து பார்த்தார். உடன் அங்கிருந்து ரிங்ரோடுக்கு புறப்பட்டார். யார் கார்த்திக்கை துரத்திச் சென்றது?! இந்த அலுவலகத்தில் இருந்தா? அல்லது அவர்கள் கூலிக்குக் கொலை செய்பவர்களா?

கொலை நடந்த இடத்தில் நின்றார். திருஷ்டி துப்பாக்கி எடுத்துச் சுட்டிருப்பாளா? அவள் சுட்டிருந்தா இடது பக்கம் குண்டு இருக்கணும். ஆனா குண்டு வலது பக்கம் பாய்ந்திருக்கு... பைக்கில் வந்தவன்தான் வலது பக்கம் சுட்டிருப்பான். அது பைக்கில் வந்தவன் இல்லைனா வேறு யாரோ இடது கைப் பழக்கம் உள்ளவர்கள். பிந்து ஞாபகம் வந்தது. அவளே தன் கணவனைக் கொலை செய்வாளா? சிறிது யோசித்தார். ஐ.டி. துறையில் இருந்து அழைப்பு வர அவர் சிந்தனை தடைப்பட்டது. கார்த்திக்கின் ஐபோனில் இருந்து பதிவுகளை எடுக்க முடியவில்லை என்றனர். கார்த்திக் கொலை தன்னை குறியில் இருந்து அங்கும் இங்கும் திசை திருப்புகிறது என உணர்ந்தார். யாரோ தன்னை வேண்டுமென்றே தவறான பாதையில் வழிநடத்துவதாக உணர்ந்தார்.

''நாளை த்ருஷ்டியைக் கைது செய்ய வேண்டும். அதுதான் ஒரே வழி'' எனத் தீர்மானித்தபடியே அந்த இடம் விட்டு அகன்றார்.

❋❋❋

அண்ணாநகரில் ஒரு நட்சத்திர ஓட்டலில், 'சக்கர வ்யூத்' கம்பெனியின் சி.இ.ஓ. சேகர் என்பவரும் அந்தக் கம்பெனியின் பொருளாதார அதிகாரி C.F.O. எதிர்பார்ப்புடன் ஒரு அறையில் இருந்தனர். அவர்கள் அந்த ஓட்டலுக்கு அவசரமாக ஒரு சந்திப்புக்கு அழைக்கப்பட்டிருந்தனர். அவருக்கு, 'அறிவுப் பூங்கா' ஏலம் பற்றி விவாதிக்கவே அழைக்கப்பட்டிருக்கிறோம் என்று தெரியும். அவரும் அந்த அரசு டெண்டருக்குப் விண்ணப்பம் சமர்ப்பித்திருந்தார். ஆனால் ஸ்ரீராம், கார்த்திக் போன்றவர்கள் இருக்கும்போது தனக்கு ஏலம் சாத்தியம் இல்லை என்பது அவருக்குத் தெரியும். அவர் சந்திப்புக்காக ஆர்வமாகக் காத்திருந்தார். கார்த்திக்கின் அகால

மரணம் சந்தையில் ஒரு பெரிய பாதிப்பை ஏற்படுத்தியிருந்தது.

கதவு தட்டும் ஓசை கேட்டது. சி.இ.ஓ. கதவைத் திறந்தார். பிரதீஷ் என்ற லாபியிஸ்ட் தொழிற்சாலைகளிலும், அரசியல்வாதிகளிடமும் வலுவான தொடர்புடையவன் அவன். ப்ரதீஷ்தான் அவர்களைச் சந்திப்புக்காக அங்கே அழைத்திருந்தான். அரசின் 'அறிவுப் பூங்கா' ஏலம் பற்றி விவாதிக்கவும் முடிவு செய்யவும் அழைத்திருந்தான்.

பிரதீஷ் போன்ற நடுத்தரகர் (Middle men)கள் அரசின் டெண்டர் ஏலங்களில் பெரும்பங்கு வகித்தனர். இவன் போன்ற தரகர்கள் (Lobbist) சந்தையில் சொல்லப்படுவதுபோல, அரசு முடிவு எடுக்கப்படும் முன்பே, ஏலம் நடக்கும் முன்பே அரசு ஆணை வெளியிடும் முன்பே... இந்த (லாபியிஸ்டுகள்) தரகர்கள் டெண்டர் யாருக்கு என்று தீர்மானம் செய்து விடுவார்கள். இவர்களுடைய பெயர் ஊடகங்களில் வராது. ஆனால் எந்தக் கட்சி ஆட்சிக்கு வந்தாலும் இவர்கள் கவலைப்பட மாட்டார்கள். இவர்களுக்கு யாரைத் தொடர்பு கொள்ள வேண்டும் யார் சரியான ஆள் என மிகச் சரியாகத் தெரியும். ஏலம் நடத்துவது கேட்பது... அனைத்தையும் தவிர்த்து, இந்தத் (லாபிஸ்டுகள்) தரகர்களோடு ஒப்பந்தம் செய்பவர்களுக்கே, டெண்டர் வழங்கப்படும். இவர்களே பணத்தின் முழுப்பொறுப்பும் எடுத்துக் கொள்வார்கள். பணத்தை எடுத்துச் செல்வது, யார் யாருக்கு அதை லஞ்சமாகப் பிரித்துக் கொடுப்பது என்ற ப்ரச்னையான வேலைகளையும் கச்சிதமாக முடித்து விடுவார்கள். ஒரு அயல்நாட்டுக் கம்பெனி இந்தியாவில் நுழைய வேண்டும் என்றால் தங்களுடைய கோப்புகளை அரசு அலுவலகத்தில் வேகமாக நகர்த்தவும் வேலைகளைச் சுலபமாக முடிக்கவும் முதலில் அவர்கள் ஒரு தரகரைத்தான் தேடுவார்கள்.

பிரதீஷ் ஒரு தரகர் ஆக இருந்தாலும், எளிமையாக இருப்பான். வெளி உலகத்துடன் அதிகம் தொடர்பு வைத்துக் கொள்ளமாட்டான். ஆனால் ஒவ்வொரு மாலையும், வசதி உடையவர்கள், வியாபாரிகள் வரும் (பாருக்கு) மதுக்கூடம் செல்வான். அல்லது கேளிக்கை நடக்கும் (Pub) கேளிக்கை விருந்துக்குச் செல்வான். தன் வேலையில் புதிய நபர்களைச் சந்திக்கும் வாய்ப்புக்காகச் செல்வான். இதனால் அரசு அதிகாரிகளுக்கு, அரசியல்வாதிகளுக்கு புதிய மனிதர்களின் அறிமுகமும் அவர்களின் மூலம் கிடைக்கும்.

பதிலுக்கு அவர்கள் ப்ரதீஷ் சொல்லும் ஆட்களின் கோப்புகளை விரைவாக நகர்த்துவார்கள். காரியம் கச்சிதமாக முடியும். சேகருக்கு ப்ரதீஷை பல வருடங்களுக்கு முன்பே தெரியும். அப்போது ஒரு (M.L.A) சட்டமன்ற உறுப்பினரின் உதவியாளராக இருந்தான். அப்போது இவருக்கு சின்னச் சின்னத் தெரு அமைக்க அனுமதி வாங்கிக் கொடுத்தான். இப்போது காலம் மாறிவிட்டது ப்ரதீஷ் பெரிய ஏலம் பெரிய (Project) செயல்திட்டங்களில்தான், உதவி செய்து கொடுக்கிறான். தொடர்புகளை ஏற்படுத்திக் கொடுத்து பணம் நிறைய சம்பாதிக்கிறான்.

''உண்மையில் 'அறிவுப் பூங்கா' ப்ராஜெக்டில் ஆர்வம் உண்டா?'' ப்ரதீஷ் கேட்டான்.

அவருக்கு ப்ரதீஷின் வேகம் ஆச்சரியமாக இருந்தது. ''கண்டிப்பாக அதை எடுப்பதற்கு வழி ஏதாவது இருந்தால்... நான் தயார்'' என்றார்.

''எங்கிட்ட நிறைய ஆட்கள் இருக்காங்க! அவங்க இதுல முடிவு எடுக்கக்கூடிய அதிகாரிகளைக் கவனிச்சுப்பாங்க...! அதனால நீங்க எந்தக் கஷ்டமும் படத் தேவையில்லை உங்க பங்கு 0% தான் சொன்ன ப்ரதீஷ் சட்டையில் இருந்து சிகரெட் டப்பாவை மேஜைமீது வைத்தான். அவர் அதை விரும்பவில்லை என்பது அவர் முகச் சுளிப்பில் இவனுக்குப் புரிந்தது.

''எதுக்காக ஒருத்தன் தன் பணம் இறக்கணும்?''

''ஒருத்தனா...? ஒருத்தியா நான் சொல்லமாட்டேன்! லாபத்தில் பங்கு... அதுதான் வேறென்ன?'' ப்ரதீஷ் சொன்னான்.

சேகர் சற்று யோஸித்தார். பின்

''என்ன ஒப்பந்தம்?'' எனக் கேட்டார்.

''உங்களுக்கு அறிவுப் பூங்கா'' ப்ராஜெக்ட் கிடைக்கும், நீங்க ஏலத்தில் ஜெயித்ததும் அந்த ஒப்பந்தப்படி 50 கோடி கொடுத்துவிட வேண்டும். அவர் வங்கி கணக்கில் செலுத்திவிட வேண்டும்!

அவர் ஆர்வம் இல்லாது ''ஐம்பது கோடி... வழியே இல்லை! வேண்டாம்!'' என்றார். எப்போதும் அவர் ஒரு தரகில் பேரம் பேசும்

விதம் அப்படித்தான். சி.இ.ஓ.க்களைப் பொறுத்தவரை, பிரதீஷ் போன்றவர்களுக்குத் தங்கள் வியாபாரம் பற்றி அறிவு கிடையவே கிடையாது. அதனால் லஞ்சத்தை நிர்ணயிக்கும் தகுதி கிடையாது என்பது அவர்களின் எண்ணம். பிரதீஷ் சிகரெட் பாக்கெட்டைத் தொட்டான். பிறகு ஜன்னல் அருகில் புகைப்பது சரியா என அங்கு பார்த்தான். ‘‘இது 500 கோடிக்கான வியாபாரம்! மூன்று வருட முடிவில் கண்டிப்பாக 120 கோடி லாபம்! இன்னும் பெரிய பெரிய அரசு டெண்டர்கள் அடுத்த வருடம் வரும். அதில் பங்கேற்கத் தகுதியும் அது கிடைக்க வாய்ப்பும் வரும்! எனக்கு எல்லா நுணுக்கமும் தெரியும், உண்மை தெரியும்!’’ என்றான் ப்ரதீஷ். அவனுக்கு சந்திப்புகளில் எதிராளியைத் தன் கட்டுப்பாட்டில் கொண்டுவர ஐந்து நிமிடங்கள்தான் ஆகும். சேகரும் இதில் விதி விலக்கு இல்லை.

‘‘எல்லாமே சொன்னாங்க... எல்லாமே செய்வாங்க... இது ஒரு வியாபார ரீதியான பேச்சாகத் தெரியலையே?’’ என்றார் சேகர்.

சேகர் தன் உயர் நிதிநிலை அதிகாரியைப் பார்த்தார். அவர் ஏதாவது வழி நடத்துவாரா என்று பார்த்தார். பிரகதீஷ் ஒரு சிகரெட்டை எடுத்துக் கொண்டு ஜன்னல் பக்கம் போனான். அவன் சிகரெட்டை பற்ற வைத்துக் கொண்டு இவரைப் பார்த்தான்.

‘‘எனக்கு அதிக நேரம் உங்களோட செலவிட முடியாது! பேரம் வேண்டாம். உங்களால முடியாதுனா நான் ஸ்ரீராமைக் கேட்பேன்’’ என்றான். சேகர் பத்து நிமிடம் எனக் கெஞ்சிக் கேட்டு தன் அதிகாரியுடன் பேச அடுத்த அறைக்குச் சென்றார். அது உயர் அதிகாரிகள் தங்கும் ‘சூட்’ என்பதால் ஒரு வரவேற்பறையும் ஒரு படுக்கையறையும் இருந்தது. அங்கு அவர்கள் கலந்து ஆலோசித்தார்கள்.

ப்ரதீஷ் புகைபிடித்தபடியே யாருடனோ கைப்பேசியில் பேசினான். உடன் ஒரு பெட்டி உள்ளே கொண்டு வந்து வைக்கப்பட்டது. அவன் அதைத் திறந்து பார்த்து, இவர்களிடம் பேரத்தை முடிக்க இது போதும் எனத் திருப்தியடைந்தான்.

சேகர் அறையில் இருந்து தன் அதிகாரியுடன் வந்தார் ‘‘நாங்க தயார்... ஆனா... அந்த காண்ட்ராக்ட் எங்க கைக்கு வரும்வரை ஒரு ரூபாய்கூடச் செலவு செய்ய மாட்டோம்!’’ என்றார்.

''தேவையில்லை! நாங்க எல்லாம் பார்த்துப்போம்!'' ப்ரதீஷ்...

''இப்ப நாங்க என்ன செய்யணும்!'' என்றார் சேகர்.

''ஒண்ணும் செய்ய வேண்டாம் அறிவிப்பு வரும் வரை காத்திருங்கள். ஆனா நீங்க இன்னும் ஒரு ப்ராஜெக்ட் பண்ணணும்!'' என்றான் ப்ரதீஷ். அவன் காலைத் தூக்கி மேஜைமீது வைத்தான். இன்னொரு சிகரெட் புகைக்கலாமா என நினைத்தான்.

அவர் தன் முன் இப்படி யாரும் நடந்து கொள்ள அனுமதிக்கமாட்டார். இந்த ஏலம் கிடைக்கும் என அவருக்கு ஒரு நம்பிக்கை ஒளி தெரிந்தது. அதனால் ''அது என்ன?'' எனக் கேட்டார்.

புலிகட், பொன்னேரி பகுதியில் உள்ள கிராமங்களில் ஒரு 500 வீடு கட்டணும்! எந்தவித ஆர்வமும் இல்லாமல் ''எனக்கு நன்கொடை சேவை இதில் எல்லாம் ஆர்வம் இல்லை ப்ரதீஷ்'' என்றார்.

''உங்களை யாரும் சும்மா செய்யச் சொல்லலை! உங்களுக்கு 20 கோடி கொடுக்கப்படும். நீங்க ஐநூறு வீடுகள், கக்கூஸ் சூரிய மின்சாரம் என்ற வசதிகளுடன் அந்த ஊர் மக்களையும் கலந்து பேசி செய்யணும். இந்த மாதமே ஆரம்பிக்கணும்!'' ப்ரதீஷ் தன் கைபேசியைப் பார்த்தபடி பேசினான்.

''20 கோடி நீங்க கொடுத்தா எனக்கு ஒண்ணும் பிரச்னை இல்லை! என்று கூறிப் புன்னகைத்தார் அவர்.

ப்ரதீஷால் இப்போது சேகர் இதைச் செய்வாரா... என்று உறுதியாக நம்ப முடியவில்லை. அவனால் இவர்களோடு அதிக நேரம் செலவு செய்ய முடியாது. அடுத்த முப்பது நிமிடங்களில் அவன் இந்தப் பேச்சுவார்த்தையை முடிக்க வேண்டும். இல்லையென்றால் அடுத்த ஒரு மணி நேரத்திற்குள் அடுத்த கம்பெனியைத் தேடிப் பிடிக்க வேண்டும். ஆனால் அவன் பல கம்பெனியில் பேசிப் பார்த்ததில் சக்கரவ்யூக் தான் அவனுக்குச் சரியாகப் பட்டது. இந்த விவாதத்தை அவன் முடிக்க விரும்பினான்.

''தயவு செய்து இதைக் கவனமா செய்யணும்! ரொம்ப சுலபமா வேடிக்கையா நினைக்காதீங்க! நான் தொடர்பு கொள்ளும் அனைவரும் மிக உயர்ந்த பதவியில் இருப்பவர்கள் சமுகத்தில்

உயர்ந்த அந்தஸ்தில் இருப்பவர்கள். நீங்க ஏமாத்த முயற்சி பண்ணா உயிரோட புதைச்சிருவாங்க!'' அவன் எச்சரித்தான்.

சேகர் உடல் முழுவதும் பயம் குப்பென்று பூத்தது. அவர் தன் பேனாவால் நோட்டில் தட்டிக் கொண்டிருந்தார். இதை ப்ரதீஷ் கவனித்துக் கொண்டான்.

''இப்ப ஒப்பந்தத்துல கையெழுத்து போடலாமா?' ப்ரதீஷ் கேட்டதும் சேகர் பயத்துடன் ''என்ன தமாஷ் பண்றியா? இதுக்கெல்லாம் ஒப்பந்தமா?'' கேட்டார்.

''இது சரிவராது போல... நெனைச்சுப் பாருங்க... பதினைந்து கிராமத்துல வீடு கட்டிக் கொடுத்து புகழ் அடையப் போறீங்க!''

இது அவர்களுக்கு ஒரு ஸ்திரமான முன் மாதிரியான வாழ்க்கையைக் கொடுக்கும்.

''நீங்க வீடு, சாப்பாடு, வேலை எல்லாமே சுலபமாகக் கொடுத்தா அவங்க சோம்பேறி ஆயிடுவாங்க!'' விளக்கம் கொடுத்தார்.

''அதுப்பத்தி நாங்களும் நினைச்சுப் பாத்தோம்! ஆனா அடிப்படை வாழ்வாதாரமே இல்லாம போராடற மக்கள், வாழ்வா... சாவா நிலையில் அன்றாடம் கஷ்டப்படற மக்கள்'' தன் கைப்பேசியைப் பார்த்தபடிப் பேசினான் ப்ரதீஷ்.

''இந்தக் கிராமங்கள் எங்க இருக்கு? புலிகட், பொன்னேயில் எங்க இருக்கு? நான் பல தடவை பொன்னேரி போயிருக்கேன்! அது இப்ப முன்னேறிட்டு வருது!

''ஆனா இப்பதைக்கு அவங்களுக்கு வீடு இல்லை! குழந்தைகளுக்குப் படிக்க பள்ளிக்கூடம் இல்ல... அரசாங்க ஆதரவும் இல்லை. மின்சார வசதி இல்லை! மருத்துவ வசதி சுத்தமாகக் கிடையாது.

மீண்டும் ப்ரதீஷ் எழுந்து ஜன்னல் பக்கம் சென்றான்.

''சரி இப்ப நான் என்ன செய்யனும்னு சொல்ற?'' கேட்டார்.

''இன்னைக்கு இப்பவே நான் இருபது கோடி தர்றேன்! எடுத்துக்கோங்க. சுய உதவிக்குழு இளைஞர்கள் உங்களைத்

தொடர்பு கொள்வாங்க. நீங்க வீடு கட்ட வேண்டிய இடத்துக்கு நாளைக்குக் கூட்டிட்டுப் போவாங்க. பேசிக் கொண்டே சிகரெட்டைக் கையில் எடுத்தான் ப்ரதீஷ்.

''ஒப்பந்தம் எதுக்கு'' சேகர்.

முதல்ல இது நீங்க டெண்டரில் வெற்றி பெற்றதும் காண்ட்ராக்ட் கைக்கு வந்ததும், நீங்க ஐம்பது கோடி அனுப்புவதற்கானது... அந்தக் கம்பெனி அயல் நாட்டில் உள்ளது!

இரண்டாவது புலிகட், பொன்னேரியில் எல்லா வசதிகளுடன் வீடு கட்டிக் கொடுப்பதற்கானது...'' புன்னகையுடன் அந்தப் பெட்டியைத் திறந்து ஒப்பந்தப் பத்திரங்களை எடுத்தான் அடியில் பணம் இருப்பதை சேகரும் ஸி.எப்.ஓ. அதிகாரியும் பார்த்தனர்.

''இப்ப எனக்கு எந்தப் பயமும் இல்லை. உங்க பலம் என்னனு இப்ப புரியுது! 'அறிவுப் பூங்கா' டெண்டர்... நாம ஜெயிக்கறோம்'' என்றார் சேகர்.

''கண்டிப்பாக! டெண்டர் நீங்கதான் ஜெயிக்கறீங்க! நாங்க யாரைக் காட்டறமோ அவங்களுக்குத்தான்!''

அவனுடைய நம்பிக்கையான பேச்சு, சேகரை புன்னகைக்க வைத்தது ''அது சரி யாரு அந்தப் பெண்''

''அது உங்களுக்கு எதுக்கு? உங்க வேலை நடக்கும்!''

சேகர் ஒப்பந்தங்களில் கையெழுத்துப் போட்டார். அந்தப் பெட்டியுடன் இருபது கோடி பணம் அவர்களுடன் பயணப்பட்டது.

சிறிது தொலைவில் உள்ள ஒரு ஓட்டலில் அரசியல்வாதிகளும் 'அறிவுப்பூங்கா' ப்ராஜெக்டில் முடிவு எடுக்கக் கூடிய பெரிய அதிகாரிகளும் ஆடம்பர அறையில் கூடி இருந்தனர். ஜித்தேஷ் அனைவராலும் அறியப்பட்ட ஒரு இடைத்தரகர். 'அவன் பல அரசியல்வாதிகளுடன் நெருக்கமானவன். ஜித்தேஷ் தன்னுடன் சில குறிப்புகளை எழுதி வைத்திருந்தான். அவர்களிடம் உரையாற்றினான். தன் திட்டப்படி அனைத்தும் முடிக்க வேண்டும் என முயற்சித்தான். அவன் அனைவருக்கும், அரசியல் இடைத்தரகராக

நன்கு அறியப்பட்டிருந்தான். கட்சிகளுக்கிடையில் நடக்கும் பணபரிமாற்றத்தையும், கூட்டுச் செயல்பாட்டையும், இடைத்தரகராக வெற்றிகரமாக முடித்துக் கொடுப்பான். இதுதான் முதல்முறை, அவன் இத்தனை பெரிய தொகையை இரண்டே நாளில், சம்பாதித்தது.

அனைவரையும் ஒரே அறையில் வைப்பது... அவர்களுக்குள் சண்டையையும், பலதரப்பட்ட பேரங்களும் ஊக்குவிக்கும் என அவனுக்குத் தெரியும். ஆனால் அடுத்த ஒரு மணி நேரத்திற்குள் ஜித்தேஷ் இந்தப் பணியை முடிக்க வேண்டும். அவனிடம் பெரும்தொகை காரில் இருந்தது. பேரம் பேசவிடாமல் அவர்களைத் திருப்திப்படுத்த முயற்சித்தான். நேரத்தை வீணாக்க விரும்பாமல் ''எனக்குத் தெரியும். நீங்க எல்லாருமே 'பாஸ்ட் கன்ஸ்ட்ரக்ஷன்' கம்பெனியோட இந்த 'அறிவுப்பூங்கா' ப்ராஜெக்ட்ல பணி செய்யக் காத்திருந்தீங்க உடன்பட்டிருந்தீங்க!''

ஜித்தேஷ் யாராவது மறுப்பார்களா என ஒரு நிமிடம் காத்திருந்தான். ஆனால் யாரும் வாய்திறக்கவில்லை.

''இப்பக் கார்த்திக் அகால மரணம் அடைஞ்சிட்டாரு! அவர் இல்லாம அந்தக் கம்பெனி இத்தனை பெரிய ப்ராஜெக்டை செய்ய முடியுமான்னு தெரியலை! இதை எண்ணி நான் சக்கரவ்யூக் கம்பெனி இந்த ப்ராஜெக்டை முடிக்க சரியான கம்பெனி என நினைக்கறேன்'' என அறிவித்தான்.

ஒரு பருமனான அதிகாரி தன் கையை உயர்த்தி பேச முயற்சித்தார்.

''நான் இன்னும் முடிக்கலை ஸார்! சக்கவ்யூக் கம்பெனியால இதைச் செய்ய முடியும். அவங்களுக்கு பணபலமும் இருக்கு! அதனால டீல் எவ்வளவு தெரியுமா?'' கேட்டு நிறுத்தி அந்த பேராசையில் மிளிரும் கண்களைப் பார்த்தான்.

''நாப்பத்தஞ்சு கோடி... உங்களுக்குப் பிரித்துக் கொடுக்கப்படும். இன்றே கொடுக்கப்படும். அதே போல வேலையும் இன்றே முடிக்க வேண்டும். இங்கே தாமதம் வேண்டாம். கார்த்திக் பேசியதைவிட இது அதிகம் என எனக்குத் தெரியும்'' ஜித்தேஷ் இத்துடன் முடித்துக் கொண்டான். அவன் அவர்களின் பேராசையை கண்ணில்

கண்டவுடன் இவர்களில் பலரும் அரசாங்கத்தின் கடந்த வருடத்தின் பணமதிப்பு இறக்கக் கொள்கையால் பணத்தை இழந்தவர்கள். இழந்ததை மீட்க இதை ஒரு நல்ல சந்தர்ப்பம் என நினைத்தார்கள்.

அனைவரும் இந்த டீலை ஏற்றார்கள். அவர்கள் நினைத்ததை விட இது மிக அதிகத் தொகை. ஜித்திஷ் ஏற்கெனவே பதிவு செய்யப்பட்டிருந்த பதினைந்து அறைகளில் ஒவ்வொருவரையும் தனித்தனி அறைகளில் தங்க வைத்தான். அவர்கள் ஒவ்வொருவர் அறையிலும் ஏற்கெனவே மூன்று கோடி ரூபாய் வைக்கப்பட்டிருந்தது. 'சக்கரவ்யூக்' கம்பெனிக்கு 'அறிவுப்பூங்கா' டெண்டர் படிய, கிடைக்க நாற்பத்தி ஐந்து கோடி, சில மணித்துளிகளில் பங்கீடு செய்யப்பட்டது.

❖ ❖ ❖

சத்யஜித் மாலை 7 மணிக்கு வீட்டை அடைந்தார். ஜூட் யோஜித்தை, அவர் வீட்டில் இருந்து தன் வண்டியில் ஏற்றிக் கொண்டான். தங்கள் உயர் அதிகாரி வீட்டிற்கு இரவு விருந்துக்குப் புறப்பட்டார்கள்.

●●●

பகுதி – 8

த்ருஷ்டி சத்யஜித்திற்கு வாட்ஸ் அப்பில் தொடர்பு கொண்டாள்.

த்ருஷ்டி: 'நீங்க சென்னையைச் சேர்ந்தவரா?'

சத்யஜித்: 'இல்லை நான் ஆரணி. வேலூர் பக்கத்தில் சின்ன கிராமம்... நீ?'

த்ருஷ்டி: 'சென்னைதான். அதிலும் ஆவடியேதான்.'

சத்யஜித்: 'நான் உனக்கு ஒண்ணு சொல்லட்டுமா?'

திருஷ்டி: 'என்ன?'

சத்யஜித்: 'உன்னுடைய வாட்ஸ் ஆப் படம் அழகா இருக்கு!'

த்ருஷ்டி: 'நன்றி... இதைச் சொல்லவா அனுமதி வேண்டும்?'

சத்யஜித்: 'நீ ஒரு விமானப்பணிப் பெண் ஆகியிருக்கலாம்!'

த்ருஷ்டி: 'ஏன்?!'

சத்யஜித்: 'பொதுவா அழகானவங்கதான். விமானப் பணிப் பெண் ஆகறாங்க!'

த்ருஷ்டி: 'இந்த மாதிரி எண்ணங்கள் மாறணும் சத்யஜித்.'

சத்யஜித்திற்கு தான் செய்தது முட்டாள்தனம் எனப் புரிந்தது. இந்த மாதிரி ஒரு உரையாடலை ஆரம்பித்தது தவறு. அதனால் சத்யஜித் தன்னை அப்பாவியாகக் காட்டிக் கொள்ள தன் உரையாடலைத் தொடர்ந்தார்.

சத்யஜித்: ‘ஏன் என்னாச்சு?’

த்ருஷ்டி: ‘ஒரு பெண் குட்டைப்பாவாடை உடம்பைப் பிடித்த உடுப்பு போட்டுக் கொண்டு விமானத்தில் அனைவரையும் வரவேற்க வேண்டிய அவசியம் என்ன?’

சத்யஜித்: ‘நல்ல கேள்வி! ஆனா எங்கிட்ட பதில் இல்லை. யாராவது இதை ஆரம்பிச்சு விட்டிருப்பாங்க!’

த்ருஷ்டி: ‘யாரோ என்னைக்கோ ஆரம்பிச்சாங்க... இப்ப அது தேவையா?’

நீ அவளோட அரட்டை அடிக்க ஆசைப்படறே! ஆனா பெண்களோட எப்படிப் பேசறதுனு தெரியலை சத்யஜித். நான் ஒரு திமிர் பிடித்த ஆணா? அல்லது அவள் பெண்ணீயம் பேசும் கர்வக்காரியா? சத்யஜித் யோசிக்க ஆரம்பித்தார். அதற்குள் த்ருஷ்டி அடுத்த செய்தி அனுப்பினாள்.

த்ருஷ்டி: ‘ஒரு விமானத்துக்கு எதற்காக சிவப்பான, அழகான முகம் தேவைப்படுது? விமானப் பயணிகளை உபசரிக்கும் வேலை அது. அதனால் பெண்கள் நல்ல சேவை செய்வார்கள். உபசரிப்பார்கள் என்பதால்...’

சத்யஜித்: ‘ஆமாம் நான் ஒத்துக்கறேன். ஆனா அதுக்கான விலைதான் அதிகம்.’

த்ருஷ்டி: ‘மை காட்! அப்ப நீங்க சின்னப் பொண்ணுங்களைப் பாக்கதான் காசு கொடுக்கறீங்களா!? வெட்கம் வெட்கம்!’

சத்யஜித்: ‘சே! சே! சின்னப்பசங்க அப்படி நினைப்பாங்க!’

திருஷ்டி: ‘சே இப்படியா வக்ர புத்தி?!’

சத்யஜித்: ‘ஸாரி! நம்ம வேற ஏதாவது பேசலாமே?’

திருஷ்டி: ‘இன்ஸ்பெக்டர்! நான் உங்களை தோற்கடிச்சுட்டேன்!’

சத்யஜித்: ‘வேற ஏதாவது பேசலாமா?’

திருஷ்டி: ‘உங்களுக்குத் திருமணம் ஆகலைனு நினைக்கறேன்! ஒரு கர்ல் ப்ரெண்டு இருக்கா?’

சத்யஜித்: 'இல்லை!'

த்ருஷ்டி: 'நான் நெனச்சேன். ஏன்னா உங்களுக்கு பெண்கள்ட்ட பேசத் தெரியலை.'

சத்யஜித்: 'நீ ஏன் எனக்குச் சொல்லித் தரக்கூடாது.'

த்ருஷ்டி: 'பேசவா? ஜொள்ளு விடவா?'

சத்யஜித்தால் தன் சிரிப்பை அடக்க முடியவில்லை. இவ என்னைக் காதலிக்கறாளா? அவள் வீட்டில் தனியாக இருக்கிறாள்.

என்னைப் பற்றி நினைத்துக் கொண்டிருப்பாளா? சத்யஜித் நினைத்துப் பார்த்தார். இந்தப் பேச்சை மாற்றணும்.

த்ருஷ்டி: 'என்ன தூங்கீட்டிங்களா?'

சத்யஜித்: 'இல்லை பேசறதா... ஜொள் விடறதானு யோசிக்கறேன்.'

த்ருஷ்டி: 'ரொம்ப வேகம்தான்.'

சத்யஜித்: 'என்ன?!'

த்ருஷ்டி: 'மூக்கு உடைபட்டாலும் சீக்கிரம் தேறீட்டீங்க.'

சத்யஜித் : 'நான் காவல் அதிகாரி!'

த்ருஷ்டி: 'போலீஸ் பயிற்சியின் போது ஜொள் விடச் சொல்லிக் கொடுப்பாங்களா?'

சத்யஜித்: ஏய்...!

த்ருஷ்டி: 'ராத்திரி என்ன செய்றதா திட்டம்?'

சத்யஜித்: 'பெரிய திட்டம் ஒண்ணும் கிடையாது. நண்பர்கள் வர்றாங்க கொஞ்ச நேரம் விவாதம் நடக்கும்.'

த்ருஷ்டி: 'நீங்க பொறுப்பா விவாதிப்பீங்க! கேஸ் பத்தி... நான்கு பெண்கள் சேர்ந்தா அரட்டைதான்!'

சத்யஜித்தை கமிஷனர் அழைத்தார். இந்தக் கேஸைப் பற்றி இன்னும் செய்திகள் அறிய மிகவும் ஆர்வமாக இருந்தார். அது அவர்

குரலிலேயே தெரிந்தது. சத்யஜித்தை கார்த்திக் கேஸை உடனே முடிக்குமாறு கட்டாயப்படுத்தினார்.

''நாளைக்கு ரிபோர்ட் பண்ணிடறேன் ஸார்'' என சத்யஜித் சொன்னதும் அழைப்பைத் துண்டித்தார் கமிஷனர். உடன் சத்யஜித் வாட்ஸ்அப்புக்கு வந்தார்.

த்ருஷ்டி: 'உங்களிடம் ஒரு கேள்வி கேட்க வேண்டும்.

த்ருஷ்டியின் இந்தக் கேள்வியைப் பார்த்ததும் அவருக்கு தர்மசங்கடமாக இருந்தது. திருஷ்டி கேஸைப் பற்றிக் கேட்டால்.... அவள் மாட்டிக் கொள்ளவும் வாய்ப்பு உண்டு.

'பார்க்கலாம்' தானே சொல்லிக் கொண்டு பதில் கொடுத்தார்.

சத்யஜித்: 'கேளுங்க'

த்ருஷ்டி: 'நான் போலீஸைப் பார்த்து பயப்படணுமா?'

சத்யஜித்: 'நீ தவறு குற்றம் செய்யாதவரை பயப்படத் தேவையில்லை.'

த்ருஷ்டி: 'எனக்கு எப்பவுமே காவல்துறை அதிகாரியுடன் பேசக்கூடாது என்றுதான் தோன்றுகிறது.'

சத்யஜித்: 'நாங்களும் மனுஷங்கதான் த்ருஷ்டி! எங்களுக்கும் குடும்பம் இருக்கு! இது எங்கள் வேலை அவ்வளவுதான்!'

த்ருஷ்டி: 'எப்படினு தெரியலை... ஆனா எனக்கு எப்பவுமே தோணும் லஞ்சம் வாங்கத்தான் போலீஸ் வேலைக்கே வர்றாங்கனு!'

சத்யஜித்: 'சினிமாதான் இதுக்கு காரணம்? அப்படியே காட்றாங்க நாங்க லஞ்சம் வாங்கறதில்லை!'

த்ருஷ்டி: 'எங்க ஆபீஸ் பக்கத்துல இருக்கற போக்குவரத்துப் போலீஸ் எங்க ஆபீஸ்ல நிறையப் பேர்ட்ட லஞ்சம் வாங்கிருக்காரு தெரியுமா?'

சத்யஜித்: 'அது லஞ்சம் இல்லை தண்டனை அல்லது அபராதம். உங்க நண்பர்கள் மேல தப்பே இல்லையா?'

த்ருஷ்டி: 'இருக்கு. அவங்க ஹெல்மெட் போடமாட்டாங்க! குடிச்சிட்டு வண்டி ஓட்டுவாங்க!'

சத்யா: 'பாரு உனக்கே தெரியுதில்லே!'

சத்யஜித்: 'நாங்க நிறையச் சின்ன கேஸ்களை எச்சரிக்கை செய்து விட்டுடுவோம். ஏன்னா அது தெரியாமச் செய்ற தவறு.'

த்ருஷ்டி: 'ஆனாலும் போலீஸ்னா பயம்தான்.'

சத்யஜித்: 'கோர்ட்டுக்குப் போக பயந்துதான் மக்கள் போலீஸைத் தவிர்க்கறாங்க!'

த்ருஷ்டி: 'ஆனா நேத்து உங்ககூட வந்தவர் பேர் என்ன... ம்... யோஜித் சரியா? அவர் நடத்துறவிதமே எனக்குப் பிடிக்கலை.'

சத்யஜித்: அவன் கடமையைச் செய்தான்.

த்ருஷ்டி: 'எல்லாரையும் பொண்ணு கிழவினு... குறிப்பிடணுமா? கொஞ்சம் மரியாதையா பேர் சொல்லலாம் இல்ல? மரியாதை கொடுக்க அவர் கத்துக்கணும்.'

சத்யஜித்: 'அவன் ரொம்பத் திறமையானவன்.'

த்ருஷ்டி: 'அவனமாதிரி ஆள்தான் உங்களைக் குழப்பி விடுவாங்க. நீங்க அதை உணர்ர முன்னாடி குற்றவாளி தப்பிச்சிருவான்!'

சத்யஜித்: 'த்ருஷ்டி நீ இதில் தலையிடக் கூடாது!'

த்ருஷ்டி: 'ஓ.கே. ஆபிஸர். உங்க காவலர் எல்லாருமே ரிஷிமுனிதான்! நான் பேசீட்டிருக்கறது வல்லமை படைத்த பெரிய சுவாமிஜி அதாவது இன்ஸ்பெக்டர்!'

சத்யஜித்: 'நான் அப்படிச் சொல்லலை! நாங்க ரொம்பச் சரியா வேலை செய்தா மக்கள்ள பாதி பேர் கோர்ட்லதான் இருப்பாங்க!'

த்ருஷ்டி: 'யெஸ் ஸார் வீர வணக்கம். நேத்து உதவி செய்ததிற்கு நன்றி. நான் உங்களுக்கு நூறு ரூபாய் தரணும்! உங்ககிட்டப் பேசினா நான் காவல் நிலையத்தையே காதலிக்க ஆரம்பிச்சுடுவேன்.'

சத்யஜித் அவளிடம் இருந்து இதைக் கேட்க விரும்பினார் காதல். ஆனால் ஆட்டோவுக்கு நூறு ரூபாய் கொடுத்து ஏற்றி விட்டது மனிதாபிமானம். அந்த இடத்தில் யார் இருந்திருந்தாலும் இதைச் செய்வார்.

சத்யஜித்: 'உனக்கு கார்த்திக் மீது காதல் இருந்ததா?'

த்ருஷ்டி: 'இப்ப ஏன் இந்தக் கேள்வி?!'

சத்யஜித்: 'நீ சொல்லு! நான் காரணம் சொல்றேன்!'

திருஷ்டி: 'நான் அவனைக் காதலிக்கலை! ஆனா கார்த்திக் மனது எனக்குத் தெரியாது.'

சத்யஜித் தன் இருதயத்தைத் தொட்டார். தன்னுடைய கைப்பேசியில் புகைப்படம் பார்த்தார். 'நீயேல்லாம் ஆண்களும் பெண்களும் படிக்கற காலேஜில் படிச்சிருக்கணும் சத்யஜித்! இப்ப பாரு எப்படிப் போராடறே! 35 வயசுல என்ன இது வெட்கமா இல்லை? நான் ஏன் இதைக் கேட்டேன். நான் இதை இங்கயே நிறுத்தியாகணும். இன்னும் இந்தக் கேஸ் முடியலை. ஒரு சமயம் இவளும் கொலையில் சம்பந்தப்பட்டிருந்தா? நான் உடனே இந்தப் பேச்சை நிறுத்தியாகணும் என தனக்குள் சொல்லிக் கொண்டார்.

சத்யஜித்திற்கு கதவு மணி அடிக்கும் சப்தம் கேட்டது. சரி இந்த அரட்டையை இத்துடன் நிறுத்துவோம் என முடிவு செய்தார்.

சத்யஜித்: 'என் நண்பர்கள் வந்தாச்சு.... உன்னோட அப்புறம் பேசறேன்.'

த்ருஷ்டி: 'உங்க விவாதத்தை நல்லா அனுபவிச்சுப் பண்ணுங்க!'

ஜுட், யோஜித்துடன் வந்தான்.

சத்யஜித் ஜுடை அலுவலகத்தில் இல்லாது வீட்டில் இப்போதுதான் சந்திக்கிறார்.

கடந்த மூன்று நாட்களாக ஒய்வு இல்லாது, கார்த்திக் கொலை கேஸில் துப்பறிய அலைந்து கொண்டிருந்தார். சத்யஜித், அதனால் ஜுடை தனியாக அழைத்துப் பேசக்கூட அவருக்கு நேரம் இல்லை. ஜுட்டும் யோஜித்தும் வந்து அமர்ந்தனர். சத்யஜித் தன் கைப்பேசியை சார்ஜரில் இணைத்தார். அப்போது கடைசியாக த்ருஷ்டி சொன்னது நினைவு வந்தது. புன்னகைத்தார்.

அதைப் பார்த்த... யோஜித் ''என்ன ஸார் நீங்க உங்க கர்ல் ப்ரண்டுகூட பேசிட்டிருந்தீங்களா?'' எனக் கேட்டார்.

சத்யஜித் முறைத்தார்.

யோஜித் ''ஸாரி சார்'' எனத் தலையைக் குனிந்து கொண்டார். அவருக்குத் தெரியும் சத்யஜித் எந்தப் பெண்ணிடமும் பேசமாட்டார் என்பது.

சத்யஜித் ஜுடைப் பார்த்து ''இப்பக் கேஸ் எவ்வளவு தூரத்தில் இருக்கு?

ஜுட் எழுந்து நம்பிக்கையுடன் ஆரம்பித்தான். ''ஸார் நம்ம இதை கேஸ்கள் என்று சொல்லலாமா.... இரண்டு கேஸுக்கும் ஒரு தொடர்பு இருக்கு!''

''ரொம்ப சரி! மேலே சொல்லு!''

சத்யஜித் புதிதாக வருபவர்கள் பற்றி நன்கு அறிவார். அவர்கள் ரொம்பவும் அளவுக்கு அதிகமாகவே சுறுசுறுப்பாக துடிப்பாக இருப்பார்கள். ஜுட் ஒரு மார்கர் பேனாவை எடுத்துக் கொண்டு அங்கிருந்த வெள்ளை எழுதும் பலகையை நோக்கிச் சென்றான். புதிய தலைமுறை நல்லமுறையில் கேஸ்களை ஆராய்ந்து தீர்வு எடுக்கிறார்கள். முதல் ஆறுமாதம் வழக்குகளைப் பதிவு செய்யும் வேலையுடன், உயர் அதிகாரிகளுக்கு அவர்கள் வழக்குகளில் உதவி செய்வார்கள். ஜுட் அதிர்ஷ்டசாலி ஒரே சமயம் இரண்டு முக்கிய வழக்குகளில் பணியாற்றும் வாய்ப்பு கிடைத்திருக்கிறது.

யோஜித் ஆனால் அப்படி இல்லை என்று அவர் கேள்விப்பட்டிருக்கிறார். ஆரம்பக் காலங்களில் அவர் சிறப்புப் படையில் வேலை செய்தபோது அத்தனை சுறுசுறுப்பு இல்லை. வழக்குகளில் நன்றாகத் துப்பறிந்து செய்தி சேகரித்த போதிலும் அதை உரத்துச் சொல்லப் பயப்படுவார். வழக்கு விவரங்களைச் சுறுசுறுப்பாகச் சேகரிப்பார். ஆனால் முடிவு எடுக்கமாட்டார்.

ஜுட் தன் ஆய்வை படத்துடன் விளக்கிக் கொண்டிருந்தபோதே அவன் அறிக்கையைப் படித்து முடித்தார் சத்யஜித். யோஜித் இவனுக்கு நல்ல வழிகாட்டி உதவி இருக்கிறார் எனப் புரிந்து கொண்டார். ஜுட் வரைந்து முடித்ததும் சத்யஜித் 'ஸி வாஸ் ரிகல்' பாட்டிலைக் கொண்டு வந்து வைத்தார்.

‘‘குடிக்கும்போது நாம நண்பர்கள். ஆனா மத்த சமயம் இந்த நட்பை தவறாப் பயன்படுத்தக் கூடாது’’ என்றார் சத்யஜித்.

‘‘எனக்கு வேண்டாம் ஸார்! என யோஜித் ‘கோக்’ குளிர் பானத்தை தன் கோப்பையில் ஊற்றிக்கொண்டார்.

‘‘நான் இந்த பாட்டில் நமக்குப் போதாதுனு நெனச்சேன்’’ சத்யஜித்.

‘‘ ஜுட் நான் தான் வீட்டில் விடனும். வண்டி ஓட்டும்போது குடிக்காம இருக்கறது நல்லது’’ என்றார் யோஜித்.

குடிக்கும்போது தங்கள் தனிப்பட்ட வாழ்க்கையைப் பற்றிப் பேசினார்கள். சத்யஜித் அம்மா பற்றி பிறகு தன் நண்பர்கள் பற்றி...

யோஜித்து இரண்டு வருடங்களுக்கு முன் தவறிய அப்பா அம்மா பற்றிப் பேசினார். சத்யஜித் ‘‘உன் கேர்ல் ப்ரண்டு பற்றிச் சொல்லு’’ என்றதும் யோஜித் வெட்கப்பட்டார்.

ஜுட் ‘‘எனக்கு நியை கேர்ல் ப்ரண்டு இருக்கு ஸார்! நான் அவங்களோட ஊர் சுத்துவேன் ஸார். ஆனா நட்புக்கு மேல ஒருபடி போறது கிடையாது ஸார்?’’

சத்யஜித், யோஜித்தைப் பார்த்து ‘இவனுக்கு நிறைய வேலை கொடு. அப்பதான் பொண்ணுங்களோட ஊர் சுத்தமாட்டான்!’’ என்றார். மூவரும் சிரித்தனர். பிறகு சத்யஜித், ஜுட் வரைந்ததைப் பார்த்தார். ‘‘சரி உபயோகமா பேசுவோம். ஜுட் இப்ப விளக்கம் சொல்லு.’’ என்றார். ‘‘எல்லாக் கோணத்திலும் ஆராயணும்’’ என்றார்.

ஜீட் வரை சித்திரத்தைக் காட்டியபடி, கார்த்திக் காலை 5.25க்கு ரிங்ரோட்டில் நுழைந்திருக்க வேண்டும். ரிங் ரோட்டில் இருந்து ஆவடி மெயின் ரோட்டுக்கு வர பத்து முதல் பதினைந்து நிமிடங்கள்தான் ஆகும். ஆனால் அவர் மரணம் 5.45ல் இருந்து 6 மணிக்குள் நிகழ்ந்திருக்கு. த்ருஷ்டி 6 மணிக்குத் தான் காவல்துறை கட்டுப்பாட்டு அறையை கூப்பிட்டிருக்கா!

அந்த பைக்காரங்க 160 கிலோமீட்டர் வேகத்தில் வந்திருக்காங்க!

அப்படீன்னா அவங்க காலைல 5.45க்கு முன்னாலயே இந்த இடத்தைத் தாண்டிப் போயிருக்கணும்''.

யோஜித் ஜூடின் புள்ளி விவரங்களைக் கேட்டு ''அப்படீனா நம்ம இந்தக் கார் பதினைந்து இருபது நிமிடங்கள் ஏன் ரிங் ரோட்ல இருந்துச்சுனு கண்டுபிடிக்கணும்!'' என்றார்.

ஜூட் தலையசைத்தான். சத்யஜித்திற்கு அவன் வழக்கை விவரித்த விதம் பிடித்தது.

''த்ரிஷ்டியோட வாக்குப்படி, அவள் அதிர்ச்சில உரைந்து போயிருக்கா! இந்த மாதிரி சூழ்நிலையில மூளை கொஞ்ச நேரம் வெறுமை ஆயிடும். எல்லாருக்குமே அப்படித்தான். அப்படி இருக்கும்போது நம்ம பத்து நிமிடத் தாமதத்திற்கு ஒருத்தரை குறை கூற முடியாது. நம்ம கட்டுப்பாட்டு அறை எண்ணும் அத்தனை சுலபமாக் கிடைக்காது! சத்யஜித் தன் கோணத்தில் ஆராய்ந்து சொன்னார்.

ஜூட் எதுவும் சொல்லாது தன் குறிப்பு நோட்டைப் பார்த்தான். ''அடுத்த கேள்வி துப்பாக்கி எங்கே?''

சத்யஜித் உடனே சொன்னார் ''நமக்கு கார்த்திக் துப்பாக்கி அல்லது அவன் சுடப்பட்ட துப்பாக்கி கிடைக்காதவரை அதை ஒரு சாட்சியா தடயமா எடுத்துக்க முடியாது! அவர் ஜூட் சொன்ன அத்தனை புள்ளி விவரங்களையும் மீண்டும் மனதில், ஓட்டிப் பார்த்தார். ஜூடைக் கேட்டார் ''திருஷ்டி ஒரு வேளை கார்த்திக்கை சுட்டிருந்தா குண்டுகள் எந்தப் பக்கம் பாய்ந்திருக்கும்?''

''கார்ல வைத்தே சுட்டிருந்தா இடது பக்கம் பாய்ந்திருக்கும்.

''நமக்குக் கிடைச்சிருக்கற ரிப்போர்ட் படி அது வலது பக்கம் பாய்ஞ்சிருக்கு?'' வேகமாகச் சொன்னார் யோஜித். அவர்கள் மூவருமே, திருஷ்டி, கார்த்திக்கை கொலை செய்வதற்கான வாய்ப்புகள் மிகக் குறைவு என உணர்ந்தனர். அதனால் திருஷ்டி கொலையாளி என்ற புள்ளி விவரம் பலகினமானது.

‘‘ஒரு சமயம் சுடப்படும்போது கார்த்திக் காரில் இல்லாமல் இருந்தா’’ ஜுட் கேட்டான்.

‘‘அது சரி! அவன் எதுக்காக காரை விட்டு இறங்கணும்’’ தன் பானத்தை உறிஞ்சியபடிக் கேட்டார் சத்யஜித்.

ஜுட் சற்றுத்தயங்கி ‘‘அது ஆள் இல்லாத ரோடு. அந்த சமயம் அங்கே யாரும் வரவும் மாட்டாங்க.

த்ருஷ்டிகிட்ட தவறா நடக்க முயற்சி செய்திருக்கலாம்.

சத்யஜித் மௌனமாக இருந்தார். இப்போது எதுவும் சொல்ல அவர் விரும்பவில்லை.

யோஜித் மௌனத்தைக் கலைத்தார்.

‘‘இந்தக் கோணத்தை நம்ம ஒதுக்க முடியாது சார்?’’ என்றார்.

‘‘அவன் காரை நிறுத்தி வெளியே வந்தான்னு சொல்றியா?’’ சற்று கேலியாகக் கேட்டார் சத்யஜித்.

‘‘ஆமா ஸார்! அதுக்கும் வாய்ப்பு இருக்கே ஸார்!?’’ யோஜித் தன் வாதத்தை உறுதி செய்தார்.

’’ஆனா ரத்தக்கறை கார் டிரைவர் இடத்தில்தான் இருந்தது!’’ சத்யஜித் தன் கோணத்தை வலுப்படுத்தினார்.

ஜுட் தான் வரைந்த சித்திரத்தைப் பார்த்த வண்ணம் இருந்தார். சத்யஜித் குடித்து முடித்தார். ‘‘கொலைகாரனின் நோக்கம் என்ன? எதற்காக கொலை செய்தான் என்பது தெரிந்தால், கண்டுபிடித்து விட்டால், இந்த வழக்கு முடிந்துவிடும்’’ என்றார் சத்யஜித்.

ஜுட் திருஷ்டி என்று எழுதியிருந்ததை அழித்தான். ஸ்ரீராம் என்று எழுதினான்.

‘‘ஸ்ரீராம் எப்படி? அவனுக்கு கார்த்திக்கை கொலை செய்யக் காரணம் இருக்கு!’’

இருவருமே ஜுட் சொல்லப் போகும் காரணத்தைக் கேட்க ஆர்வமாக இருந்தனர்.

‘‘கார்த்திக் ரிங் ரோடில் பயணம் செய்வது அவனுக்குத் தெரியும்.’’

''அவன் கார்த்திக்கை கொலை செய்திருக்க மாட்டான் என்பதற்கு இது காரணம், அவன் கண்டிப்பாக அன்று முயற்சி செய்திருக்க வாய்ப்பில்லை. அவனைத்தான் கடைசியாக கார்த்திக் சந்தித்தது, அதனால் அந்த நாள்ல செய்யமாட்டான். அவன் வீட்டில் நாங்க யோ–பைக்கில் எடுக்கப்பட்ட பைக் விவரம் பற்றி விசாரணை செய்யப் போனோமே. ஸ்ரீராம் பேசிய விதம் நடந்து கொண்ட விதம் எல்லாமே சந்தேகத்துக்கு அப்பாற்பட்டுதான் இருந்தது'' சத்யஜித்.

ஒரு நிமிட அமைதிக்குப் பிறகு ஜூட் மீண்டும் ஆரம்பித்தான்.

''ஸ்ரீராம் ஒரு ஆளை நியமித்திருக்கலாம். கொலையாளி, கார்த்திக்கை கொன்றுவிட்டு எங்கேயாவது சென்று ஒளிந்து கொள்ளலாம். எல்லாத் தொடர்புகளில் இருந்தும் தன்னைத் துண்டித்துக் கொள்ளலாம். இந்தியாவின் ஏதாவது ஒரு எந்தத் தகவல் தொடர்பும் இல்லாத கிராமத்திற்கு சென்றுவிட்டால் நம்மால் கண்டுபிடிக்க முடியுமா?

''நம்ம காவல்நிலைய அதிகாரிகள் ஒருவனை துரத்திப் பிடிக்க முடிவு செய்து விட்டால் கண்டிப்பாக முடியும்'' யோஜித் பெருமையுடன் சொன்னார்.

சத்யஜித்தும் அதை ஒப்புக் கொண்டார் ''அது அந்தந்த வழக்கைப் பொறுத்தது. அது ஒரு சின்ன திருட்டு கேஸ்... சிறிய அளவில் ஏமாற்றுவது அப்படிப்பட்ட வழக்கில் சில நாட்களுக்கு மும்முரமாகத் தேடுவோம். அடுத்த குற்றம் நிகழ்ந்தா இதை மெதுவா பின்னால தள்ளிருவோம். ஆனா கொலைனா அதில் கண்டிப்பா ஒரு நோக்கம் இருக்கணும்! கொலைவெறிக்கு ஒரு காரணம் இருக்கணும். அப்ப விட முடியாது!''

ஜூடின் கண்கள் சிவப்பானது.

''ஒருத்தன் பணம் கொண்டு அவன் வாழ்க்கைய ஏதோ ஒரு கிராமத்தில் சந்தோஷமாக கழிப்பான்'' என்றான்.

சத்யஜித் சிரித்தார்., ''உன்னையும் என்னையும் மாதிரியான சாதாரண மனிதன் இந்த மாதிரி தெரியாத இடத்தில் போய் வாழ முடியுமா? வெறுத்துப் போயிரும் எனப் பதில் சொன்னார்.

(யோஜித்) ஜுட் இடம் ஒரு மாற்றத்தை உணர்ந்தார்.

''உனக்கு என்ன கவலை!?''

ஜுட் ''நம்மகிட்ட மாட்டி ஜெயில்ல கஷ்டப்படறதைவிட ஓடிப்போறது தேவலாம்'' என்றான்.

சத்யஜித் யோசித்தார். ''நம்ம எல்லாருமே, சமூகத்தைச் சுற்றி வாழ்றவங்க. நமக்கு உறவு, நட்புனு வேணும். நம்மைச் சுற்றி தெரிஞ் சவங்க இருக்கணும். நம்ம இலாகாவுல வேலை ஊர் மாற்றம் வந்தாலே நமக்குப் பிடிக்காது! இதுல முற்றிலும் புதிய இடத்துல போயி வாழறது கஷ்டம். பைத்தியம் பிடிச்சிரும் பாரு. நம்ம ஊர்லயே நம்ம யோஜித்துக்கு ரெண்டு போன் தேவைப்படுது... எப்பவும் தொடர்பில் இருக்க நாம விரும்பறோம்'' சத்யஜித் கேலி செய்தார்.

''நானும் பார்த்திருக்கேன் ஸார். நிறையப் பேர் ரெண்டு கைப்பேசி வைச்சிருக்கறதை. இத்தனைக்கும் ஒரு போன்ல ரெண்டு சிம் போடற வசதியும் இருக்கு!'' ஜுட் சொல்லிவிட்டு யோஜித்தின் இரண்டு கைப்பேசியைப் பார்த்துச் சிரித்தான்.

''ஒண்ணு சொந்த உபயோகத்திற்கு, மற்றது ஆபீஸ் உபயோகத்திற்கு. இரண்டையும் போட்டுக் குழப்ப விரும்பவில்லை! ஆபீஸ் போனில் வாட்ஸ்அப் கூடக் கிடையாது. இண்டர்நெட்டும் கிடையாது'' யோஜித் தன் செயலை நியாயப்படுத்தினார்.

''ரொம்ப நல்ல விஷயம் நம் பதவியையும் தனிப்பட்ட வாழ்க்கையையும் பிரித்தே பார்ப்பது. ஆனா நம்ம சமூக ஊடகங்கள் கைப்பேசி... கணினி இதுல இருந்து தப்பிக்க முடியாது. இதன் மூலம் கிடைக்கற நண்பர்கள் தொடர்புகள்'' சத்யஜித் நிறுத்தினார். அவர் பக்கத்து ஓட்டலில் சிக்கன்–65 சொல்லியிருந்தார். அது வந்தது. தன் விருந்தாளிகளுக்காக அதைப் பிரித்து தட்டில் அவர்கள் முன்வைத்தார்.

''அதான் ஸார் நான் கேக்கறேன். ஓடிப்போறது ரொம்பக் கஷ்டமா?'' பேசிக்கொண்டே ஜுட் சிக்கனைக் கடித்தான்.

சத்யஜித் சிந்தித்து ''சிலருக்கு அது சுலபமா இருக்கலாம்! ஆனால் அவனோ... அவளோ ஒரு நாள் பிடிக்கப்படுவாங்க... அவங்க புகைப்படம் இருந்தா சுலபம்!''

‘‘அதுதான் ஸார்! ஸ்ரீராம் நெனச்சா தொழிலே கொலைனு இருக்கற ஒருத்தனை, பணம் கொடுத்து அமர்த்த முடியும்’’ என்று சொல்லி ‘ஸ்ரீராம்’ பெயரை வட்டமிட்டான். அடுத்து ‘கன் க்ளப்’ அவர்கள் விவாதத்தில் வந்தது. யோஜித் ‘‘ஸார் கன் க்ளப்பில் உள்ள யாருக்கோ கார்த்திக் அதிகாலை 5.30 மணிக்கு ரிங்ரோடில் பயணம் செய்வது எப்படித் தெரியும்? எனக்கு சரியாப்படலை! எனக்கு திருப்தி இல்லை’’ என்றார் யோஜித்.

ஜூட் ‘கன் க்ளப்’ உறுப்பினர்களின் அந்தஸ்தை கணக்கிட்டு அவர்களாலும் ஒரு தொழில்ரீதியான கொலையாளியை, கூலிக்கு எடுக்க முடியும் என வாதிட்டான்.

யோஜித்தைப் பொறுத்தவரை ‘கன் க்ளப்’ உறுப்பினர்களில் ஒருவர் கார்த்திக்கை கொல்ல முயற்சிப்பது மிக அரிது. கன் கிளப் உறுப்பினர்கள் பற்றி சரியாகத் தெரியாமல், புரியாமல் சந்தேகப்படுவது அவருக்கு ஒப்புதல் இல்லை. சத்யஜித் இதைக் கேட்டு பொறுமை இழந்தார். ‘‘எத்தனை வருட அனுபவம் உனக்கு?’’ எனக் கேட்டார்.

நான்கு ‘‘வருடங்கள் ஸார்’’ யோஜித் பதில் சொன்னார்.

‘‘எனக்கு பத்து வருடங்களுக்கு மேல் அனுபவம்! என் அனுமானத்தை (தீர்ப்பை) நீ சந்தேகப்படுவியா’’ சத்யஜித் கேட்டார். அவர் கண்கள் சிவந்திருந்தது. மீண்டும் ஒரு மடக்கு விஸ்கி குடித்துவிட்டு எழுந்து நின்றார்.

‘‘அப்படி இல்லை ஸார்’’ யோஜித் பணிவாகச் சொன்னார்.

சத்யஜித் பால்கனிக்குச் சென்றார். இருவரையும் திரும்பிப் பார்த்தார்.

ஜூட் தன் தலையைக் குனிந்து கொண்டான். இந்த நேரத்தில் தான் பேசலாமா, அனுமதி உண்டா என்றே அவனுக்குத் தெரியவில்லை.

‘‘கார்த்திக் ஒரு மோசமான பணக்காரன்! அவன் இவ்வளவு பணம் எப்படிச் சேர்த்தான்னு யாருக்கும் தெரியலை. சட்டத்துக்கு விரோதமா ஒரு துப்பாக்கி வைத்திருக்கான். எல்லா பெரிய அரசியல்வாதிகளுடனும் தொடர்பு வச்சிருந்தான். போலீஸ் கமிஷனர்

தோள்ளயும் கை போட்டு நிக்கறான். நான் ஏன் இவங்கள் ஒருத்தர் ஒரு திமிர் பிடிச்ச பணக்காரன் கார்த்திக்கை கொலை செய்ய ஆசைப்பட்டிருக்க கூடாது?'' சத்யஜித் சப்தமாக அறிவித்தார்.

யோஜித் அடக்கமாகவே பேசினார்.

''ஆமா ஸார்! திருஷ்டி சொல்றத நாம நம்பினா அந்த பைக் ஓட்டிகளை, விசாரணை செய்யணும். உண்மை பேச வைக்கணும்.'' சத்யஜித் கவனித்துக் கொண்டே யோஜித்தை நோக்கி நடந்து வந்தார்.

''உனக்குத் தெரியாது, ஒரு கமிஷனர் கூப்பிட்டு, சம்பந்தமில்லாத ஒருத்தரை கைது செய்து... கேஸை முடின்னு சொன்னா... எத்தனை எரிச்சலா இருக்கும்னு... மக்கள், போலீஸ் அதிகாரிகள் சினேகிதமா இல்லைனு... சொல்றாங்க! இப்ப நம்ம ஒரு சாட்சி... தடயம், கூட இல்லாம திருஷ்டிய கைது பண்ணா மக்கள் சொல்றது சரிதானு ஆயிடும்'' அவர் பேசியபடி தன் கை முஷ்டியால் மேஜை மீது குத்தினார்.

அவருடைய எண்ணங்கள்... இவர்கள் இருவரும் வருவதற்குமுன் த்ருஷ்டியோடு பேசிய பேச்சை சுற்றி வந்தது. ''நான் போலீஸ்னா எப்பவுமே பயப்படுவேன்.''

அவள் வார்த்தைகள் அவர் காதில் மீண்டும் மீண்டும் கேட்டது.

இதே கதியில் பேச்சுத் தொடர்வது, நல்லதல்ல என யோஜித் உணர்ந்தார்.

''அப்படீனா இப்ப என்ன ஸார் செய்யலாம்னு சொல்றீங்க'' கேட்டார்.

மீண்டும் விஸ்கி எடுத்துக் கொண்டு பால்கனியை நோக்கி நடந்தபடி 'நம்மகிட்ட காலையில் ரிங் ரோட்ல பேசின கைப்பேசி பதிவுகள் இருக்கா?'' கேட்டார்.

''நாளைக்கு கெடைச்சிடும் ஸார்'' தன் மௌனத்தைக் கலைத்து ஜுட் பதில் சொன்னான். சத்யஜித் இருவரையும் பால்கனிக்கு வரச் சொன்னார்.

''அந்த பைக் ஓட்டிகள் ஏதாவது கொலை பற்றிப் பேசினாங்களா?'' சத்யஜித் ஜுட்டைப் பார்த்துக் கேட்டார்.

''இல்லை ஸார்'' ஜுட்

''நான் நாளைக்கு அவங்களைப் பேச வைக்கிறேன்!'' என்றார் சத்யஜித். சிறிது நேரம் யாரும் பேசவில்லை. அமைதியாக இருந்தனர்.

'' 'கன் க்ளப்' பத்திச் சொல்லணும் ஸார்'' ஜுட் மௌனத்தைக் கலைத்தான்.

சத்யஜித் புன்னகைத்தார் ''சொல்!'' என்றார்.

இந்த 'கன் க்ளப்ல' கார்த்திக், கமிஷனர், உயர் அரசாங்க அதிகாரிகள், சில அரசியல்வாதிகள் உறுப்பினர்கள். அவங்க அடிக்கடி ஏலகிரில ஒரு அமைப்புல சந்திக்கறாங்க! எப்பவாச்சும் ஒருமுறை கிழக்கு கடற்கரைச் சாலையில் அல்லது தடாவில் கூடிப்பாங்க. அரசியல், தமிழ்நாட்டின் முக்கிய முடிவுகள்கூட இந்தக் கூட்டத்தில் நிர்ணயிக்கப்படும். எல்லாருமே நிறைய கையில் அதிகாரம் உள்ளவர்கள். அவர்கள் தங்களுக்கு வேண்டியவர்களுக்குச் சார்பாக முடிவு எடுக்க வல்லவர்கள். இன்னும் இந்தக் கூட்டம் ஆயுதம் கடத்துவது, சட்டத்தில் மாற்றங்கள் செய்யும் முடிவுகள் போன்றவற்றையும் செய்ய வல்லவர்கள்.

சத்யஜித்திற்கு கோபம் வந்தது. அவருடைய முகத்தில் வெறுப்பும் சலிப்பும் தெரிந்தது. யோஜித்தும் ஜுட்டும் பார்த்தனர்.

''நான் பணம் சம்பாதிக்கலை! புகழும் சம்பாதிக்கலை! பதவி உயர்வும் கிடைக்கலை! எல்லாமே என் உயர் அதிகாரிகள் செய்த சதி! அவர்களின் கேவலமான உள் அரசியல்!'' சத்யஜித் குமுறலுடன் சொன்னார்.

இருவருமே வாய் திறக்கவில்லை. அவர் யோஜித்தைப் பார்த்து... ''எனக்கு இரண்டு முறை பதவி உயர்வு மறுக்கப்பட்டிருக்கு... ஏன் தெரியுமா! நான் உயர் அதிகாரிகளுக்கு தலை வணங்கலை. என் தலை அநீதிக்குக் குனியாது...''

யோஜித், சத்யஜித்தை தோளில் சாய்த்துக் கொண்டார். ''உங்களை அங்கீகாரம் செய்யும் காலம் வரும் ஸார்! அப்ப உங்களுக்கு பணம், பதவி, புகழ் எல்லாமே கிடைக்கும் ஸார்!''

சத்யஜித், யோஜித்தைக் கட்டித் தழுவிக் கொண்டார். இந்த உலகத்துல நமக்காக... நல்லா இருக்கணும்னு நினைக்க... ஒரு மனிதன் இருக்கிறான் என மகிழ்ச்சி அடைந்தார். ஒன்பது மணி ஆனபோது சத்யஜித்தும் ஜுட்டும் அளவுக்கு அதிகமாகக் குடித்து விட்டனர். அவர்கள் அடுத்த நாள் காலை சந்தித்து விட்டதைத் தொடர்ந்து விவாதிக்கலாம் எனத் தீர்மானித்தனர். சத்யஜித் உடன் உறங்கிவிட்டார். யோஜித், ஜுட்டை பத்திரமாக அவன் வீட்டில் கொண்டு போய்ச் சேர்த்தார்.

●●●

பகுதி – 9

சத்யஜித் காலை 4.30 மணிக்கு எழுந்தார். கைப்பேசியை எடுத்தபோது ஸ்ரீராம் பலமுறை அழைத்திருந்தது தெரிந்தது. இரவு விஸ்கி குடித்துவிட்டு ஆழ்ந்த உறக்கத்தில் கவனிக்கவில்லை. தன்னுடைய வழக்கமான உடற் பயிற்சிகளைச் செய்தார். காலை 6 மணிக்கு மீண்டும் ஸ்ரீராம் அழைத்தார். உடன் சந்திக்க வேண்டும் என்றார். சத்யஜித் காலை 7.30 மணிக்குச் சந்திக்கலாம் என்றார். அவர் தொலைக்காட்சியில் காலை 7.15 மணிக்கு ஒளிபரப்பப் படும் அன்றைய ஜாதக பலனைப் பார்க்க விரும்பினார். தன் தாயை வழக்கம்போல அழைத்துப் பேசினார். பிறகு ஸ்ரீராமைச் சந்திக்கத் தயாரானார்.

கடந்த இரண்டு நாளைவிட இன்று அவர் மனம் தெளிவாக இருந்தது. நண்பர்களுடன் சேர்ந்து குடிப்பது நல்லதோ என்றுகூட எண்ணினார். குடித்துவிட்டு மனம் திறந்து பேசுவதால்... மனப்பாரம் இறங்கி தெளிவாகி விடுகிறது. தெளிவு தன்னம்பிக்கையைக் கொடுக்கிறது. அவர் தொலைக்காட்சியைப் பார்க்க ஆரம்பித்தார். அவர் தன்னம்பிக்கை மேலும் பலம் கொண்டது. அவருடைய ராசிக்கு ‘‘உங்கள் நண்பன் நீங்கள் எதிர்பாராத ஒன்றைக் கொண்டு வருவான். அது உங்களின் பணியில் பதவி உயர்வுக்கு வாய்ப்பும் தரும்’’ என்று ஜோதிடர் அன்றைய பலன் சொன்னார்.

சத்யஜித் தனக்குப் பிடித்தமான பால்கனிக்குச் சென்றார். ''அத்தனை சுலபமாக கார்த்திக் கேஸ் முடியுமா?'' என எண்ணினார்.

ஆவடி பஸ் நிலையம் அருகில் உள்ள ஓட்டலில் சந்திப்பதாக முடிவு செய்திருந்தனர். சத்யஜித் வீட்டில் இருந்து ஐந்து நிமிட நடை தூரத்தில்தான் ஓட்டல் இருந்தது. ஸ்ரீராம் எதற்காக அழைத்தார்? கேள்விகள் வரிசையாக அவர் மனதில் வந்து கும்மியடித்தது. அவர் சந்திப்புக்கு அழைத்ததின் நோக்கம் என்ன? ஸ்ரீராம் எனக்கு லஞ்சம் கொடுக்க முயற்சி செய்கிறானா? எதற்கு? பைக் ஓட்டிகள் அவனுக்கு எதிராகச் சாட்சி சொல்லி விடுவார்களோ எனப் பயப்படுகிறானோ? ஜுட் குறிப்பிட்டது போல கொலையாளியை விலை பேசியிருப்பானோ?''

எண்ணியபடி அவர் ஓட்டலை அடைந்தார். ஸ்ரீராம் ஆவலாகக் காத்திருந்தார். சத்யஜித் நாற்காலியில் அமர்ந்ததும் ''கார்த்திக்கின் காரில் இருந்து ஏதாவது சூட்கேஸ் கிடைத்தா?'' என்ற கேள்வியைக் கேட்டான்.

சத்யஜித் குழம்பி விட்டார். ''இல்லையே! நாங்க எதுவும் எடுக்கலை!''

''ரொம்ப முக்கியமான ஒரு விஷயம் சொல்லணும்! இதை யாரிடமும் சொல்லமாட்டீங்கனு சத்தியம் பண்ணுவீங்களா? ஸ்ரீராம், சத்யஜித் மிக அருகில் வந்து கேட்டார். வேறு யாரும் கேட்டுவிடக் கூடாது என்பதில் உஷாராக இருந்தார்.

''நீங்க சொல்ற விஷயத்தைப் பொறுத்து, சொல்லுங்க!'' சத்யஜித் சாதாரணமாகப் பதில் சொன்னார்.

ஸ்ரீராம் உணவு பரிமாறுபவர் அருகில் வர பேசுவதை நிறுத்தி விட்டார். யாரும் அருகில் வந்தால் பேச அவர் விரும்பவில்லை. சத்யஜித் மசால்தோசையும் பில்டர் காபியும் சொன்னார். ஸ்ரீராம் அமைதி இல்லாது ஆனால் எதையோ வெளிப்படுத்த ஆர்வத்துடனும் காணப்பட்டார். அவர் தண்ணீர் பாட்டில் சொன்னார். வந்ததும் திறந்து ஒரு மடக்கு குடித்தார். யாரும் அருகில் வருகிறார்களா

என்று பார்த்தார். அவர் முன் தினம் உறங்கவில்லை என்பதையும் அவர் உடல் நடுங்குவதையும் கவனித்தார்.

‘‘கார்த்திக் இந்த ‘அறிவுப் பூங்கா’ ப்ராஜெக்ட்டில் இருந்து விலகவும் எங்களை வெற்றியடைச் செய்யவும் அவருக்கு நான் எழுபத்தி அஞ்சு கோடி கொடுத்தேன்’’ என்றார் ஸ்ரீராம்.

சத்யஜித்தால் தன் காதை நம்ப முடியவில்லை. ‘‘என்ன எழுபத்தி அஞ்சு கோடியா?’’ கேட்டார்.

ஸ்ரீராம் தலையசைத்தார். ‘‘அன்னைக்கு என் ஆபீஸ் வந்தப்ப கார்த்திக் இடம் எழுபத்தி அஞ்சு கோடி கொடுத்தேன்.’’

சத்யஜித்தால் மீண்டும் தன் காதுகளை நம்ப முடியவில்லை. அரசாங்கத்தின் பணமதிப்புக் கட்டுப்பாட்டிற்குப் பிறகு பணப்பரிமாற்றம் அத்தனை சுலபமில்லை. ‘‘என்ன சொல்றீங்க? நீங்க எழுபத்தி அஞ்சு கோடியை கார்த்திக்குக்கு ஒரு சூட்கேஸ்ல வைத்துக் கொடுத்தீங்களா?’’

‘‘ஆமாம்! எல்லாமே இரண்டாயிரம் ரூபாய் நோட்டு. அதனால கட்டி வச்சோம். கார்த்திக் அப்படித்தான் கேட்டார்.

‘‘இந்த பணப்பரிமாற்றத்தை ஏன் உங்க ஆபீஸ்ல வச்சுப் பண்ணீங்க?’’ சத்யஜித்.

‘‘நான் வெளிய ஒரு இடம்தான் சொன்னேன். ஆனா அவர்தான் என் ஆபீஸ்லயே செய்துக்கலாம்னு கட்டாயப்படுத்தினார். அது பாதுகாப்பா இருக்கும்னு நினைச்சிருக்கலாம்!’’

‘‘புரியலை ஸ்ரீராம். எழுபத்தி அஞ்சு கோடி... ஒரு சூட்கேஸ்ல...’’ அவருக்கு ஆச்சரியமாக இருந்தது.

‘‘ஒரு சூட்கேஸில் எழுபத்தி அஞ்சு கோடி. ஒரே ஒரு மனிதன் எடுத்துப் போகிறான்’’

‘‘அது பெரிய ட்ராலி பை அதில் எழுபத்தி அஞ்சு கிலோ எடை வரைக்கும் எடுத்துட்டுப் போகலாம்’’ ஸ்ரீராம் விளக்கம் கொடுத்தார்.

சத்யஜித்தின் மனம் எண்ணக் கடலில் மூழ்கியது. இவன் சொல்வது உண்மையானால் எழுபத்தி ஐந்து கோடியை யார் எடுத்திருப்பார்கள்?.... திருஷ்டி?! திருஷ்டி ஏமாற்றி விட்டாளா?! விசாரணையில் அவள் இந்த சூட்கேஸ் பற்றி எதுவும் பேசவில்லையே? கார்த்திக் இந்த ஆபீஸை விட்டு வெளியே வரும்போது கண்டிப்பாக சூட்கேஸைக் கவனித்திருப்பாள்.''

''நம்ம முதல் முறை சந்திச்சப்பவே நீங்க இதைச் சொல்லியிருக்கணும்'' சத்யஜித்.

''நாங்க டெண்டர்ல பங்கெடுக்கறதா இருந்தோம்! அந்தச் சூழ்நிலையில் இதை வெளியே தெரியப்படுத்தலாமா? சரியான்னு எனக்குத் தெரியலை! இப்ப எனக்கு அதுல பெரிய விருப்பம் இல்லை!'' ஸ்ரீராம் விளக்கம் கொடுத்தார்.

''சத்யஜித் ஸ்ரீராமின் கூற்றை உறுதிப்படுத்திக் கொள்ள விரும்பினார். அதனால் கேட்டார்.

''நீங்க தமாஷ் பண்றீங்களா? எதுனால உங்க மனச மாத்திக்கிட்டீங்க...? ஏன் இப்ப எல்லாத்தையும் எங்கிட்ட சொல்றீங்க! எது உங்க மனசை மாத்திச்சு!?''

''எனக்கு கல்யாணம் ஸார். இது என் காதலி கீர்த்தியின் விருப்பம்! முதல்ல நீங்க என்னை சந்திக்க வந்தப்ப, ரெண்டு நாள் முன்னால, கீர்த்தி என் கேபினுக்குள் நுழைய முற்பட்டாள். அவ சூழ்நிலையைப் புரிஞ்சுக்கிட்டா! அவ நான் சிக்கல்ல இருந்து விடுபடணும்னு விரும்பரா. அவளுக்கு என் நல்ல குணங்களும் தெரியும்! என்னை ரொம்பக் காதலிக்கறா ஸார்! நான் என் லாபத்தில் பதினைந்து சதவீதம் என் ஊழியர்களுக்குக் கொடுக்கறேன்! அவங்களையும் பங்குதாரரா ஆக்கி இருக்கேன். இன்னும் கொஞ்ச காலம் போனா ஒரு பள்ளிக்கூடம் ஆரம்பிக்கலாம்னு நினைச்சிருக்கேன்! இதெல்லாம் கீர்த்திக்கு ரொம்ப சந்தோஷம்!''

''இதெல்லாம் நல்ல விஷயம்தான்! ஆனா நீங்க செய்த ஊழல் பேரம்... எழுபத்தி ஐந்து கோடி!'' அது குற்றம்! நான் உங்களைக் கைது பண்ணலாம்!''

ஸ்ரீராம் அதிர்ந்து ''நான் கொலை செய்யலை!'' என்றார்.

''அதை நான் எப்படி நம்புறது?!''

''நான் கொலை செய்யணும்னா முதல்லயே செய்திருக்க மாட்டனா? கார்த்திக்கு எழுபத்தி அஞ்சு கோடியைக் கொடுத்து அனுப்பீட்டு... கொலை செய்யத் திட்டம் போடுவேனா? எனக்கு இதில் என்ன லாபம்?''

சத்யஜித் சிறிது நேரம் சிந்தித்து விட்டு... ''எனக்கு இன்னும் சரியாப் புரியலை...! இத்தனை பெரிய தொகையை கார்த்திக்கு கொடுக்க அவசியம் என்ன?'' கேட்டார்.

''அறிவுப் பூங்கா'' டெண்ட்ருக்காகத்தான். எங்க ரெண்டு பேருக்குமே எங்க தொழில்ல அடுத்த கட்டத்துக்கு உயர இந்தப் பூங்கா ஏலம் முக்கியமானதாப்பட்டது. நம்ம அரசாங்கம் இன்னும் ஆறு மாதத்தில், மிகப்பெரிய கட்டுமானத் திட்டங்களை டெண்டர் மூலம் கொடுக்கப் போகிறது. இந்தப் பூங்கா ஏலத்தில் ஜெயித்தால், அந்த மாபெரும் திட்டங்களின் டெண்டர் எடுக்க நாம் தகுதியானவர்கள் ஆவோம்! கார்த்திக் இந்த 'அறிவுப் பூங்கா' டெண்டரில் ஏலம் எடுக்க வெற்றிபெற எல்லாப் பின்புல ஏற்பாடுகளையும் செய்துவிட்டார் என எனக்குத் தெரிய வந்தது. ஏற்னெவே மந்திரிகளும், தொழில் நுட்பத் துறையும் கார்த்திக்கை ஆதரிக்கத் தொடங்கிவிட்டது. இத்தனைக்கும் பிறகு அவர்களை என்பக்கம் இழுக்க என்னால் முடியாது! நேரமும் குறைவு. அதைவிட 'கார்த்திக்' ஒரு ஆளை விலை பேசுவது உத்தமம். சற்று அதிகம் செலவானாலும், அதுதான் எனக்கு ஒரே மார்க்கம் என்பது தெளிவாகப் புரிந்தது. கார்த்திக்கும் தன் வெற்றியை, எனக்குத் திருப்பி விட ஒப்புக் கொண்டார். ஏலத்தில் என்னை வெற்றிபெறச் செய்வதாகச் சத்தியம் செய்தார்.'' ஸ்ரீராம் பேசி நிறுத்தினார். அவர் சுற்று முற்றும் பார்த்துக் கொண்டார். யாரும் கேட்டுவிடக் கூடாது என்பதில் உஷாராக இருந்தார்.

மீண்டும் தொடர்ந்தார். ''கார்த்திக் அவர் கம்பெனியின் ஒரு பகுதியை எனக்கு விற்கவும் தயாராக இருந்தார் எங்களுக்குள் நிறைய பரிமாற்றம் செய்யத் தீர்மானித்திருந்தோம்''. அதற்குள் தோசை வரவும் ஸ்ரீராம் பேச்சை நிறுத்தினார்.

அவர்கள் சாப்பிட ஆரம்பித்தனர். வடை, தேங்காய் சட்னி வாசனை அந்த இடத்தைச் சுற்றி வந்தது. அவர்கள் சாப்பிட ஆரம்பித்தனர். ஒரு குழந்தை பொங்கலுக்கு அழுதது சத்யஜித் குழந்தையைப் பார்த்தார். கல்லூரி மாணவர்கள், மெகா தோசையை, அதாவது 'குடும்ப தோசை' ஆர்வத்துடன் ஆளுக்கு ஒரு பக்கம் பிய்த்துச் சாப்பிட்டனர். சத்யஜித் தன்னைச் சுற்றி எல்லாப் பக்கமும் பார்வையிட்டார். ஆனால் ஸ்ரீராம் சாப்பிடுவதில் மட்டுமே கவனம் செலுத்தினார்.

சிறிது நேரம் சென்ற பிறகு சத்யஜித் ''கார்த்திக் ரொம்ப சக்தி வாய்ந்தவரா? பவர்புல்மேன்?!'' என தமிழிலும் ஆங்கிலத்திலும் கேட்டார்.

''அவன் வளர்ந்து வந்த வேகம்... யாராலும் தடுக்க முடியவில்லை. அந்த வேகம்... யாராலும் கற்பனை செய்ய முடியாது. எனக்கு வேறு வழி தெரியவில்லை. அவனை என் பங்குதாரர் ஆக்குறது, இல்லை அவர் கம்பெனியை நான் எடுத்துக்கனும் (acquire). அதனால் முதலில் என் பங்குதாரர் ஆக்கிவிட்டுப் பிறகு பண்ணலாம்னு நினைச்சேன்! ஆனா கார்த்திக் கொல்லப்படாம இருந்திருந்தா... எல்லாமே நடந்திருக்கும்!

''நான் எப்படி நம்பறது? நீங்க உங்க ஸி.ஸி.டிவி பதிவை ஏன் அழிச்சீங்க... ஏன் டெலிட் பண்ணீங்க?'' சத்யஜித் அவரின் குற்றத்தைச் சுட்டிக் காட்டினார்.

''இல்லை ஸார். அது இயந்திரக் கோளாறா இருக்கலாம்! எனக்கு அதைப் பற்றி தெரியாது! அதை வேணும்னு யாரும் செய்யலை!'' ஸ்ரீராம் தன்னைக் காப்பாற்றிக் கொள்ளப் பேசினார்.

சத்யஜித் சிறிது சிந்தித்தார். அவர் மூளையில் ஒரு கேள்வி வந்து குடைந்தது. கேட்டு விட்டார். ''நீங்க 'கன் க்ளப்ல' உறுப்பினரா?'' ஸ்ரீராமுக்குப் புரியவில்லை குழப்பத்துடன் பார்த்தார்.

''அது என்ன?''

''அதை விடுங்க! போன முறை நம்ம சந்திப்புக்குப் பிறகு நீங்க கமிஷனர்கிட்டப் பேசினீங்களா?''

''இல்லையே! எனக்கு அவரை அத்தனை நெருக்கமாத் தெரியும்னா நான் ஏன் இங்க உக்காந்து உங்களோட பேசிட்டிருக்கேன்!? அவர்கிட்டயே என் தவறை ஒப்புக் கொண்டிருப்பேனே?

சத்யஜித் இந்தக் கூற்றை ஒத்துக் கொண்டார். என்னிடம் உக்காந்து பேசுவதைவிட கமிஷனரிடம் பேசி பிரச்னைக்குத் தீர்வே கண்டிருக்கலாம்தான். அப்படியானால் அன்று கமிஷனரிடம் யார் சொல்லியிருப்பார்கள்? என் செயல்பாடுகள் பற்றி எப்படி அவருக்குத் தெரிய வந்தது? மேலும் சிந்தித்தபோது ஒரு முக்கியமான கேள்வி நினைவில் வந்தது.

''உங்களுக்கு த்ருஷ்டியைத் தெரியுமா?''

''தெரியாது ஸார்! அன்னைக்கு கார்த்திக்கூட வந்திருந்தாங்கன்னு கேள்விப்பட்டேன்!''

சத்யஜித்திற்கு இன்னும் கார்த்திக் கொலையில் தீர்வு கிடைக்கவில்லை. அந்த பைக் ஓட்டிகளைக் கைது செய்தது ஒரு ஆரம்பம்.

சத்யஜித்திற்கு உடல் சோர்வு ஏற்பட்டது.

''நீங்க சொல்ல வந்தது எல்லாம் சொல்லிட்டிங்கதானே'' கேட்டார்.

''இந்தக் குழப்பத்தில் இருந்து விடுபட நிறைய யோசிச்சுதான் உங்ககிட்ட வந்தேன்! நான் எதையும் மறைக்கலை! எல்லாமே உங்ககிட்ட சொல்லிட்டேன்.''

சத்யஜித் உற்றுப் பார்த்தார். இரண்டு நாள் முன்பு பார்த்த ஸ்ரீராம் இல்லை இது. வக்கீல் இல்லை. பந்தா இல்லை. குற்றத்தைக் கூறிவிட்ட நிம்மதி உண்மை தெரிந்தது. அவர் ஸ்ரீராமுக்கு விடை கொடுத்தார். இன்னொரு பில்டர் காபி சொன்னார்.

காபி குடிக்கும்போது தன்னைத்தானே கேட்டுக் கொண்டார்.

'ஏன் மனிதனை மனிதன் கொல்கிறான்?!'

''பேராசை. ஒரு லாரி ஓட்டுநர் இரண்டாயிரத்து ஐநூறு ரூபாய்க்காக கொலை செய்கிறான். கொலைகாரன் ஒரு லட்சம்

ரூபாய் கொடுப்பவனுக்காக தனக்கு சம்பந்தமே இல்லாதவனைக் கொலை செய்கிறான். பேராசை அதன் மூலம் பணம்தான். அது ஆளுக்குத் தகுந்தபடி மாறுகிறது. சத்யஜித் பில்லுடன் ஐந்து ரூபாய் வைத்தார். ஆனால் உணவு பரிமளிப்பவன் மேலும் ஐந்து ரூபாய் கேட்டான். இவனுக்கு இன்னும் ஐந்து ரூபாய் வேண்டும். கார்த்திக்கிற்கு மேலும் எழுபத்தி ஐந்து கோடி வேண்டும். ஒரு வேதனைப் புன்னகையுடன் தன் பைக்கை நோக்கிச் சென்றார். எழுபத்தி ஐந்து கோடியை வைத்து அவன் என்ன செய்வான்? இந்த உலகத்தில் வாழ சிலருக்கு மட்டும் ஏன் இத்தனை கோடி தேவைப்படுகிறது? அவன் இதில் என்ன வாங்குவான். மக்களுக்கு வேலைவாய்ப்பை உருவாக்குவானா? இன்னும் ஒரு பங்களா கட்டுவானா? இன்னும் ஒரு கார் வாங்குவானா? இந்த மக்கள் வேறு எப்படித்தான் பணத்தைச் செலவு செய்ய முடியும்?

ஒரு ஆணின் மூன்று பாவம் பணத்தாசை, பெண்ணாசை, குடி என்று சொல்வார்கள். ஆனால் பணம் அதிகமான பணம். அதுதான் முழுமுதற்பாவம். பணம்தான் மற்ற இரண்டையும் தேடக் காரணம்.

அவர் திருஷ்டியை அழைத்தார். ஆனால் அவள் எண் தொடர்பில் இல்லை. செயல்படவில்லை என்றது. அவர் ஓட்டலில் இருந்து நேராக அவள் வீட்டிற்குச் சென்றார். அது பூட்டி இருந்தது. 'யோஜித் முதலில் இருந்தே இவளைச் சந்தேகப்பட்டார். நான் அவருடைய பேச்சைக் கேட்டிருக்க வேண்டும்' நினைத்து சற்று வருந்தினார்.

விசாரித்தபோது அந்த வீட்டின் உரிமையாளர், அவள் நேற்று இரவு 8 மணிக்குச் சென்று விட்டதாகச் சொன்னார். அவள் எங்கு சென்றாள் என அவருக்குத் தெரியவில்லை என்றார். சத்யஜித் 7 மணிக்கு அவளுடன் வாட்ஸ்அப் பில் அரட்டை அடித்ததை எண்ணிப் பார்த்தார். அவரை எந்தக் கேள்வியும் கேட்க சத்யஜித்திற்குத் தோன்றவில்லை.

அவள் வீட்டைப் பரிசோதனை செய்ய வீட்டுச் சாவி மட்டும் கேட்டார். அவரும் காவல்துறை அதிகாரி கேட்கிறார் என்பதால் சாவி கொடுத்தார்.

அவர் த்ருஷ்டி வீட்டிற்குள் நுழைந்தார். சுற்றி நடந்தார். பக்க வாட்டு மேஜையில் இருந்த அவள் புகைப்படத்தைக் காணவில்லை. அது இப்போது சாப்பாட்டு மேஜை மீது இருந்தது. அவர் பெற்றோரின் படங்களையும் காணவில்லை. அவர் சமையலறைக்குச் சென்றார். அவள் இரண்டு நாள் முன் காய்கறி வாங்கிய பை இருந்தது. அதன் விலைப் பட்டியலும் இருந்தது. அவள் வாங்கிய காய்கறிகளும் அப்படியே இருந்தது. ''எனக்கு சமையல் செய்வது ரொம்பப் பிடிக்கும்'' அவள் இரவு உணவு செய்ததாகச் சொன்னாள். என்னையும் பராத்தா சாப்பிட வரச் சொன்னாள்' சத்யஜித் அதை நினைத்து தலையில் அடித்துக் கொண்டார்.

சத்யஜித் சமையலறையை நன்றாகப் பார்த்தபோது அங்கு சமையல் செய்வதற்கான பாத்திரங்கள்கூட இல்லை என்பதை உணர்ந்தார். சாப்பாட்டு மேஜை மீது இருந்த அவளின் புகைப்படம் இப்போது அவருக்கு பார்க்கப் பிடிக்கவில்லை. அவள் படுக்கை அறைக்குச் சென்றார். உடை அலமாரியைத் திறந்து பார்த்தார். அவள் உடை எதுவும் அங்கு இல்லை. எங்கே போயிருப்பாள்?

அவர் மீண்டும் வந்து சாப்பாடு மேஜைமுன் அமர்ந்தார். அந்தப் புகைப்படத்தைக் கையில் எடுத்தார். அவளை முதல் நாள் சந்தித்தபோது அவர் விரும்பிப் பார்த்த அதே புகைப்படம் திருப்பிப் பார்த்தார். அதில் ஒரு நூறு ரூபாய் நோட்டு சொருகி வைக்கப்பட்டிருந்தது. ''எனக்கு இந்த புகைப்படம் பிடிக்கும் என அவளும் தெரிந்து கொண்டாளா?' அவர் முகத்தில் ஒரு புன்னகை தோன்றியது. கடைசியாகப் பேச்சு நூறு ரூபாய் பற்றித்தான் இருந்தது. 'இப்ப அவள் எங்கே?' திருஷ்டியுடன் ஆன அத்தனை பேச்சுக்களையும் மீண்டும் பார்த்தார். ஒரு நிமிடம் அவளின் முற்போக்கான சிந்தனையை வியந்தார் 'ஸ்ரீராம் சொன்னது உண்மை என்றால் காரில் இருந்த எழுபத்தி ஐந்து கோடி ரூபாய் எங்கே? திருஷ்டி அதை எடுத்திருப்பாளா? வீட்டுச் சொந்தக்காரர் கதவைத் தட்டி, அவருக்கு காபி வேண்டுமா எனக் கேட்டார் சத்யஜித் மறுத்தார்.

கொஞ்ச நேரம் தனிமையில் இருக்க விரும்புவதாகச் சொன்னார்.

‘அவள் பணத்தை எடுத்துச் சென்றிருந்தால், அவள் அதை எங்கே எப்படி மறைத்து வைத்திருப்பாள். எவ்வளவு நாள் பணத்துடன் ஓட முடியும்? அவளுக்கு யாராவது உதவி செய்கிறார்களா?’ மேலும் அவளைப் பற்றி சேகரித்த அத்தனை விஷயங்களையும் மீண்டும் எண்ணிப் பார்த்தார். ‘அவளுக்கு ஒரு ‘பாய் ப்ரண்டு’ உண்டு. அவர் எல்லா, கிடைத்த சாட்சி தடயங்களை ஸ்ரீராமின் வார்த்தைகள் அவர் ஆபீஸ் ஸி.ஸி.டி.வி காமிரா பதிவு காணாமல் போனது... பூந்தமல்லியில் இருந்து ரிங்ரோடில் நுழைந்த இரண்டு பைக்களின் பதிவு. இது எல்லாம் எப்டி? அவளிடம் இருந்து கேஸை திசை திருப்பச் சரியாக அமைந்தது? அவளிடம் பேசிய பேச்சுக்கள் நினைவில் வந்தது. அவள் அழுதாள். நன்றாக நடித்தாள். அவளை அன்று பைக்கில் வந்து தாக்கியது யார்? கார்த்திக்கை வலது பக்கம் இருந்து எப்படி சுட்டாள்? புகைப்படத்தைப் பார்த்தார். ‘எங்கே இருக்கிறாய்’ எனக் கேட்டார்.

திருச்சி விமான நிலையத்தில் இருந்து புறப்பட்ட விமானத்தில் இருந்த த்ருஷ்டி, கீழே பார்த்தாள். இனி எப்போதும் அவள் இந்தியா வரப்போவதில்லை. த்ருஷ்டியாக கண்டிப்பாக வரப்போவதில்லை.

பகுதி – 10

திருஷ்டி முந்தைய இரவு உறங்க வில்லை. அவள் சத்யஜித்துடன் பேசிவிட்டு இரவு 7.30 மணிக்கு வீட்டில் இருந்து கிளம்பினாள். கோயம்பேடு பஸ் நிலையத்தின் பின்புறமாக நுழைந்தாள். ஒரு புது சைனா கைப்பேசியும் பன்னாட்டு சிம் கார்டும் வாங்கினாள். 8.30 மணிக்கு மகாபலிபுரம் செல்லும் பேருந்தில் ஏறினாள். சென்னையில் அவளுக்கு, நிறைய இடம் பிடிக்கும். மெரீனா கடற்கரை கோவில்கள், திரை அரங்கங்கள் மகாபலிபுரம் இதை எல்லாம் விட்டுப் போவது அவளுக்கு வருத்தமாகத்தான் இருந்தது. நேரம் இருந்தால் இந்த நாட்டை விட்டுப் போகும் முன்பு எல்லா இடமும் பார்க்கலாம். அவள் பலமுறை மகாபலிபுரத்துக்கு அவள் காதலனுடன் வந்திருக்கிறாள்.

இரவு உணவு சாப்பிட்டபிறகு அவள் கடற்கரையில் நடந்தாள். தன் கைப்பேசியைக் கடலில் வீசினாள். இரவு திருச்சிக்கு பஸ் ஏறினாள். காலை 5 மணிக்கு திருச்சி பன்னாட்டு விமான நிலையத்தை அடைந்தாள்.

காலை 8.30 மணிக்கு அவள் விமானம் ஏற வேண்டும்.

அவள் விமானத்தில் முதல் வகுப்பில் பயணித்தாள்.

''மிஸஸ் பார்வதி உங்களுக்கு என்ன சாப்பிட வேண்டும்'' விமானப் பணிப்பெண் ஆங்கிலத்தில் கேட்டாள்.

''பிஸினஸ் கிளாஸில் பயணிப்பது சுகமாக இருக்கிறது'' என நினைத்துக் கொண்டாள். ''விமானப் பணிப்பெண் பற்றி

சத்யஜித்துடன் பேசியது நினைவு வந்தது. இவர்களைப் பற்றிய மனப்பாங்கை இந்தச் சமூகத்தில் தன்னால் மாற்ற முடிந்தால் அதுதான் நான் பெண்மைக்குச் செய்யும் மிகப் பெரிய கௌரவம்'' நினைத்துக் கொண்டாள்.

தனக்கு குடிக்க ஒயின் கொடுத்து போர்வையால் போர்த்திவிட்ட, விமானப் பணிப் பெண்ணைப் பார்த்து புன்னகைத்தாள். வெளியே தெரிந்த மேகங்களைப் பார்த்ததும் தன் சிறு வயது முதல் நடந்த நிகழ்வுகள் அவள் கண்முன் வந்தது.

பத்து வருடங்களுக்கு முன் கனகா என்பவளின் வீட்டில் த்ருஷ்டியும் அவள் அம்மாவும் வாடகைக்குக் குடி இருந்தார்கள். அவள் அப்பா அவளின் சிறு வயதிலேயே தவறிவிட்டார். அம்மா தனியாகக் கஷ்டப்பட்டு மகளை வளர்த்தாள்.

அவள் அம்மா மீரா ஒரு தையல்காரியாக ஆவடியில் ஒரு ஏற்றுமதிக் கம்பெனியில் வேலை பார்த்தாள். அது ஒரு கத்தரி வெயில்காலம். மீரா சோகமாக வீடு வந்தாள். அவள் வேலை செய்து வந்த கம்பெனி மூடிவிடப் போவதாக அறிவித்து விட்டார்கள். அவளுக்கு ஏற்கெனவே மூன்று மாத சம்பள பாக்கி இருந்தது. மீரா சேமித்து வைத்திருந்த சிறிய தொகையும் இந்த மூன்று மாதத்தில் செலவாகி விட்டது. அவள் மூன்று மாதமாக வீட்டு வாடகையும் கொடுக்கவில்லை. அவர்கள் கம்பெனி ஆறுமாதத்திற்குள் கொடுத்து விடுவதாகச் சொன்னார்கள்.

அப்போது த்ருஷ்டிக்கு பதினைந்து வயது. அவர்களின் வீட்டு உரிமையாளர் மூன்று மாத வாடகை பாக்கி பற்றி கவலைப்பட ஆரம்பித்தாள். நகையை அடமானம் வைத்து வாடகை கொடுக்கலாம் எனக் கூறிவந்தாள். ஒருநாள் தனக்குத் தெரிந்த வட்டிக்கடை ஒன்றைக் கூறி அங்கு சென்று அடமானம் வைக்கலாம். தனக்குத் தெரிந்தவர்கள் தான், எனக் கட்டாயப்படுத்தினாள். மீரா அந்தக் காசுமாலையை தன் சொத்தாக நினைத்து வந்தாள்.

அது அவள் கணவன் அவர்களுடைய ஐந்தாவது திருமண தினத்தன்று பரிசாகக் கொடுத்தது. அது அவருடைய தாயுடையது. இன்றைய நகை போல இல்லாது சொக்கத் தங்கத்தில் உறுதியாகச் செய்யப்பட்ட அந்தக்கால நகை. மீரா அதை அணிந்தால் தேவதை போலத் தெரிவாள். அவள் கணவன் எதிர்பாராமல் இறந்தபோது

மீரா உடைந்து போனாள். அவள் கணவன் வாங்கிய கடன்களையும் அடைத்தாள். அப்போதுகூட இந்தக் காசுமாலையைத் தன் சொத்தாகப் பாதுகாத்து வந்தாள்.

ஆனால் அன்று மீராவிற்கு வேறு வழியே இல்லை. அவள் கணவனின் மிக உயர்ந்த பரிசான மகள் த்ருஷ்டியைக் காப்பாற்றணும். வாடகை கொடுக்கணும்! உயிர் வாழவேண்டும். வீட்டு உரிமையாளர் கனகா சொன்ன அடகுக்கடைக்கு அன்று மீரா புறப்பட்டாள். அடகு கடையில் ஐம்பதாயிரம் ரூபாய் கிடைத்தது. அதை வைத்து மூன்றுமாத வாடகை கொடுத்துவிட்டு இன்னும் சிலமாதங்கள் வாழலாம் என நினைத்தாள் மீரா. தன் கம்பெனி சம்பளத்தைக் கொடுத்து விட்டால், நகையை மீட்டு விடலாம். அல்லது தான் வேலைக்குப் போனதும் மீட்டுக் கொள்ளலாம் என மீரா நினைத்தாள். அவள் எண்ணங்களில் மூழ்கி நடந்து கொண்டிருந்தபோது பைக்கில் வந்த ஒரு சிறுவன் அவள் கைப்பையை மின்னல் வேகத்தில் பிடுங்கிச் சென்றான். மீரா கதறினாள். ஆனால் யாரும் வருமுன் அந்தப் பையன் மின்னலாக மறைந்தான்.

அவள் கனகாவிற்கு மூன்று மாத வாடகை பாக்கி ஏழாயிரத்து ஐநூறு ரூபாய் கொடுக்க வேண்டும். கனகா வீட்டு வாசலில் நின்றாள். மீரா அவளைக் கட்டிப்பிடித்து அழுதபடி நடந்ததைச் சொன்னாள். ஆனால் கனகா நம்பவில்லை. மீரா அவள் காலில் விழுந்து அழுதாள். ‘‘அக்கா நீங்க சொன்னபடிதான் நீங்க சொன்ன கடைலதான் நான் வச்சேன். ஆனா இப்படி ஆயிடுச்சே?’’

ஆனால் கனகா நம்பத் தயாராக இல்லை. ‘‘நாளை காலைவரைதான் உனக்கு, வீடு நீ காலைல கொடுக்கலைனா... இந்த ஒரு ராத்திரிதான் உனக்கு இங்கே... இடம்!’’ என்று எச்சரிக்கை விடுத்தாள்.

அன்று இரவு முழுவதும் த்ருஷ்டி அழுதாள். ஆனால் அவள் அம்மா அழவில்லை. வாழ்க்கையில் மீண்டும் எழலாம் என அவள் நம்பினாள். அடுத்த நாள் காலை அவர்கள் அந்த வீட்டை விட்டு வெளியேறினர். அவர்கள் ஆவடி அரசு மருத்துவமனையில் தங்கி அங்கு வருபவர்களுக்கு உதவி செய்து சிறிது பணம் சம்பாதித்தனர். மீரா பக்கத்தில் ஒரு தனியார் மருத்துவமனையில் வேலையாளாகச் சேரும் வரை அவர்கள் இரவும் அங்கேயே உறங்கினர். அதற்குள்

த்ருஷ்டியும் தன் பள்ளிப் படிப்பை முடித்து ஒரு அலுவலகத்தில் உதவியாளராகச் சேர்ந்தாள். அவர்கள் வாழ்க்கைத்தரம் சற்று உயர்ந்தது. ஆனால் மீராவின் உடல்நிலை மோசமானது.

ஒருநாள் மூன்று வருடங்களுக்குப் பிறகு மீரா, கனகாவைப் பார்த்தாள். மீராவுக்கு கனகாமேல் அன்புதான் இருந்தது. பாவம் மூன்று மாத வாடகை விட்டுக் கொடுத்தவள், பிறகுதானே கோபப்பட்டாள்? தவறு நம்மீதுதான் என எண்ணி கனகாவை நோக்கி வந்தாள். ஆனால் கனகா கவனிக்கவில்லை. அருகில் வந்து அவளை ஆச்சரியப்படுத்த விரும்பினாள். ஆனால் கனகா கழுத்தில் தன் கணவன் ஆசையாக கொடுத்த பரிசு காசுமாலைப் பார்த்ததும் மீரா அப்படியே திரும்பிவிட்டாள். அன்று தான் அடகு வைத்த காசுமாலை கனகா கழுத்தில் எப்படி வந்தது. தன் கணவனுடன் வாழ்ந்த அற்புத வாழ்க்கைக்கு ஞாபகச் சின்னமாக இருந்த காசுமாலை. கனகா, மீராவைவிட வயதில் பெரியவள்; ஆனால் இளமையாகத் தெரிந்தாள்.

அடகுக்கடையில் வைத்த நகை கனகா கழுத்தில்... இவளுக்கு அடகு கடைக்காரன் அத்தனை நெருக்கமானவனா? என்னிடம் பொய்யான நட்பா? நடித்தாளா?!

அடுத்த நாள் மீரா மாறுவேடத்தில் கனகாவைப் பற்றி விசாரிக்கச் சென்றாள். அவள் கண்டுபிடித்த விஷயங்கள் அவளாலேயே நம்ப முடியவில்லை.

கனகா குடும்பம் மிகப் பெரியது. அவளுடைய மூன்று சகோதரிகளும் நான்கு சகோதரர்களும் ஆவடியைச் சுற்றியே இருந்தனர். அவர்கள் அனைவருமே வீட்டை வாடகைக்கு விட்டு சம்பாதித்தனர். அவளின் சகோதரர்கள் அடகுக் கடை நடத்தினர். அதிக வட்டிக்கே பணம் கொடுத்தனர். சின்ன வியாபாரிகள் இவர்கள் கடையில் நகையை வைத்து பணம் வாங்குவார்கள். முதல் மூன்று நான்கு மாதம் வட்டி கட்டுவார்கள். பிறகு வட்டி கட்டாமல் விட்டு விடுவார்கள். நகையின் அசல் விலையைவிட வட்டியும் அசலும் சேர்ந்து அதிகமாகிவிட்டால், சிறு வியாபாரிகள் நகையைத் திருப்பாமலே விட்டு விடுவார்கள். அந்த நகைகளை சகோதரிகள் எடுத்து அணிந்து கொள்வார்கள். அவர்களுக்கு மற்றவர்கள் நன்றாக

வாழ்ந்தால் பிடிக்காது. அதைக் கெடுக்க என்ன வேண்டுமானாலும் செய்வார்கள்.

கனகா தன்னை முட்டாளாக்கிவிட்டாள் என மீராவிற்குப் புரிந்தது. அடுத்த நாள் கனகா வீடு சென்றாள். முதலில் கனகா இவளை வரவேற்று குசலம் விசாரித்தாள். ஆனால் மீரா தன் காசுமாலை பற்றியும் தன் திருடுபோன பணம் பற்றியும் கேட்டதும், உண்மையை அறிந்து கொண்டாள் எனத் தெரிந்ததும் கனகா கத்த ஆரம்பித்து விட்டாள். வெளியே போகும்படிக் கத்தினாள்.

''அக்கா! இன்னைக்கு நீங்க சந்தோஷமா இருக்கலாம்; ஆனா ஒரு நாள் இதன் பலனை அனுபவிப்பீங்க...'' என்று சொல்லிவிட்டு கோவிலுக்குச் சென்றாள் மீரா. கடவுளிடம் நிறைய கேள்விகள் கேட்டாள். நான் உனக்கு ரொம்பப் பிடிக்குமா? அதுதான் என்னை அளவுக்கு அதிகமா துன்புறுத்துகிறாயா?''

த்ருஷ்டி அம்மாவைத் தேடி கோவிலுக்கு வந்தபோது... மீரா அழுது கொண்டிருந்தாள். த்ருஷ்டி அம்மா கையைப் பிடித்தாள். அது கரடுமுரடாக இருந்தது. காலமெல்லாம் அவள் பட்ட கஷ்டத்தைச் சொன்னது. மீரா தன் மகளிடம் கனகா பற்றி அனைத்தும் சொன்னாள்.

''நம்மகிட்ட என்ன இருக்கு? ஏன் என்னை மாதிரி கஷ்டப்பட்ட ஒருத்திய ஒரு பணக்காரி ஏமாத்தணும்? அவளிடம் இல்லாத நகையா? பணமா?'' மீரா தினமும் தன் கணவனின் புகைப்படத்தின் முன் நின்று கேட்டுக் கொண்டிருந்தாள். ஒரு மாதத்தில் மீரா இறந்து விட்டாள். த்ருஷ்டி தனியாக விடப்பட்டாள்.

திருஷ்டி சிலகாலம் வீட்டை விட்டே வெளியே வர விரும்பவில்லை. அம்மாவின் புடவையை எடுத்துக் கட்டிக் கொண்டு அழுது கொண்டிருப்பாள். பல சமயம் தற்கொலை எண்ணம் வரும்! ஆனால் மீராவின் வாழவேண்டும் என்ற நம்பிக்கை மன உறுதி அம்மாவின் குரல் அவள் காதில் கேட்கும். இந்த உலகத்தில் தங்களை வாழவிடாமல் செய்தவர்கள் முன் தான் ஒரு நல்ல அந்தஸ்தில் வாழ்ந்து காட்ட வேண்டும் அதுதான் அம்மாவிற்குத் தான் காட்டும் நன்றிக் கடன் எனத் தீர்மானித்தாள். அவள் தற்காப்புகலையும், துப்பாக்கிப் பயிற்சியும் கற்றுக்கொள்ள ஆரம்பித்தாள். தன் தன்னம்பிக்கையை வளர்த்துக்கொள்ள ஆரம்பித்தாள். அவள்

கராத்தே கற்கக் கற்க, மன்னிப்பதுதான் எதிரிகளைப் பழிவாங்கும் ஒரே வழி எனத் தெரிந்து கொண்டாள்.

ஐந்து வருடங்கள் த்ருஷ்டி அயராது உழைத்தாள். ‘பாஸ்ட் கன்ஸ்ட்ரக்ஷன் கம்பெனியில், சி.இ.ஓ.வின் உதவியாளர் ஆனாள். கம்பெனி அவளுக்கு நல்ல சம்பளம் கொடுத்தது. பல புதிய டெண்டர்களில் அவள் பங்கு அதிகம் இருந்தது. அவளிடம் இருந்த கற்பனை வளம் கட்டிட மாதிரிகளை உருவாக்கி அவளை உயர்த்தியது.

பாஸ்ட் கார்பரேஷன் கம்பெனியின் சி.இ.ஓ. பிந்துவை திருமணம் செய்திருந்தார். அவன் மிகக் கடுமையாக உழைத்தான். அவனுடைய வாழ்க்கையில் ஒரே குறிக்கோள் வியாபாரத்தில் முன்னேற்றம், நிறைய பணம் சம்பாதிப்பது, 2015 டிசம்பர் மாத வெள்ளத்தின்போது திருஷ்டி தன் வாழ்க்கையில் ஒரு புது மனிதனைச் சந்தித்தாள்.

அவன் மிகச் சுறுசுறுப்பாக வெள்ள நிவாரண வேலைகளில் இயங்கிக் கொண்டிருந்தான். முக்கியமாக மக்கள் உயிரைக் காப்பாற்றுவதில் அதிகக் கவனம் செலுத்தினான். சென்னையில் இருந்து ஐம்பது கிலோ மீட்டர் தூரத்தில் பொன்னேரி, புலிகட் அருகில் உள்ள கிராமங்களில் பாதிப்பு அதிகம். அதைக் கேள்விப்பட்டு அவர்கள் அத்துணைதூரம் பயணித்தனர். அங்கு கிட்டதட்ட பதினைந்து சின்னக் கிராமங்கள் இருந்தன. அவர்களுக்கு உணவு, உடை இருக்க இடம், தண்ணீர், மருத்துவ வசதி தேவைப்பட்டது. திருஷ்டி அங்குள்ள தன்னார்வத் தொண்டு நிறுவன இளைஞர்களோடு சேர்ந்து பணியாற்றினாள், அவர்களை மீட்டனர்.

ஒரு ஐநூறு குடும்பங்கள் அங்கு வாழ்ந்தனர். குழந்தைகளுக்கு நல்ல கல்வியில்லை. பெண் குழந்தைகளுக்கு பதினைந்து வயதிலேயே திருமணம் செய்து விடுகின்றனர். ஆரோக்கியம் என்பது அங்கு இல்லை. அவள் அவர்களின் கல்விக்காகவும், மின்சார வினியோகத்திற்கும், மருத்துவ உதவிக்கு, நன்கொடை வசூலித்தாள். கார்த்திக்கூட சில அடிப்படைத் தேவைகளுக்கு நிதி உதவி செய்தான். கார்த்திக்கிற்கு விருப்பம் இல்லை என்றாலும், புலிகட் ஏரி அருகில் உள்ள இருநூறு மீனவர்களுக்கு மீன்பிடி வலை வாங்க நிதி கொடுத்தான்.

இன்னும் அங்கு செய்ய வேண்டியது நிறைய இருந்தது. த்ருஷ்டி தன்னார்வம் உள்ள குழு ஒன்றைக் கண்டுபிடித்து அங்கு கல்விக் கூடங்களை நிறுவச் செய்தாள். அவளுடைய வாழ்வின் லட்சியம் அவர்கள் சுயதேவைகளைப் பூர்த்தி செய்து கொள்ளும் நிலைக்கு உயர்த்தப்பட வேண்டும் என்பதே, அதற்கு அவளின் புதிய சினேகிதன் உறுதுணையாக இருந்தான். அவள் அங்கு செல்லும்போதெல்லாம் .... அவளுடன் வந்தான்.

த்ருஷ்டி கடந்த மூன்று வருடத்தில் கனகாவை அடிக்கடிச் சந்தித்தாள். உண்மையில் ஒரு நிகழ்ச்சியில் த்ருஷ்டி கனகாவிடம் சென்று வெகுநேரம் பேசிக் கொண்டிருந்தாள்.

காசுமாலை பற்றிய உண்மை அறிந்துகொள்ள விரும்பினாள். ஆனால் கனகாவிற்கு திருஷ்டியை அடையாளம் தெரியவில்லை. கனகா இப்போதும் திருமணங்களுக்கு தவறாது காசுமாலை அணிவதைக் கவனித்தாள் த்ருஷ்டி.

2016ம் வருடம் நவம்பர் மாதம் இந்திய அரசாங்கம் ஐநூறு ரூபாய் ஆயிரம் ரூபாய் நோட்டுக்கள் செல்லாது என அறிவித்தபோது திருஷ்டிக்கு கனகாவின் கூடப் பிறந்தவர்கள் கனகா உட்பட குடும்பத்தைப் பழி வாங்க ஒரு நல்ல சந்தர்ப்பம் கிடைத்தது. அவர்கள் தங்களிடம் இருந்த ஏராளமான கருப்புப் பணத்தை இரண்டாயிரம் ரூபாய் புது நோட்டுகளாக மாற்ற முயன்றபோது திருஷ்டியின் முயற்சியில் சட்டரீதியாகப் பிடிபட்டனர். அவர்கள் 2016 நவம்பர் மாத முடிவில் இருந்து வீட்டிற்கும் நீதிமன்றத்திற்கும் அலைந்த வண்ணம் இருந்தனர். த்ருஷ்டிக்கு அவர்களைச் சட்டரீதியாக வழக்கில் சிக்க வைத்தது திருப்தியாக இருந்தது. ஆனால் அந்தக் காசுமாலை இன்றும் கனகாவின் கழுத்தில் மின்னிக் கொண்டிருந்தது. அவள் இன்னும் திருமணங்களுக்கு அதை அணிந்துதான் சென்றாள்.

'பாஸ்ட் கண்ஸ்ட்ரக்ஷன்'' கம்பெனி தங்களுக்குப் புதிய வாய்ப்புகள் வந்தால் அதை ஐந்து நட்சத்திர ஓட்டலில் கொண்டாடுவது வழக்கம். திருஷ்டியின் வாழ்க்கையில் 2016 டிசம்பர் மாதம் ஒரு மாற்றம் ஏற்பட்டது. புதுடெண்டர் கிடைத்ததால் அதை வழக்கம்போல, நல்ல உயர்தர உணவுடன் அயல்நாட்டுப் பானங்களுடன், பாட்டு நடனம் என அனைவரும் அனுபவித்துக் கொண்டிருந்தனர். திருஷ்டி மட்டும் உருளைக்கிழங்கு வறுவலுடன் ஒரு நீச்சல் குளத்தின் முன்

அமர்ந்திருந்தாள். கார்த்திக் அவள் தனியாக அமர்ந்திருப்பதைத் தொலைவில் இருந்து பார்த்தார். அவர் ஒரு டம்ளர் விஸ்கியுடன் அவள் அருகில் வந்தார். அவள் அருகில் அமர்ந்து ''இந்த மாதம் இது நமது மூன்றாவது வெற்றி'' என சந்தோஷித்தார்.

திருஷ்டி அவரைப் பார்த்து புன்னகைத்தாள். கார்த்திக் வியப்புடன் ''உனக்கு சந்தோஷமா இல்லையா?''

''எனக்கு சந்தோஷம்தான்... ஆனா நீங்க எதுக்கு அளவுக்கு அதிகமா குடிக்கணும்?'' எனக் கேட்டாள்.

''நான் குஷியாக இருக்கேன். நம்ம இந்த டீல் எப்படி ஜெயிக்க முடிஞ்சுது தெரியுமா?'' கேட்டார்.

அவளால் அவர் அனுமானத்தைப் புரிந்துகொள்ள முடியவில்லை. அதனால் அவரை வெறுமையாகப் பார்த்தாள்.

கார்த்திக் தன் ஆள்காட்டி விரலை அவளை நோக்கி நீட்டினார்...

''எல்லாமே உன்னால்தான் திருஷ்டி... மத்தவங்களும் உழைச்சாங்க... ஆனா நீ ரொம்ப கெட்டிக்காரி த்ருஷ்டி!''

திருஷ்டி அவனுக்கு நன்றி சொன்னாள். அவள் மற்ற ஊழியர்களைப் பார்த்தாள். அனைவரும் பழைய தமிழ்பாடல் புதிய பாட்டில் ரீ–மிக்ஸ் செய்யப்பட்டது... கேட்டு நடனமாடிக் கொண்டிருந்தனர். அவளுக்கும் அந்த தமிழ் பாட்டுத் தெரியும் என்பதால் முணுமுணுத்தாள். கார்த்திக் குடிப்பதில் மும்முரமாக இருந்தான். சிறிது நேரம் கழித்து,

''உனக்குத் தெரியுமா த்ருஷ்டி. நான் வெற்றிக்காக சின்ன வயசுல இருந்து போராடி இருக்கேன்!'' என்றபடி நீச்சல் குளம் அருகில் வந்தான். அதை உற்றுப் பார்த்தான். மீதமிருந்த விஸ்கியை ஒரே மடக்காகக் குடித்தான். திருஷ்டி எழுந்து அவன் பக்கத்தில் வந்து முதுகில் தட்டிக் கொடுத்தாள். கார்த்திக் புன்னகைத்தபடி அவள் கண்களைப் பார்த்தான். நான் பணம் சம்பாதிக்க பல வித்தியாசமான வேலைகளைச் செய்தேன். நான் அதையெல்லாம் நிறுத்தணும்.''

திருஷ்டிக்கு (சாராயம்) ஆல்கஹாலின் வீரியம் தெரியும். ஆல்கஹால் அதிகம் குடித்த பிறகு... சிலர் பலமாக விவாதிக்க

ஆரம்பித்துவிடுவார்கள். சிலர் சண்டையிட ஆரம்பிப்பார்கள்.... சிலர் மன்னிப்புக் கேட்க... சொல்ல மன தைரியம் வேண்டும். சாராயம் அந்தத் தைரியத்தைக் கொடுக்கும். அவன் பேசுவதை தடுக்க அவள் விரும்பவில்லை. தடுக்கவும் முடியாது என்று அவளுக்குத் தெரியும்.

''என் வகுப்புல நான்தான் அதிக புத்திசாலி! ஆனா எங்க வீட்ல வருமானம் குறைவு! எனக்கு...'' கார்த்திக் அருகில் இருந்த மேஜையைப் பார்த்தார். ஓட்டல் சிப்பந்தி அவருக்காக ஒரு பாட்டிலை அங்குகொண்டு வந்து வைத்தான். கார்த்திக்கால் சரியாக நிற்க முடியவில்லை என அவள் கவனித்தாள். அவர் மீண்டும் விஸ்கியைத் தன் டப்ளரில் நிரப்ப முயன்றார்.

''நிறுத்துங்க... கார்த்திக். நீங்க உங்க உடம்பக் கெடுத்துக்கறீங்க!'' திருஷ்டி சொல்லியபடி கார்த்திக்கிடம் இருந்து பாட்டிலை அப்புறப்படுத்தினாள். ஆனால் கார்த்திக் ''திருஷ்டி கொடுத்திடு'' எனக் கட்டளையிட்டான். திருஷ்டி கொடுக்கவில்லை. மீண்டும் கெஞ்ச ஆரம்பித்தான்.

''திருஷ்டி என் வாழ்க்கையில் நிறைய ரகசியங்கள் இருக்கு! என் குடும்பத்தில் யாருக்கும் தெரியாது. ஆனா எனக்கு உங்கிட்டச் சொல்லணும்னு தோணுது திருஷ்டி!

திருஷ்டி பாட்டிலைத் திருப்பிக் கொடுத்தாள். அவர் மீண்டும் தம் டம்ளரை நிறைத்துக் கொண்டார். நீச்சல் குளத்தை நோக்கி நடக்க ஆரம்பித்தார். உனக்குத் தெரியுமா திருஷ்டி. நான் ஒரு குருவி... தமிழ்படம் ஒண்ணுல சொல்வாங்கல்ல. அந்தமாதிரி ஒரு இடத்துல இருந்து இன்னொரு இடத்துக்கு பணம், போதைப்பொருள், தங்க பிஸ்கட்டுகள் போன்றவை கடத்துவேன். உனக்குத் தெரியுமா எங்க வீட்ல என்ன நினைச்சாங்கனு... தெரியுமா திருஷ்டி'' எனக் கேட்டு திருஷ்டி அருகில் தன் முகத்தைக் கொண்டு வந்தான் ஆல்கஹால் நெடி அடித்தது.

திருஷடிக்கு, கார்த்திக் வாழ்க்கை பற்றி எந்த ஊகமும் இல்லை. அதனால் மறுத்து தலையாட்டினாள்.

கார்த்திக் சிரித்து, ''எனக்கு பள்ளியில் அரசாங்க ஊக்கத் தொகை கிடைக்குதுனு நினைச்சாங்க!''

‘‘நான் குடிச்சதனால உளர்றேனு நினைக்காதே! திருஷ்டி!’’ திருஷ்டி புன்னகைத்தாள்.

‘‘இந்த மாதிரி வேலை செய்யறதை நான் தப்பா நினைக்கலை! சந்தோஷமா இருந்தேன்! ஆனா ஒரு பகலில், ஒரு திருட்டு செய்ய வேண்டியதாப் போச்சு! நான் செஞ்சேன் நான் திருடினேன்! எனக் கத்தியபடி விஸ்கி டம்ளரை தூக்கி நீச்சல் குளத்தில் வீசினான்.

அவளுக்கு ஆச்சரியமாக இருந்தது. ஹோட்டல் நிர்வாகிகள் கார்த்திக்கின் நடவடிக்கை கண்டு ஏதாவது ப்ரச்சனை செய்வார்களோ எனக் கவலைப்பட்டாள்.

‘‘உண்மையாக த்ருஷ்டி இப்ப நினைச்சா வேடிக்கையா இருக்கு!’’ என்று கார்த்திக் சொன்னபோதிலும் அவன் குரலில் வேதனை இருந்தது. நான் யாருக்காக தங்கபிஸ்கட் போன்றவை கடத்திக் கொடுப்பனோ அந்தக் கடைக்காரர் கூப்பிட்டார்! ஆவடில அவசர வேலை இருக்குனு சொன்னாரு. என் வீடு அங்கதான். நான் உடனே போனேன்’’ நிறுத்திவிட்டு தன் டம்ளரைத் தேடினான். பிறகு ‘‘என்னை ஒரு பெண்கிட்ட இருந்து ஒரு கைப்பையைத் திருடச் சொன்னாரு.’’

இவன் சுத்தமாக நினைவிழந்து விட்டான். அந்த நாளைக்கே சென்றுவிட்டான் என்பது திருஷ்டிக்குப் புரிந்தது. கார்த்திக் தன்னைச் சுற்றி நடப்பவை பற்றி அவன் சிறிதும் கவலைப்படவில்லை. அக்கறை காட்டவில்லை, ‘‘இது ஒன்பது வருடங்கள் முன்பாக... இல்லை பத்து வருடங்கள் முன்பாக... நடந்தது.’’

திருஷ்டி, சில ஊழியர்களைப் பார்த்து உதவிக்கு வரும்படிக் கைகளைத் தட்டினாள். ஆனால் யாரும் நடனத்தை விட்டு வரத் தயாராக இல்லை. கவனிக்கவும் இல்லை. பாட்டு மிகச் சப்தமாக ஒலித்துக் கொண்டிருந்தது. ‘‘என்னை மூர்த்தி தெரு அருகில் நிற்கச் சொன்னார்கள். உனக்கு அந்த இடம் தெரியுமா த்ருஷ்டி...’’ கார்த்திக் கேட்டான்.

திருஷ்டியால் மறக்க முடியாத தெரு அது. அவள் ‘‘ம்... தெரியும்’’ என்றாள்.

‘‘பார்த்தியா? அதான் நான் சொன்னேன். உனக்கு எல்லாமே தெரியும் திருஷ்டி’’

திருஷ்டிக்கு சற்று வேடிக்கையாக இருந்தது. ஒரு எஜமானனிடம் இருந்து பாராட்டுக்கள் இத்தனை அருமையான வார்த்தைகள் பெறுவது அத்தனை சுலபம் இல்லை. என் எஜமானன் கழுத்துவரைக் குடித்துவிட்டுப் பாராட்டுகிறார். நாளைய பணிச்சுமை அவளுக்கு நினைவு வந்தது. ஆனால் இன்று இந்த நிமிடத்தை அனுபவிக்க வேண்டும். இந்தப் பாராட்டுக்களைக் கேட்கவேண்டும் சந்தோஷப்பட வேண்டும்.

''என்னை ஒரு பெண்ணிடம் இருந்து ஒரு கைப்பையைப் பிடுங்கச் சொன்னார்கள். மூர்த்தி தெருவில் நுழையும்போது அவளை அடையாளமும் காட்டினார்கள். நான் வேகமாப் பைக்ல போயி கைப்பையைப் பிடுங்கி விட்டேன். அவளைக் கீழே தள்ளினேன்! பாவம் ஏதோ சொன்னாங்க. கத்தினாங்க என்ன சொன்னாங்க? கார்த்திக் அதை நினைவுக்கு கொண்டுவர முயற்சித்தார். ஆனால் ''இல்லை எனக்கு ஞாபகம் இல்லை! நான் அந்தப் பையை திருப்பிக் கொடுத்துவிடலாம்னு நெனைச்சேன். ஆனா பயமா இருந்துச்சு!'' ''மூர்த்தி தெரு! கைப்பை!'' திருஷ்டி கண்களில் கண்ணீர் வந்தது.

கார்த்திக் பார்த்து, ''எனக்குப் புரியுது த்ருஷ்டி... உன் வருத்தம் ஆனா... எங்ககிட்ட அப்ப பணம் இல்லை! என் குடும்பத்துக்கு நான்தான் சம்பாதிக்கணும்...'' என்றபடி மீண்டும் எழுந்து நீச்சல் குளம் நோக்கிச் சென்றான்.

திருஷ்டி அசையவில்லை. தலை நிமிரவும் இல்லை. ''என்ன திருஷ்டி... அழறியா? நீ எதுக்கும் சுலபமா அழமாட்டியே! எனக்காக இரக்கப்படறியா... விடு! வேண்டாம்!'' என்றார் கார்த்திக்.

திருஷ்டி தன்னைக் கட்டுப்படுத்திக் கொண்டு... ''அந்தப் பைல என்ன இருந்துச்சு பாத்தீங்களா?''

கார்த்திக் நெற்றியைத் தேய்த்து யோசித்தான் ''நான் அந்தப் பையோட வழக்கமான இடத்துக்கு வந்தேன்... அவங்க எங்கிட்ட இருந்து பையைப் பிடுங்கிகிட்டாங்க... அப்றம்... என்னோட சன்மானம் ஆயிரம் ரூபாய் கொடுத்தாங்க!

என்னைப் போலீஸ் பிடிச்சிரும்னு பயந்து அங்கேருந்து ஓடிட்டேன்! திரும்ப அந்தத் தெருப்பக்கமே போகலை!''

கார்த்திக் நீச்சல் குளத்தில் தன் பிம்பத்தைப் பார்த்தான். ''நீ நினைக்கறமாதிரி நான் அத்தனை மோசமானவன் இல்லை!'' என்றான்.

திருஷ்டியைப் பார்த்து... ''அந்த நிகழ்ச்சிக்குப் பிறகு நான் எல்லாத்தையும் விட்டுட்டேன். அவங்க... ஒரு சாதாரண ஏழைப் பெண்... நினைச்சுப் பார்த்தப்ப என் செயல்... எனக்கு நெஞ்சு வெடிச்சிடும் போல இருந்தது!''

அவன் கைகளை மேலே தூக்கி பெரிதாகச் சிரித்தான். இப்ப... லஞ்சம்... டெண்டர் கிடைக்க லஞ்சம் கொடுக்கறேன்! லஞ்சம் மட்டும்தான்... திருட்டு இல்லை, கடத்தல் இல்லை!'' என்று பெரிதாகக் கத்தினான்.

திருஷ்டி தன் கண்ணீரைத் துடைத்துக் கொண்டாள். அது அவள் அம்மாதான். ''பாவப்பட்ட பெண் என் அம்மாதான்'. 'வாழ்க்கை ஒரு வட்டம்' என்று சொல்வது இதுதானா? இவன் ஏன் இன்று இதை என்னிடம் சொல்லியிருக்க வேண்டும்?' அவள் கார்த்திக்கை விட்டு தூரமாக நடக்க ஆரம்பித்தாள். 'இவனை நான் மன்னிக்க வேண்டுமா? என் அம்மாவின் துயரத்திற்கு இவனும் ஒரு காரணம்'

கார்த்திக் தனக்குள் முனகிக் கொண்டார்! அவகிட்ட இருந்து நான் கைப்பையைப் பிடுங்கியபோது... ''எனக்கு நல்ல ஞாபகம் இருக்கு!' அவள் கண்கள் அதன் சோகம் துயரம்' இருக்கு ''ஞாபகம் இருக்கு''!

இதைச் சொல்லிக்கொண்டே கார்த்திக் நீச்சல் குளத்தில் விழுந்து விட்டான். சப்தம் கேட்டு ஊழியர்களும் ஓட்டல் சிப்பந்திகளும் வந்து அவனை வெளியே கொண்டு வந்து காப்பாற்றினார்கள்.

அன்று இரவு த்ருஷ்டி தூங்கவில்லை. அவளுக்குத் தெரிந்து... மூர்த்தி தெருவில் பத்து வருடங்களுக்கு முன் நடந்த ஒரே திருட்டு, அவள் அம்மாவிடம்தான். அவள் அம்மா தொடர்புடையதுதான். இனி என் வாழ்க்கையில் இன்னொரு எதிரி – கார்த்திக்!

திருஷ்டி தன் அம்மாவின் புகைப்படத்தைப் பார்த்தாள். அவளுடைய வாழ்வின் ஒரே இலட்சியம் மகளை ஓரளவு படிக்க வைத்து ஒரு எளிமையான வாழ்க்கையாவது அமைத்துக்

கொடுப்பதுதான். தன் தாயின் புகைப்படத்தை அருகில் வைத்துக் கொண்டு படுத்தபோது அவள் அம்மா அடிக்கடி கேட்கும் கேள்வி அவளுக்கு நினைவில் சுழன்றது. ''என்னை மாதிரி ஒரு சாதாரண ஏழைப் பொம்பளயக்கூட எதுக்காக ஏமாத்தணும்... எதுக்காக ஒருத்தி ஏமாத்தணும்?'' இப்போது திருஷ்டிக்கு 'பேராசை' என்பது விடையாகக் கிடைத்தது.

என்னுடைய அம்மாவின் மரணத்திற்கு இவனும் மறைமுகக் காரணம். இவனை மன்னிப்பது இவனுக்குச் சிறந்த தண்டனையாகுமா? இவர்களை நான் மன்னிப்பது எப்படி சிறந்த தண்டனையாகும்?! இவர்களைக் கொல்வதா? அவள் வரவேற்பரையில் சுழன்றபடி எண்ணிப் பார்த்தாள். தன்னுடைய பெற்றவர்களின் புகைப்படங்களைப் பார்த்தாள். நான் இந்த அளவு நன்றாக வளர்வதைப் பார்க்க... அம்மா இல்லையே?!'

அவர்கள் கெட்டவர்களாக இருப்பதற்கு '(பணம்! பணம்தான் மிகப்பெரிய காரணம்)' திருஷ்டி வேகமாக நடக்க ஆரம்பித்தாள். அவள் இவர்களைப் பழிவாங்க ஏதாவது செய்ய நினைத்தாள். ஆனால் என்ன செய்வது? அவளுக்குப் புரியவில்லை. கார்த்திக்தான் ஒரு எளிமையான குடும்பத்தின் சந்தோஷத்தை வாழ்க்கையைப் பறிக்க காரணமாக இருந்தது தெரியுமா? என்றாவது புரிந்து கொள்வானா? 'இன்னும் இவனால் எத்தனை குடும்பங்கள் நடுத்தெருவுக்கு வந்திருக்கும்? எத்தனை குடும்பங்கள் அழிந்திருக்கும்? இவர்கள் அனைவரையும் அப்படியே மன்னித்து விட்டு விட்டால் இன்னும் எத்தனை குடும்பத்தை அழிப்பார்கள்? அவளுக்கு அன்று உறக்கம் வரவில்லை.

அந்த நேரம் அவளின் ஆப்த நண்பன்... பாதுகாவலன் 'என்னை நீ திருமணம் செய்து கொள்வாயா' என வாட்ஸ்ஆப்பில் கேட்டான்.

அவள் அம்மா எப்போதும் சொல்வாள். பணமும் அதிகாரமும் ஆணவத்தை கெட்ட சிந்தனையைக் கொடுக்கும். ஆனால் உண்மையான அன்பு காதல் வாழ்வை வளப்படுத்தும்.

இவன் உண்மையான அன்பும் பண்பும் உடையவன். என்னிடம் காதல் உள்ளவன். திருமணம் என்றதும், அவளுக்கு வேறு நினைவுகளும் வந்தது. சமீபத்தில் அவள் அலுவலகத்தில் இருந்து வீட்டுக்கு வரும்போது... ஆவடி பஸ் நிலையம் அருகில் மிகப்பெரிய

விளம்பரப் பலகையில் கனகாவைப் பார்த்தாள். (அவள் வண்டியை நிறுத்திப் பார்த்தாள்) அருகில் சென்று பார்த்தபோது அது ஒரு திருமண நிச்சயதார்த்த நிகழ்ச்சியில் கனகா மணமகன் – மணமகளை வாழ்த்தும் மிகப்பெரிய புகைப்படம். அதில் திருமணம் மே 25, 2017 என்று பெரிய எழுத்துக்களில் எழுதப்பட்டிருந்தது. 'ஆறு மாதங்கள் கழித்து திருமணம். கனகாவின் மொத்தக் குடும்பமும் கொண்டாடப் போகிறது. அதே காசுமாலையை கனகா அணிந்து கொள்வாள் என எண்ணிய திருஷ்டி தன் காதலனுக்கு இப்படி ஆரம்பித்தாள் ''நீ இதற்காக என்னை வெறுத்தாலும் பரவாயில்லை ஆனால் இதைச் செய்யமாட்டேன் எனக் கூறிவிடாதே... ஆறு மாதங்கள் கழித்து! என ஆரம்பித்து அவன் செய்ய வேண்டியதை நேரில் கூறுவதாக முடித்தாள். ஆறு மாதங்கள் காத்திருந்தாள். மே 25 அவளுக்கு 'அறிவுப் பூங்கா' டெண்டருக்கான திட்ட அறிக்கை தாக்கல் செய்ய கடைசி நாள். மேலும் கோப்புகளை ஒரு நாளில் படித்து அறிக்கை தயார் செய்யவேண்டும். மேலும் மாதிரி விலை நிர்ணய பட்டியல் ஆய்வு செய்து தயார் செய்ய வேண்டும். அன்று மே 24ம் தேதி த்ருஷ்டி காலை 6 மணிக்கு அலுவலகம் வந்துவிட்டாள். காலை எட்டுமணிக்கு கார்த்திக்கும், மற்றவர்கள் காலை 10 மணிக்கும் வந்தனர். திருஷ்டி தன் வேலையை முடித்து விட்டாள். அவள் பத்து மணிக்கு கார்த்திக் அறையில் நுழைந்தபோது... திருஷ்டி பரிந்துரை செய்திருந்த மாற்றங்களைச் செய்யத் துவங்கி விட்டார்கள்.

திருஷ்டியும் கார்த்திக்கும் அன்று மதியம் வரை மாதிரி விலை நிர்ணயம் செய்வதில் மும்முரமாக இருந்தார்கள். இடைஇடையே இந்த டெண்டர் ஏலத்தில் இவர்களை ஆதரிக்கும் சிறு வியாபாரிகள் அழைத்த வண்ணம் இருந்தனர். இரவு 9 மணிக்கு கார்த்திக்கும் திருஷ்டியும், அவர்கள் சமர்பிக்க வேண்டிய கோப்புகளைத் தயார் செய்தனர். இந்த ஐநூறு கோடி பணித்திட்டத்தில் வேலை செய்பவர்கள் தவிர மற்றவர்கள் சென்றுவிட்டனர். அவர்கள் இரவு உணவை முடித்துவிட்டு மீண்டும் 10 மணிக்கு தங்கள் விவாதத்தை ஆரம்பித்தனர்.

ஆனால் கார்த்திக் யாருக்கோ வாட்ஸ்அப்பில் செய்தி அனுப்பிக் கொண்டிருந்தான். இதைக் கவனித்த த்ருஷ்டி.

''கார்த்திக் ப்ளீஸ் கவனம்'' என்றாள்.

‘‘அமைதி த்ருஷ்டி! என்னோட முழுக் கவனமும் உன் பக்கம்தான் இருக்கு! எனக் கண்அடித்து பதில் சொன்னான்.

சிறிது நேரத்திற்குப் பிறகு கார்த்திக் கழிவறைப்பக்கம் சென்றதும், திருஷ்டி கார்த்திக் கைபேசியில் வந்த வாட்ஸ் அப் செய்திகளைப் பார்த்தாள்.

ஸ்ரீராம் பி.பி.சி: ‘ஆபீஸில் இருந்து கிளம்பும்போது தெரியப்படுத்தவும்’.

ஸ்ரீராம் பி.பி.சி: ‘நான் இரவு முழுவதும் ஆபீஸில் தான் இருப்பேன்! ஸ்ரீராம் பி.பி.சி. நாம் நமக்குள் ஒரு ஒப்பந்தம் செய்து கொள்வோம்.’ திருஷ்டியால் நம்ப முடியவில்லை. கார்த்திக் பிக்பில்ட் கார்ப்ரேஷன் அதிபர் ஸ்ரீராமுடன் ஒப்பந்தம். இவன்களுக்குள் என்ன நடக்கிறது. இவர்களுக்குள் என்ன ஒப்பந்தம்? இவர்களுக்குள் ஏதோ மர்மம் இருக்கிறது! என்ன அது? எண்ணினாள்.

திருஷ்டி பெண்கள் ஓய்வு அறைப்பக்கம் சென்றாள். கண்ணாடியில் தன் முகத்தைப் பார்த்தாள். தன் அம்மாபோலவே இருப்பதை உணர்ந்தாள். இதே இருபத்தி ஐந்து வயதில் அம்மா விதவையாகிவிட்டாள்.

என் அம்மா மன்னிப்பு என்ற வார்த்தையின் மொத்த உருவம்! மன்னிப்பதில் ஒரு உதாரண தேவதை. நானும் அப்படித்தான் இருக்க வேண்டுமா? அன்று ஆறு மாதங்களுக்கு முன்பு ஐந்து நட்சத்திர ஓட்டலில் கார்த்திக் சொன்னது அத்தனையும் நினைவில் வந்தது. ஆனால் அவனைத் தண்டிக்க ஒரு வழியும் புலப்படவில்லை.

இன்று ஒரு சந்தர்ப்பம் கிடைக்குமா? தன் முகத்தில் தண்ணீரைக் கையால் தெளித்துக் கொண்டாள். இனி ஒரு புதிய வாழ்க்கையைத் துவங்கும் நேரம். நாளை இங்கு வேலையை ராஜினாமா செய்துவிட்டு... வேறு வேலை தேட வேண்டும்.

எல்லாமே மாறிவிடும். நாளை எனக்கு காசுமாலை கிடைத்துவிடும். கனகாவைப் பழி வாங்கும் படலம் முடிந்துவிடும். த்ருஷ்டி கண்ணாடியில் தன் கண்களைப் பார்த்தாள். கண்ணீர் முகம் கழுவிய நீருடன் கலந்து கன்னத்தில் ஓடியது அவள் கண்கள் சிவப்பானது. நாளை தாக்கல் செய்ய வேண்டிய கோப்புகளில் ஏதாவது மாற்றம் செய்து விடலாமா?! எண்ணிப் பார்த்தாள். இல்லை அது ரொம்பச்

சின்ன தண்டனை! கனகாவைத் தண்டிப்பது போல தண்டிக்க வேண்டும் எனத் தீர்மானித்தாள்.

கார்த்தி இருநூறு கோடி ரூபாய் அளவில் வியாபாரம் செய்கிறான். தமிழ்நாட்டில் செல்வந்தனாக... முக்கியப் புள்ளியாக வலம் வருகிறான்.

இவன் 'கன் கிளப்' (துப்பாக்கிச் சங்கம்) பின் ஒரு அங்கம். ஒரு நாள் கார்த்திக்கின் கணினியில் 'கன் களம்' உறுப்பினர்களின் பெயரும் அவர்கள் பற்றிய விவரங்களையும் எதேச்சையாகப் பார்த்தாள். அதை தன் கணினிக்கு இமெயில் ஆக அனுப்பினாள். கார்த்திக் அருகில் இல்லை. கார்த்திக் செய்யும் சட்டவிரோதச் செயல்கள் பற்றி முழுதாக அறிய முடியவில்லை. அவளிடம் போதுமான ஆதாரங்களும் இல்லை.

அவள் மீண்டும் அறைக்கு வந்தாள். அவள் கார்த்திக்கை பார்த்ததும் 'நீ ஒரு பொறுக்கியா இருந்த. தொடர்ந்து எப்பவுமே ரௌடியாத்தான் இருப்பே'' என எண்ணிக் கொண்டாள்.

அதற்குப் பிறகு அவளால் வேலையில் கவனம் செலுத்த முடியவில்லை சிறிது நேரம் குட்டித்தூக்கம் தூங்கினாள். கார்த்திக் காலை 4 மணிக்கு தன் கணினியை மடக்கி எடுத்தபடிக் கேட்டான். ''நான் கிளம்பறேன்! நீயும் என்னோடவரியா? வீட்ல விடறேன்''

திருஷ்டி ''என் வேலை முடிஞ்சுது. நானும் வர்றேன்! நாளை மதியம் 1 மணிக்கு வர்றேன்''. கார்த்திக் தன் கைப்பேசியைப் பார்த்துக் கொண்டிருந்தான். திருஷ்டி தன் பொருட்களை எடுத்துக் கொண்டாள்.

''ஒரு காப்பி சாப்பிடலாமா?''

''வேண்டாம் த்ருஷ்டி. ரொம்ப நேரம் ஆயிரும்'' கார்த்திக் சாதாரணமாகத் தெரியவில்லை. மிகவும் பரபரப்பாக இருந்தான். இறுக்கமான மனநிலையில் இருப்பது நன்றாகத் தெரிந்தது. கைப்பேசியை அடிக்கடி பார்த்தான். அவளிடம் ஒரு வார்த்தை கூட பேசவில்லை.

''கார்த்திக் என்ன ஆச்சு? முடியலையா?'' திருஷ்டி கேட்டாள்.

கார்த்திக் ''ஒன்றும் இல்லை! நான் நல்லாதான் இருக்கேன்!'' என்றான்.

அவர்கள் காரில் ஏறினார்கள். திருஷ்டி அவன் கைப்பேசியில் என்ன செய்திகள் வருகிறது என நோட்டம் விட்டாள். அவன் வீட்டிற்குச் செல்லாமல் ஒரு வளைவில் திரும்பினான். ''நாம் பிக்பிலிட் கம்பெனி போயிட்டு போயிடலாம்'' திருஷ்டியிடம் சொன்னான் கார்த்திக்.

''ரொம்ப முக்கியமான விஷயம்! ரகசியமா வச்சுக்க! என்ன விஷயம்னு உனக்குப் பிறகு சொல்றேன்!'' என்றான்.

திருஷ்டி தன் காதலனை கைப்பேசி மூலம் காலை 4.45க்கு எழுப்ப வேண்டும். ஆனால் இங்கே ஒரு சந்திப்பில் மாட்டிக் கொள்ளக் கூடாது. இப்போதே காலை 4.30 மணி ஆகியிருந்தது. கார்த்திக் அவளை ஸ்ரீராம் கம்பெனி வரவேற்பறையில் காத்திருக்குமாறு சொன்னான். திருஷ்டி அமைதியாக உட்கார்ந்திருந்தாள். தன் காதலனுக்கு வெகுநாள் முன்பு அனுப்பிய வாட்ஸ்அப் செய்திகளைப் பார்த்தாள்.

த்ருஷ்டி சரியாக காலை 4.45 மணிக்கு முன்பே பேசியிருந்தபடி, அவனை எழுப்ப ஒரு அழைப்பு விடுத்தாள். சிறிது நேரத்தில் கார்த்திக் ஒரு ட்ராலி பையுடன் வெளியே வந்தான். அவளைப் பின் தொடருமாறு சைகை செய்தான்.

த்ருஷ்டி அவன் ட்ராலி பையை சந்தேகத்துடன் பார்த்தாள். அதை அவனும் கவனித்தான்.

கார்த்திக் ரிங்ரோடில் காரைச் செலுத்த ஆரம்பித்தான். காலை வேளையில் ரிங்ரோடு காலியாக இருக்கும். கார்த்திக் தன் காரில் பாட்டு பகுதியை இயக்கினார். 'இது என் வாழ்க்கை (Its my life) என்ற ஆங்கிலப் பாடலைக் கேட்க ஆரம்பித்தான், கார்த்திக். அது போன் ஜோவி எழுதிய அருமையான பாடல் (Bon Jon). திருஷ்டி, அவன் மிகவும் சந்தோஷமாக, உணர்ச்சி வசப்பட்டு இருப்பதைக் கவனித்தாள். அவன் திருஷ்டியைப் பார்த்து... அடுத்த வரியைப் பாடினான். 'நான் வாழ விரும்புகிறேன். நான் உயிருடன் இருக்கும்போதே, இது என் வாழ்க்கை (Its my life).

திருஷ்டி புன்னகைத்தாள். என்ன நடக்கிறது என்பதை அவளால் ஊகிக்க முடியவில்லை. கார்த்திக் அவள் கையை அன்புடன் தொட்டான். ''திருஷ்டி இன்னைக்கு ரொம்ப சந்தோஷமான நாள்.

திரும்பவும் ஒரு கல்யாணம் பண்ணலாம் போல தோணுது! நீ என்னைக் கல்யாணம் பண்ணிக்கறயா?

திருஷ்டிக்கு விருப்பம் இல்லை. ஆனாலும் கையை விடுவித்துக் கொள்ள முயற்சி செய்யவில்லை ''எனக்கு எதுவும் புரியலை'' என்றாள் வியப்பாக.

கார்த்திக் ''நான் ரொம்ப சந்தோஷமா இருக்கேன் த்ருஷ்டி! ஒரு கூலித் தொழிலாளியின் மகன் கார்த்திக் இன்னைக்கு இண்டஸ்ட்ரில மிகப் பெரிய ஆள். அப்படித்தான் நினைக்கறாங்க...''

அவன் காரை நிறுத்தினான். சந்தோஷப் பெருமூச்சு விட்டான். ''இப்ப எங்கிட்ட எழுபத்தி அஞ்சு கோடி பணம் இருக்கு! நான் 'பிக்பில்ட்' கம்பெனியோட ஒரு ஒப்பந்தம் செய்திருக்கேன்!''. அவன் திருஷ்டியின் பதிலுக்காக பத்து நொடி காத்திருந்தான்.

பின் தொடர்ந்தான் ''எதுக்காக எழுபத்தி அஞ்சு கோடி தெரியுமா? இந்த டெண்டரில் அவங்க ஜெயிக்க... நான் விட்டுக் கொடுக்கணும்.. எதுவுமே செய்யாம இருக்க... சும்மா இருக்க எழுபத்தி அஞ்சு கோடி!''.

திருஷ்டி எதுவும் பேசவில்லை. அவள் கனவில்கூட இப்படி எழுபத்தி அஞ்சு கோடி குவிக்கப்பட்டிருக்கும் ஒரு புதையல் அருகில் தான் அமர்ந்திருப்போம் என்று நினைக்கவில்லை. அவளுக்குப் பணத்தின்மீது ஆர்வம் இல்லை. ஆனால் கார்த்திக்கைப் பழி வாங்க ஏதாவது செய்யலாமா?' எண்ணிப் பார்த்தாள். ''மூன்று வருடத்தில் இந்தத் திட்டத்தில் நமக்கு என்ன லாபம் கிடைக்கும்னு எதிர்பார்த்தோம்?'' கார்த்திக்.

''நூற்றி இருபத்தைந்து கோடி'' திருஷ்டி நிதானமாகவே சொன்னாள்.

கார்த்திக், திருஷ்டியின் மிக அருகில் வந்தான். அவள் கண்களைப் பார்த்தான்.

''இரண்டு, மூன்று வருடத்தில் நூற்றி இருபத்தைந்து கோடி! அதுவும் இந்த செயல் திட்டத்தை நாம் சரியாக முடிக்க வேண்டும். நமக்கு அரசாங்கம் உடனுக்குடன் பணம் பட்டுவாடா செய்ய வேண்டும், அப்பதான் லாபம் கிடைக்கும்.

திருஷ்டி சலிப்பில் ‘‘எத்தனை பேர் உழைப்பு?! நம் கம்பெனியின் எதிர்காலம்?’’ கேட்டாள்.

‘‘எனக்குப் போதுமான பணம் இருக்கு. என் காரிலேயே எழுபத்தி அஞ்சு கோடி... எனக்கு மற்றவர்களைப் பற்றிக் கவலையில்லை! ஆனால் உன்னை என்னுடன் கூட்டிப்போவேன்! என் பாதுகாப்புக்கு! என்று கூறி சிரித்தபடி கார்த்திக் காரைவிட்டு இறங்கினான்.

அவன் ஒரு சிகரெட்டைக் கையில் எடுத்தான். தன் முன் இருந்த அழகான செம்பரம்பாக்கம் ஏரியைப் பார்த்தான். கண்ணை மூடி தன் முகத்தில் வருடிச் சென்ற குளிர்காற்றை ஆனந்தமாக அனுபவித்தான். திருஷ்டி தலையைக் குனிந்து தன் பக்கத்தில் இருந்த ‘டிராலி பையை’ பார்த்தாள். கார்த்திக் அவளையும் கீழே இறக்குமாறு ஜாடை காட்டினான்.

‘இந்தச் சட்டத்துக்குப் புறம்பான பணப்பரிமாற்றம் பற்றி நான் போலீஸுக்கு ஒரு செய்தி அனுப்பவா? முடியுமா? இவன் கவனித்து விட்டால்? அனுப்பினாலும் பலன் இருக்குமா? இவனிடம் பணபலம் இருக்கிறது. இவன் கண்டிப்பாகத் தப்பிக்க வழிகள் உண்டு!

தன் காதலனிடம் இருந்து செய்தி வருமா என கைப்பேசியைப் பார்த்தாள். பின் ‘இவனைக் கொன்று விட்டால் என்ன?’ என மனதில் திடீரெனத் தோன்றியது. திருஷ்டி பரபரப்பானாள். கார்த்திக்கின் துப்பாக்கியைக் காரின் ஒரு (Tray) தட்டில் தேடினாள். எடுத்தாள். அவள் அங்கு துப்பாக்கி இருப்பதை ஏற்கெனவே கார்த்திக் ஒரு பைக் ஓட்டியை மிரட்டியபோது பார்த்திருந்தாள். அவள் துப்பாக்கியைக் கீழ்நோக்கி பிடித்து அதில் ரவை (Gun) இருக்கிறதா எனப் பரிசோதித்தாள். துப்பாக்கியின் பாதுகாப்பு வளையத்தை நீக்கினாள்.

சில வருடங்களுக்கு முன்னால் துப்பாக்கி சுடும் பயிற்சி எடுத்திருந்தாலும், ‘‘நான் சரியாக இயக்கவில்லை என்றால் என்னாகும்? கார்த்திக் என்னைக் கொன்றுவிடுவான்... என் வாழ்க்கையைப் பாலைவனம் ஆக்கியவன்! அம்மாவின் மரணத்திற்குக் காரணம் ஆனவன்! இவனைப் பழிக்குப் பழி வாங்காமல் விடக்கூடாது. இந்தச் சந்தர்ப்பத்தை விடக்கூடாது. இந்தப் பணம் இதே பணம் என்னைக் காப்பாற்றும்!’ அவளும் இப்படி எண்ணினாள்.

கார்த்திக் ஏரியை பார்த்தான்.

மெதுவாக சூரியன் எட்டிப் பார்த்தது. மெல்லிய வெளிச்சம் பரவியது. மெல்லிய காற்றில் அவனுக்கு பணத்தின் மணமும் சேர்ந்து வந்தது. ஒரு ஆயிரம் ரூபாய்க்கு சிறுவயதில் தான்பட்ட கஷ்டமும் சேர்ந்தே நினைவில் வந்தது. இன்று நான் பெரிய ஆள்... எதுவும் செய்யாமல் எழுபத்தி அஞ்சு கோடி... கண்களை மூடியபடி எண்ணக் கடலில் மூழ்கி விட்டான். திருஷ்டி மெதுவாக நடந்து அவன் இடது பக்கம் வந்தாள். கார்த்திக் இவள் மனநிலை தெரியாது, கண்களை மூடியபடி புகைத்துக் கொண்டிருந்தான். இவள் கை நடுங்கியது. பழி அவள் மனதில் இருந்தாலும், அவளுக்கு வியர்த்தது. அவள் கண்கள் தானாக மூடிக் கொண்டது. இந்த உலகமே தன்னைச் சுற்றுவது போல உணர்ந்தாள்...

திடீரென இரண்டு பைக்குகள் மிக வேகமாக வந்தது. மிகவும் பெரிய சப்தம் உருவானது. கார்த்திக் சப்தம் கேட்டுத் திரும்பினான். அவர்கள் ரிங்ரோடிலேயே பந்தயம் செல்வதைப் பார்த்தான். கார்த்திக் இப்படித் திரும்புவான் என அவள் எதிர்பார்க்கவில்லை. அவன் வெகுவேகமாகத் திரும்பினான். அதனால் திருஷ்டி குதிரையை அழுத்திவிட்டாள். அவளுக்கு கார்த்திக்கை பார்த்துச் கூட தைரியம் இல்லை. அவளுக்கு அந்த குண்டு சென்ற சப்தமே பெரிதாகக் கேட்டது. அவள் தரையில் அமர்ந்து அழ ஆரம்பித்தாள். கார்த்திக் முணுமுணுக்கும் சப்தம் கேட்டது. அவள் தன்னைப் பற்றித் தானே எண்ணியதுபோல அத்தனை தைரியசாலி இல்லை என்று தோன்றியது. கார்மீது சாய்ந்து கொண்டு மெதுவாகப் பார்த்தாள். கார்த்திக்கின் கழுத்தில் குண்டு பாய்ந்திருந்தது.

அவள் கார்த்திக் உடலை மறைக்க காரை நகர்த்தி அவன் உடலை தாண்டி நிறுத்தினாள். தெருவில் இருந்து பார்த்தால் கார் மட்டுமே தெரியும். மீண்டும் தன் காதலனுக்கு முயற்சி செய்தாள். ஆனால் பதில் வரவில்லை. அவன் விழுந்த இடத்தில் ரத்தக்கறை படியத் துவங்கியது.

ஐந்து நிமிடக் காத்திருப்புக்குப் பிறகு அவள் கைப்பேசியில் அழைப்பு வந்தது.

●●●

பகுதி - 11

ஜூட் அழைத்தான். சத்யஜித் எடுத்து, ''ஏதாவது ஒரு நல்ல முன்னேற்றம் உண்டா'' கேட்டார்.

''ஸார் மிகவும் முக்கியமான ஆதாரம் கிடைச்சிருக்கு!'' ஜூட் மரியாதையுடன் சொன்னான்.

''நீ உடனே என் வீட்டுக்கு வா! யோஜித்தையும் அழைத்து வா!'' என்று கூறி அழைப்பைத் துண்டித்தார்.

ஜூட் காவல் நிலையத்தில் இருந்து சத்யஜித் வீட்டை நோக்கி புறப்பட்டான்.

திருஷ்டி வீட்டை விட்டுக் கிளம்பும்போது... இன்று கமிஷனர் அழைத்தால் என்ன சொல்வது எனச் சிந்தித்தார்.

ஜூட் சத்யஜித் வீட்டிற்குள் நுழையும்போதே... ''மே 25ம் தேதி காலையில் ரிங்ரோடில் தொடர்பில் இருந்த கைபேசி எண்களும் அதன் உரிமையாளர்களின் விவரம் பற்றிய குறிப்பும், தொலைபேசி அலுவலகத்தில் இருந்து கிடைத்து விட்டது'' என்று கூறியபடியே வந்தான்.

''ஏதாவது சரியான தகவல் உண்டா?''

''த்ருஷ்டி காலை 5.40ல் இருந்து 5.50 வரை ஒரு எண்ணை பலமுறை அழைத்திருக்கிறாள். எனக்கு கிடைத்த விவரப்படி அதன் உரிமையாளர் 'கோபாலகிருஷ்ணன்' என்பவர்.

சத்யஜித் பதிலை எதிர்பார்த்து நிறுத்தினான்.

''நான் கேட்டுக் கிட்டுத்தான் இருக்கேன்! மேலே சொல்லு!'' சத்யஜித்.

இந்த அழைப்பு விவரத்தின்படி ஒரு குறிப்பிட்ட எண்ணை அவள் தினமும் அழைத்துப் பேசி இருக்கிறாள்'' என்று கூறியபடி அந்த விவரங்கள் அடங்கிய காகிதத்தை சத்யஜித்திடம் கொடுத்தான்.

சத்யஜித் பார்த்தார். முக்கியமான... சந்தேகத்துக்கு இடமான அழைப்புகள் தனிக்குறியீடு செய்யப்பட்டிருந்தது.

''யோஜித் எங்கே? அவனைக் கூப்பிடு!'' என்றார் சத்யஜித்.

ஜுட் அவரை கெஞ்சுவது போலப் பார்த்து... ''ஸார் ப்ளீஸ் முதல்ல இந்த விவரங்களைப் பாருங்க ஸார்!'' என்றான்.

அவர் அங்கு குறியீடு செய்யப்பட்டிருந்த ஒரு எண்ணைப் பார்த்து ''இது யோஜித் நம்பரா?'' எனக் கேட்டார்.

''ஆமா ஸார்'' ஜுட்.

சத்யஜித் ஆச்சரியத்துடன் கேட்டார்.

''என்ன யோஜித்தா?''

''ஆமா ஸார்! ஆனா அவர் அழைப்பை எடுக்கலை ஸார்''

''நீ என்ன சொல்ல வர்றே!'' சத்யஜித் (எரிச்சலுடன் கேட்டார்) ஜுடின் முகபாவம் பார்த்து.

''திருஷ்டி முதல்ல போலீஸ் ஸ்டேஷனுக்கு கூப்டதா சொன்னா.... ஆனா'' ஜுட் தன் எண்ணத்தை விவரிக்கத் துவங்கினான்.

சத்யஜித் விளக்கினார் ''நம்ம ஊகிக்கலாம், போலீஸ் ஸ்டேஷன்ல இருந்து யோஜித் நம்பர் அவளுக்கு கிடைச்சிருக்கலாம்... இதுல மேலும் விவரங்கள் சேகரிச்சீங்களா?''

சத்யஜித் அந்த எண் விவரங்கள் இருந்த காகிதத்தை மேஜைமீது வீசினார். அவர் இதயம் வேகமாகத் துடித்தது. பால்கனி நோக்கி நடந்தார்.

'இந்த கேஸ் என் கையை விட்டு சுலபமாக நழுவி விடுமா?' எண்ணினார்.

''நான் சுலபமாக நம்பவில்லை ஸார். ஆறுமணிக்கு முன்னால ரிங்ரோடுல இந்த இரண்டு நம்பரும் தொடர்பில் இருந்திருக்கு! போலீஸ் ஸ்டேஷனை கூப்பிடுவதற்கு முன்பே....''

சத்யஜித்திற்கு, அவன் விவாதம் ஒப்புதலாக இல்லை. ''இந்தக் கோபாலகிருஷ்ணன் பற்றி வேறு ஏதாவது தெரிந்ததா? யார் அவன்?''

''இல்லை ஸார்'' ஜுட்.

அவருக்கு அவன் மீது திருப்தி இல்லை.

'யோஜித் என்னை ஏமாற்ற மாட்டான். அவனால் ஜுட் சொல்வது போல நடந்துக்க முடியாது! கட்டுக்கோப்பான நம் போலீஸ் அமைப்பை அவனே ஏமாற்றுவதா?' எண்ணியபடி தன் கைப்பேசியை எடுத்து, யோஜித்தை, அழைத்தார்.

யோஜித் எடுத்து பதிலளிப்பார் என ஆர்வத்துடன் இருந்தார். ஆனால் அது இணைப்பில் இல்லை. யோஜித் எனக்குத் துரோகம் செய்தானா? என்னை ஏமாற்றினானா? நான் அவனை எத்தனை நம்பினேன்? கடைசி இரண்டு நாட்கள் த்ருஷ்டியும் யோஜித்தும் தன் வாழ்க்கையின் சந்தோஷத்தை அதிகரிப்பதாக எண்ணினார். ஆனால் இரண்டு பேருமே அவரை ஏமாற்றத்தான் திட்டம் போட்டிருக்கிறார்கள்.

முன் தினம் இரவு அவருக்குத் தகவல் கொடுப்பவர் (Informer) ஒருவர் அழைத்திருந்தார். சத்யஜித் அளவுக்கு அதிகமாக குடித்திருந்ததால் கவனிக்கவில்லை. காலையில்தான் பார்த்திருந்தார். உடன் அந்த நபரை அழைத்தார். கேட்டார்.

''நேத்து என்ன சொல்ல அழைத்தாய்... என்ன அவசரச் செய்தி!?''

''பெரிசா ஒண்ணும் இல்லை ஸார்!''

''அந்தக் கார்த்திக் ரிங்ரோடு கொலை கேஸ்... அந்தக்கூட இருந்த பொண்ணு, நேத்து ஆவடி பஸ் ஸ்டாண்டுல, பஸ் ஏறிப் போச்சு ஸார்! அதை உங்களுக்கு உடனே தெரியப்படுத்தலாம்னு... கூப்டேன் ஸார்!'' என்றார்.

அவன் த்ருஷ்டியைத்தான் குறிப்பிடுகிறான் என்று சத்யஜித்திற்குப் புரிந்தது. அவர் உடன் நரேனை கைபேசியில் அழைத்து, யோஜித் பற்றி, போலீஸ் கோப்புகளில் இருந்து, செய்தி சேகரிக்குமாறு உத்தரவிட்டார்.

சத்யஜித் தன் மீசையை முறுக்கியபடி அந்த அழைப்பு பதிவுகளை மீண்டும் பார்த்தார். ஜுட் அவருக்குள் கிளப்பி விட்ட புதிரை விடுவிக்க விரும்பினார்.

''இன்னும் என்ன இருக்கு ஜுட்?''

''கோபாலகிருஷ்ணனின் எண்ணும் யோஜித் எண்ணும் காலை 5 மணியில் இருந்து மூர்த்தி தெருவில் உபயோகத்தில் இருந்திருக்கு!'' யோஜித் மீதான சந்தேகத்தை உறுதி செய்தான் அவன்.

''உண்மையாவா சொல்ற? யோஜித் அங்கே என்ன செய்தான்? நேத்தே இந்தச் செய்திகளை ஏன் சேகரிக்கலை?'' அவருக்கு புதிர்... முடிவே இல்லை? என்று தோன்றியது.

''நேற்றே நான் சேகரிக்க தொலைபேசி அலுவலகம் செல்ல முயற்சித்தேன்... யோஜித் இன்னைக்கு செய்யலாம்னு சொன்னாரு!'' என்றான் ஜுட். அவன் தன் தவறை உணர்ந்தான். உண்மையில் இந்தக் கேஸில் நிறைய தடயங்கள் விவரங்கள் சேகரிக்க யோஜித்தான் உதவினார். ஆனால் தன்னைத் தவறான திசையில் இழுத்துச் சென்றார் என்பதை உணர்ந்தான். யோஜித்தின் நடிப்பை எண்ணி வியந்தான்.

சாமர்த்தியம்! அவன் மாலை, நம்முடன் இருந்தான். அவனின் சாமர்த்தியத்தை எண்ணி புன்னகைத்தார் சத்யஜித். யோஜித், திருஷ்டியைக் கைது செய்யச் சொல்லி பலமுறை வற்புறுத்தினான். ஏன்? இன்னும் புதிர் புரியவில்லை. இன்னும் கண்டுபிடிக்க ஏதோ இருக்கு?

சத்யஜித் எண்ணினார்.

அவர் பால்கனியில் இருந்து வழக்கம்போல அந்தத் தெருவின் நெருக்கடியான போக்குவரத்தைக் கவனித்தார். அன்று காலை ஜாதகப்பலன், நண்பர்களால் உத்தியோக உயர்வு என்றது. ஆனால் மொத்த கண்டுபிடிப்பும் குழம்பிக் கிடக்கிறது. சத்யஜித்திற்கு திருஷ்டி

சொன்னது நினைவில் வந்தது. ‘‘யோஜித் போன்றவர்கள் உங்களை திசை திருப்புவார்கள்’’.

ஜுட் பால்கனியை நோக்கி வந்தபடி ‘‘ஸார் அவர் என்னை எல்லாரோட பின்புலனையும் விசாரிக்கச் செய்தார். ஆனால் த்ருஷ்டி பற்றி விசாரிக்கச் சொல்லவில்லை’’ சொன்னான்.

‘‘எனக்கு குழப்பமா இருக்கு! இந்தச் செயின் பறிப்பு கும்பலில் யோஜித் ஒருத்தனா?’’ சத்யஜித் கலக்கத்துடன் கேட்டார். அறையைச் சுற்றி நடந்தார். முந்தின இரவு ஜுட் வரைந்த சித்திரத்தை பார்த்தார். ஜுட் திருஷ்டியின் பெயரை எழுதினான். சத்யஜித்தால் இப்போதுகூட த்ரிஷ்டியை விரும்பாமல் வியக்காமல் இருக்க முடியவில்லை.

‘‘எனக்கு இன்னும் சாட்சி இல்லை. ஆனால் அங்கு அந்த நேரத்தில் இருக்க... எந்தக் காரணமும் இல்லை.’’

ஜுட் சொன்னபோது சத்யஜித் அந்த வரைபடத்தையே பார்த்துக் கொண்டிருந்தார். ஜுட் கனகா சங்கிலி பறிப்பை கேஸ் ஒன்று என்றும், கார்த்திக் கொலையை கேஸ் – இரண்டு என்றும் எழுதியிருந்தார். இரண்டையும் தனித்தனி கேஸாகத்தான் விசாரிக்க வேண்டும் என எண்ணிக் கொண்டார்.

யோஜித் தங்களுடன் சேர்ந்து குடிக்காததன் காரணம் இப்போது அவர்களுக்குப் புரிந்தது. அவர்கள் இருவரும் குடித்துவிட்டு ஆழ்ந்த உறக்கத்தில் இருந்ததால், யோஜித்திற்கு தப்பிக்க நேரம் கிடைத்துவிட்டது.

சத்யஜித் ரயில் நிலையங்கள் கோயம்பேடு பஸ் நிலையம், விமான நிலையம் முதலிய இடங்களுக்கு போலீஸ் அதிகாரிகளை அனுப்பி ஸி.ஸி.டி.வி. பதிவுகளை ஆராயும்படி ஜுட்டுக்கு கட்டளை இட்டார். கதவு தட்டப்படும் ஓசை கேட்டது. ஜுட் திறக்கச் சென்ற நேரத்தில், அது யோஜித்தாக இருக்கவேண்டும்! அவன் குற்றமற்றவன்’ என வேண்டிக் கொண்டார் சத்யஜித்.

நரேன் உள்ளே வரும்போதே ‘‘என்ன ஆச்சு! யோஜித் போன் தொடர்பு எல்லைக்கு அப்பால் இருக்கு!?’’ கேட்டபடி வந்தார்.

‘‘நான் கேட்ட விவரங்கள் யோஜித் பற்றி?!’’

‘‘ஆமா ஸார்! யோஜித் சொந்த ஊர் கும்பகோணம்... அப்பா அம்மா ரெண்டு வருஷம் முன்னாடி இறந்துட்டாங்க... அம்மா பேர் லிஸ்ஸி’’ நரேன்.

இந்தக் கேஸுக்கு சம்பந்தம் இல்லை என்றாலும் சத்யஜித் ''லிஸ்லி'' என ஆச்சரியமாகக் கேட்டார்.

''ஆமா ஸார்! அப்பா பேர் கோபாலகிருஷ்ணன், அவர் பணி நிமித்தம் சென்னைக்கு வந்தவர்! யோஜித் பள்ளிக்கூடம் கல்லூரி எல்லாம் கும்பகோணத்தில்தான் படிச்சிருக்காரு!'' நரேன்.

சத்யஜித் நரேனை நிறுத்துமாறு கை அசைத்தார். ''நரேன் நான் இப்ப சூழ்நிலையை விவரிக்கறேன் யோஜித் இந்த இரண்டு கொலையிலயும் சம்பந்தப்பட்டிருக்கான்னு நமக்கு வலுவான சந்தேகம் வருது! அவங்க அப்பா பேரு கோபாலகிருஷ்ணன் இல்லியா?'' நரேன் தலையாட்டி ஆமோதித்தார்.

''இரண்டு வருஷமா அவங்கப்பா கைப்பேசியை உபயோகிச்சிருக்காரு''

''அவர் எப்போதும் இரண்டு போன் வச்சிருப்பாரு! தன்னுடைய சொந்த உபயோகத்துக்கான போன் எண்ணை யாருக்கும் கொடுத்ததில்லை! ஆபீஸ் போனில் வாட்ஸ் அப் கூடக் கிடையாது. சரிதானே ஸார்? ஜூட் விவரித்தான்.

சத்யஜித்திற்கு புதிர் அவிழும் விதம் ஆச்சரியமாக இருந்தது. நேற்று இரவு வரை என்னுடன் சேர்ந்து குற்றவாளியைத் தேடியவன், அவனே குற்றவாளியா?! எந்தக் கேஸிலும் இல்லாத திருப்பம். மூவருமே பேசவில்லை. அறையில் அமைதி நிலவியது. நரேன், ஜூட் சேகரித்த அழைப்பு விவரப் பட்டியலைப் பார்த்தார். அவரால் நம்ப முடியவில்லை. யோஜித் இரண்டு கொலையில் சம்பந்தப்பட்டவரா? கேள்விகள் அவர் மூளையைத் துளைத்தது. 'யோஜித் கனகாவை ஏன் கொல்ல வேண்டும். நெக்லஸுக்காகவா? அவர் சங்கிலித் திருடனா?! போலீஸாக நடித்தாரா?!!!

சத்யஜித்திற்கு, மூர்த்தி தெருவில் இருந்து 5 நிமிடங்களில் தான் ரிங்ரோடிற்கு வந்தது ஞாபகம் வந்தது.

''யோஜித் எங்கே போனான்னு எப்படிக் கண்டு பிடிக்கறது?'' நரேன் ஜூட் இருவரையும் கேட்டார். அவர்களிடமும் பதில் இல்லை.

மாலை ஐந்தரை மணிக்கு 'ஸி லோம்' ரயில் நிலையத்தைக் கடந்து சென்றது ஒரு ரயில் வண்டி. அதில் யோஜித், திருஷ்டி இருந்தனர். திருஷ்டி தன் தலையை யோஜித் தோள் மீது வைத்திருந்தாள்.

யோஜித் கோயம்புத்தூரிலிருந்து, பாங்காக் வந்து சேர எட்டு மணி நேரம் ஆனது. அவர் கோயம்புத்தூரிலிருந்து பாங்காக் விமானம் (பாதுகாப்பு பரிசோதனை முடிந்து) ஏறும் வரை அணுகுண்டு தன் தலைமீது தொங்கிக் கொண்டிருப்பது போல உணர்ந்தார்.

இப்போது சென்னையில் இருந்து வெகுதூரத்தில் இருக்கிறார். சத்தியாஜித்தும் அவர் குழுவும் தங்களைத் தேடிக் கொண்டிருப்பார்கள்... என்று அவர்களுக்குத் தெரியும்.

''சத்யஜித் ஒரு நல்ல மனிதர்'' திருஷ்டி சொன்னாள்.

யோஜித் அவள் தலையை வருடி...

''என்ன காதல் அந்தப் பக்கம் வந்திருச்சா? எனக் கேலி செய்தார்.

திருஷ்டி செல்லமாக அவன் தலையில் அடித்தாள். ''என்ன நடந்துச்சுனு இப்பவாச்சும் சொல்றீங்களா?!''

''சொல்றேன். ஆனா பதிலுக்கு என்ன கிடைக்கும்'' அவள் கன்னத்தைக் கிள்ளியபடி யோஜித் கேட்டார்.

''நான் தானே உங்க பெரிய பரிசு!'' அவர் கண்களைப் பார்த்தபடிச் சொன்னாள்.

யோஜித் மகிழ்ச்சியுடன் ''நம்ம கல்யாணம் ஸ்வர்ணபூமியில் நடக்கப் போகிறது...'' என அறிவித்தார்.

யோஜித் தனக்காக... காதலுக்காக... செய்த மிகப்பெரிய தியாகத்தை எண்ணி ''ஒரு போலீஸ் சப்-இன்பெக்டர் நகை பறிப்பு செயலில் ஈடுபட முடிவு எடுத்தது... ரொம்பச் சிரமமான முடிவு இல்லையா?'' கேட்டாள் திருஷ்டி.

''என் தேவதைக்காக செய்வதில்... சிரமம் ஏது? தொடர்ந்து ஆவடியில் 'சங்கிலிபறிப்பு' நடந்து கொண்டுதான் இருக்கிறது. அதற்கு நாங்க என்ன நடவடிக்கை எடுக்கிறோம் என்பதும் எனக்குத் தெரியும். என்னை கையும் களவுமாகப் பிடித்தால் மாட்டிக் கொள்வேன்! இல்லையென்றால் கண்டிப்பாகப் பிடிக்க முடியாது என்பதும் தெரியும்!''

''என்னை ஏன் இவ்வளவு தூரம் காதலிக்கறீங்க?!''

திருஷ்டி யோஜித்தின் கையை மேலும் இறுக்கமாகப் பிடித்தபடிக் கேட்டாள்.

''எத்தனை முறை இதைக் கேட்பே?! ஒவ்வொரு தடவை கேட்கும்போதும் உனக்கு என் வார்த்தைகள் ஒரு கிளர்ச்சி! ஒரு போதை இல்லையா?'' என்றபடி அவள் மூக்கைக் கிள்ளினார்.

திருஷ்டி அவர் கையைத் தள்ளிவிட்டு குறும்பாக, ''இப்ப இதெல்லாம் வேண்டாம்! விஷயத்தை விட்டு விலகிப் போகக் கூடாது! அப்றம் என்ன சொல்லுங்க!'' என்று கேட்டாள்.

''கண்டிப்பா மேடம்! நான் உபயோகிக்கற பைக்கிற்கு பதிவு எண் கிடையாது! அதனால நான் மிகச் சரியா வேகமா செயல்பட்டா... என்னை யாரும் நெருங்க முடியாது...''

திருஷ்டியின் கண்களில் கண்ணீர் நிரம்பியது. சந்தேகத்துடன் கேட்டாள்.

''இது எல்லாமே நல்லதுக்குத்தான்னு நிஜமாவே நம்பறீங்களா?''

யோஜித் சிறிதும் கலங்காமல் திடமாகச் சொன்னார். ''நாம என்ன செய்தாலும் அதுக்கு ஒரு பெரிய நல்ல நோக்கம் இருக்கணும்! நாம நல்ல மனிதர்களைக் காயப்படுத்தலை! கனகா, கார்த்திக் இருவருமே இந்த சமுதாயத்தை சீரழிக்கறவங்க! சாதாரண மக்களை ஏமாத்தறவங்க! அவங்களைக் கொன்றதில் தவறில்லை!''

''கனகா எப்படி இறந்தா... நீங்க திட்டமிட்டுச் செய்ததா?!''

''இல்லை! நான் நம்ம திட்டப்படி காலை 5 மணிக்கு மூர்த்தி தெருவில் நின்றேன். கனகா வீட்டைவிட்டு வெளியே வந்தா... நான் அவளைத் தொடர்ந்து சென்று நகையைப் பறித்தேன். நான் எப்படி பைக் ஓட்டுவேனு உனக்குத் தெரியுமில்ல?'' கேட்டார்.

திருஷ்டி கவனமாகக் கேட்டாள். ரயிலில் அதிகக் கூட்டம் இல்லை. சில இளைஞர்கள் தமிழில் பேசியது அவளுக்குக் கேட்டது.

யோஜித் தொடர்ந்தார். ''நான் அவள் சங்கிலியை இழுத்தபோது அவளும் இழுக்கப்பட்டாள். விளக்குக் கம்பத்தில் இடித்துக் கொண்டாள்.

ரொம்ப பக்கத்தில் கல்யாண சத்திரம் இருந்ததால், யாரும் வரும் முன் நான் தப்பிக்கணும் என்பதால் நான் வேகமாகக் கிளம்பி விட்டேன்! ரொம்ப தூரம் வந்து நான், உன் அழைப்புக்களை கைப்பேசியில் கவனித்தேன். அதற்குள் நீ கார்த்திக்கை கொலை செய்து விட்டாய். நான் ரிங்ரோடு வந்தேன். ஆனா போலீஸ் நம்ம ரெண்டுபேர் கைப்பேசி எண்ணை வைத்து நம்மைக் கைது செய்து விடுவார்கள் எனத் தெரியும்''

திருஷ்டி ஆமோதித்து தலையசைத்தாள். தான் வாங்கி வைத்திருந்த அப்பத்தை அவனுக்குப் பிரித்துக் கொடுத்தாள். சத்யஜித் ஒரு கடி கடித்துவிட்டு நல்லா இல்லை சென்னையில் எல்லாக் கடையிலும்... பெட்டிக் கடையிலகூட ருசியான அப்பம் கிடைக்கும்!'' என்றார்.

''எல்லாமே சினிமா மாதிரி இருக்கு! நீங்க ஏன் காரை இருந்த இடத்தில் இருந்து நகர்த்தினீங்க?''

''நீ கார்த்திக்கை சுட்ட இடத்தில் ரத்தக் கறை இருந்தது? நீ அவரைச் சுட்டபோது நடந்த நிகழ்வு எனக்கு ஒரு கதை உருவாக்க போதுமானதாக இருந்தது. நீயும் அதை அப்படியே சத்யஜித்கிட்டச் சொல்லிட்ட! நம்மகிட்ட இருந்த பணம் எனக்கு உதவியா இருந்துச்சு! எனக்குத் தேவைப்பட்டதெல்லாம் ரெண்டு மூணு நாள்தான்! திட்டமிட்டுத் தப்புவதற்கு சத்யஜித்தும் நம் கதையை நம்பினார். உண்மையில் கொலை நடந்தபோதுகூட இருந்தவர்கள் முதல் குற்றவாளி என்பது தெளிவான விஷயம்!'' யோஜித் முடித்தார்.

அவர் சொன்ன கடைசி வரிகள் அவளுக்கு கொதிப்பை ஏற்படுத்தி இருந்தது. கார்த்திக்கை கொலை செய்ய அவள் திட்டமிடவில்லை. 'கார்த்திக் அன்று ஒருநாள் அதிகம் குடித்துவிட்டு... உண்மையை தானே உளறி இருக்காவிட்டால் இன்று இந்தக் கொலை நடந்திருக்காது' என எண்ணிக் கொண்டாள்.

இதை எண்ணி பலமுறை அழுதுவிட்டாள். சத்யஜித் வாட்ஸ்ஆப் உரையாடலின் போதுகூட மழுப்பலாக பதில் அளித்தாள்.

யோஜித் தொடர்ந்தார். தெருவில் ஆள்நடமாட்டம் இல்லாதது நமக்கு சௌகரியமானது. நான் காரை சற்றுத்தள்ளி கல்சுவர் பக்கத்தில் நிறுத்தினேன். கார்த்திக்கை அதற்கு முன்பே காரில் உட்கார வைத்து மீண்டும் சுட்டேன். உண்மையில் கார்த்திக் இறந்தது

அப்போதுதான். தடவியல் துறை நிபுணர்களும் மரணம் காலை 6 மணிக்குத்தான் நிகழ்ந்ததாக குறிப்பிட்டிருந்தனர். கார் இருக்கையில் இருந்த ரத்தக்கறையும் நமக்குச் சாதகமாக அமைந்தது. நான் காரை நகர்த்தும் நேரத்தில் நீ ரத்தக்கறையைத் துடைத்துவிட்டாய்.

யோஜித் மீண்டும் அந்தக் காட்சியை விவரித்தபோது... த்ருஷ்டிக்கு திரும்பவும் அந்தக் காட்சியைக் காண்பதுபோல திகிலாக இருந்தது. ஒரு பக்கம் தன் அம்மாவின் துயர மரணத்திற்குக் காரணமானவர்களைப் பழிவாங்கியது திருப்தியாக இருந்தது. மறுபக்கம் இரண்டு மரணம் நிகழத் தான் காரணமாகிவிட்டது வருத்தமாக இருந்தது.

''நீங்க என்னைத் தனியா விட்டுட்டுப் போனதும் எனக்குப் பயமாக இருந்தது''. அவள் புருவங்கள் மேலே தூக்கியது.

பொன்னேரியில் வெள்ளத்தில் சேவை செய்தபோது... அவளை ஒரு தலைவியாகப் பார்த்தார் யோஜித். அங்கு குழந்தைகளுக்கு உணவளித்தபோது... தாயாகத் தெரிந்தாள். அவள் அலுவலகத்தில் அவள் ஒரு செயல்வீராங்கனையாகத் திகழ்ந்தாள். தன் வாழ்க்கையை விவரித்தபோது... அவள் கண்களில் குமுறல் இருந்தது. கார்த்திக்கை சுட்டபிறகு ஒரு பயம் இருந்தது. இப்போது ஒரு அப்பாவியாகத் தெரிந்தாள். யாரும் திருஷ்டி ஒரு மனிதனைச் சுட்டுக் கொல்லும் தைரியம் உடையவள் என்று ஒப்புக் கொள்ளமாட்டார்கள்? யோஜித் எண்ணிக் கொண்டார்.

''என்ன செய்வது எனக்கு நேரம் ரொம்பக் குறைவா இருந்துச்சு! நான் கனகாவைத் தாக்கிய பைக்கை மறைத்து வைக்க வேண்டிய கட்டாயத்தில் இருந்தேன்! அதன்பிறகு நான் போலீஸ் வண்டி எடுத்துவர வேண்டும்! போலீஸ் சீருடை அணிய வேண்டும்! அதான் நான் போனேன். நான் போனபிறகு உன்னை காவலர் கட்டுப்பாட்டு அறைக்கு அழைக்கச் சொன்னேன்! ஒரு நல்ல கட்டுக்கதை உருவாக்க எனக்கு ஒரு ஐந்து நிமிடமாவது தேவைப்பட்டது''

திருஷ்டி தான் காவலர் கட்டுப்பாட்டு அறையை அழைத்ததும் அவர்கள் எந்தப் பதட்டமும் அடையவில்லை என்பதைக் கூறினாள். சத்யஜித் ''அவர்களுக்கு அதுவும் ஒரு செய்தி அவ்வளவுதான்! உடனே அதை அந்த இடத்துக்கு உட்பட்ட போலீஸ் நிலையத்துக்குச் சொல்லி விடுவார்கள்! அவர்கள் கடமை முடிந்துவிடும்! நான் வீட்டுக்குப் போயி போலீஸ் சீருடை போட்டுக் கொண்டு ஆவடி

போலீஸ் நிலையத்துக்குத் தொடர்பு கொண்டு, காலை நிகழ்வுகள் பற்றி வழக்கம்போலக் கேட்டேன். கொலை நடந்த இடத்தை பார்வையிட (நானே வந்து விட்டேன்).

திருஷ்டி நீண்ட பெருமூச்சுவிட்டு யோஜித்தை முதுகில் தட்டிக் கொடுத்தாள்.

''வேகம்... சாமர்த்தியம்!'' என்றாள்.

''அந்த இரண்டு பைக் ஓட்டிகளும் நமக்குப் பயன்பட்டார்கள், ரிங்ரோடை நோக்கி மீண்டும் வரும்போதே திட்டம் போட்டுட்டேன்!'' யோஜித்.

''அவங்களை நேத்து அரெஸ்ட் பண்ணீங்கனு சொன்னீங்க. பாவம் அவங்க அப்பாவி! போலீஸ் அவங்களை ஏதும் செய்துடக் கூடாது!'' திருஷ்டி கேட்டாள்.

''ஆமா... நான் கவனத்துல வச்சிருக்கேன். இன்னைக்கு சத்யஜித் அவங்களை எச்சரிக்கை செய்து அனுப்பிவிடுவார். எனக்கு நம்பிக்கை இருக்கு!'' என்றார்.

''இத்தனை வேகமா நம்ம ரெண்டு பேருக்கும் புது பாஸ்போர்ட்'' எப்படி வாங்க முடிஞ்சுது?

''அதுக்கும் முன்னால நமக்கு ரெண்டு பிரச்சனை இருந்துச்சு. ஒண்ணு 'பிக் பில்ட்' கம்பெனி ஸி.ஸி.டி.வி. பதிவு! ரெண்டாவது ஸ்ரீராம். எனக்கு கண்டிப்பா ஸ்ரீராம் இந்த கருப்புப் பணபரிமாற்றம் பற்றி வெளியே சொல்ல மாட்டானு தெரியும். ஆனா ஸி.ஸி.டி.வி. பதிவு கார்த்திக் பணப்பெட்டி எடுத்துப் போறதையும், கூட நீ போறதையும் காட்டினா, கண்டிப்பா உடனே உன்னை கைது பண்ணிடுவாங்க! அதனால உன்னைக் கேட்டேன். கார்த்திக் காரில் பணம் ஏற்றிய பதிவு இருக்காது. நீ அதற்கு வாய்ப்பு இல்லை என்றதும் அந்தக் கம்பெனி பதிவை மட்டும் அழித்தால் போதும் என முடிவெடுத்தேன்.

''அதனால ஸி.ஸி.டி.வி. காமிராவில் என் பதிவு இல்லையா?'' ஆர்வத்துடன் கேட்டாள். யோஜித் தன் தலையை அவள் தலையோடு மோதினார்.

''பதிவு இருந்தது. நான் அதை அழிக்க வேண்டிய கட்டாயத்தில் இருந்தேன். நான் காலை 7.30 மணிக்கு அங்கே வரவேற்பறைக்கு

கைபேசியில் அழைத்தேன்! (அந்தத் துறையின் பொறுப்பு மேனேஜரிடம் பேசினேன்) நான் கார்த்திக் கம்பெனியில் இருந்து பேசுவதாகச் சொன்னேன். அவன் எந்த ஆர்வமும் காட்டவில்லை. அந்த பதிவை நீக்கினால் உடன் பணம் என ஆசை ஏற்படுத்தினேன். நீக்கி விட்டான். உடன் அவன் வங்கிக் கணக்கிற்கு ஒரு லட்சம் மாற்றிவிட்டேன்.

''போலீஸே லஞ்சம் கொடுத்ததா?'' கேலியாகச் சிரித்தாள்.

''இல்லைனா அன்றைக்கு மாலையே நாங்க உன்னைக் கைது செய்திருப்போம்!'' சிரித்தார்.

''அது ரொம்ப சுவாரசியம். நம்ம கல்யாணம் ஜெயில்ல நடந்திருக்கும். உலகப் பிரசித்தம் ஆகியிருப்போம்!'' திருஷ்டி பதில் சொன்னாள். யோஜித்தை சிறிது வெறுப்பேத்தினாள்.

''இரு.... கதை முழுவதும் கேளு!''.

திருஷ்டி சிரிப்பை நிறுத்தினாள்.

''சத்யஜித் உன்மீது இரக்கப்பட வேண்டும் என விரும்பினேன். சத்யஜித் சூப்பர் மார்க்கெட் போவது தெரிந்ததும், உன்னையும் அங்கே போகச் சொன்னேன்.

''ஏன் இரக்கப்படணும்..... புரியலை''

''சத்யஜித் உன்னை குற்றவாளியா நினைக்க விரும்பலைனு எனக்குத் தோணிச்சு! உன்னைக் கைது பண்ணச் சொல்லிப் பார்த்தேன். எப்போதும் உயர் அதிகாரிகளுக்கு ஒரு தன்முனைப்பு இருக்கும். அவர்கள்தான் எந்த விஷயத்திலும் முடிவு எடுக்க வேண்டும். தனக்கு கீழ் பணிசெய்யும் அதிகாரி முடிவு எடுத்தால் ஒப்புக் கொள்ளமாட்டார்கள். எனக்கு சத்யஜித்திற்கு உன்னைப் பற்றி ஏதோ துப்பு கிடைத்திருப்பதாகத் தோன்றியது. அதனால் அவர் விசாரணையில் இருந்து உன்னைக் காப்பாற்றவே அப்படி முயற்சித்தேன். அது சரியாக வேலை செய்தது.

''உன்னால எனக்குக் கையில் காயம்'' என்று காட்டினாள்.

''உன் மீது இரக்கம் வரவழைக்க எனக்கு வேறு வழி தெரியவில்லை! உன்னையும் கொலை செய்ய முயற்சிக்கிறார்கள் என அவர் நினைக்கத்தான்...''

''இருந்தாலும் கொஞ்சம் மெதுவா தள்ளி விட்டிருக்கலாம்!''

''அது நான் இல்லை! அது ஒரு திருடன். நான் பர்மா பஜாரில் பாஸ்போர்ட் வாங்க ஏற்பாடு செய்துக்கிட்டிருந்தேன். அதனால அவனை அனுப்பினேன். ஜெயில்ல ஆயுசு முழுக்கப் படற கஷ்டத்துக்கு முன்னால இது ஒண்ணுமே இல்லை! நான் சத்யஜித்தை கொஞ்சம் குழப்பிவிட்டேன்!''

அதற்குப் பிறகு தான் சத்யஜித்துடன் வாட்ஸ் ஆப்பில் பேச ஆரம்பித்தேன்னு என்று அவள் எண்ணிக் கொண்டாள். யோஜித் அவளுக்கு என்ன பேச வேண்டும், எப்படிப் பேச வேண்டும் எனச் சொல்லிக் கொடுத்தார். சத்யஜித்தால் பெண்களை அவர்களின் உணர்வைப் புரிந்து கொள்ள முடியாது. அதற்குத் தக்க அவள் மறுபதில் கூறவேண்டும். அவரைத் திசை திருப்ப வேண்டும் என்றும் கூறியிருந்தார் யோஜித்.

''இப்ப நம்ம இந்த ரயில்ல எங்க போறோம்?''

''சுகும்விட்! அங்க நம்ம தேனிலவைக் கொண்டாடப் போறோம்! ஆடம்பரமான சூட் பதிவு செய்திருக்கேன்!'' யோஜித்.

''சென்னைல என்ன நடக்குதுனு தெரியுமா?!''

''கடந்த காலத்தை இனி மறக்கணும். இனி நீ பார்வதி, நான் சிவன்'' என்றபடி அவளை இழுத்து நெற்றியில் முத்தமிட்டார்.

''இந்தப் புதுப் பெயர்கள் எனக்குப் பிடிச்சிருக்கு!''

''பெயர் சூட்டும் விழா கொண்டாடலாம்!'' கண்ணடித்தார் யோஜித்.

அவர்கள் தங்கள் ரயில்நிலையம் சுகும்விட்டில் இறங்கி நட்சத்திர ஓட்டலுக்கு சிவன், பார்வதியாகச் சென்றார்கள். தங்கள் தனிமையைக் கொண்டாட விரும்பினார்கள்.

திருஷ்டி யோஜித் நெஞ்சில் முகம் பதித்து படுத்திருந்தாள். அவளால் நம்ப முடியவில்லை. அதனால் மீண்டும் ''எப்படி புதிய பாஸ்போர்ட் கிடைத்தது?'' கேட்டாள்.

நான் தனிச்சிறப்புப் படையில் வேலை செய்தபோது பலமுறை போலி பாஸ்போர்ட் (கடவுச்சீட்டு) தயார் செய்யும் கும்பலைப் பிடித்திருக்கிறேன். பலமுறை எச்சரிக்கை விடுத்து அனுப்பியிருக்கிறேன். ஆனால்

அவர்கள் தொடர்ந்து அதைத்தான் செய்கிறார்கள் எனக் கேள்விப்பட்டேன். நம்மைப் பற்றிச் சொல்லவில்லை. ஆனால் பணம் செலவு செய்து வாங்கினேன்.

திருஷ்டி கண்ணை மூடியபடி அவர் மார்புமீது படுத்திருந்தாள். யோஜித் தொலைக்காட்சியில் ஒவ்வொரு ஒளி அலைவரிசையாக தாவிக் கொண்டிருந்தார்.

''அவர்களை போலீஸ் பிடித்துவிட்டால்?''

''அவர்கள் எந்த ஆவணப் பதிவும் வைத்துக் கொள்வதில்லை. மேலும் உலகம் முழுவதும் இந்த மாதிரி போலி பாஸ்போர்ட் தர ஆட்கள் உள்ளனர்'' யோஜித் சொன்னார்.

அவர்கள் தங்கள் இரவு உணவை அறைக்கு கொண்டு வருமாறு உத்தரவிட்டிருந்தனர். திருஷ்டி அறையின் உத்திரத்தைப் பார்த்தபடி படுத்திருந்தாள். இப்போது அவள் எதைப்பற்றியும் கவலைப்படவில்லை அவள் அம்மாவிற்கு வாழ்க்கையில் கஷ்டத்தைக் கொடுத்தவர்களுக்கு அதற்கான தீர்ப்பு வழங்கப்பட்டு விட்டது.

சந்தோஷமாக ஒரு நாள் அவள் மிகவும் நேசித்த மனிதனோடு வாழ்ந்துவிட்டு மரணிக்கவும் தயாராக இருந்தாள். அவளுக்காக யோஜித் செய்த தியாகங்கள் நினைவு வந்தபோது... கண்ணீரை அவளால் அடக்க முடியவில்லை. அவளுடைய மிகப்பெரிய லட்சியம் பொன்னேரி, புலிகட் மக்களுக்கு வீடு கட்டிக் கொடுக்க வேண்டும் என்பதே.

''இங்கிருந்து நாம் பொன்னேரி புலிகட் மக்களுக்கு ஆதரவு கொடுக்க முடியுமா?'' கேட்டாள்.

''நீ எனக்கு உதவி செய்தாய்'' என்றார் யோஜித்.

அவளுக்கு ஆச்சரியமாக இருந்தது. ''என்ன சொல்றீங்க?''

''சத்யஜித் உன்னிடம், உங்க கம்பெனியின் போட்டியாளர்கள் பற்றிக் கேட்டபோது நீ இரண்டு மூன்று கம்பெனி பெயரைச் சொன்னே! சத்யஜித் கார்த்திக் கம்பெனியில் இருந்தபோது நான் கைப்பேசியில் அழைத்தேன். எனக்கு அரசியல் தரகர்களைத் தெரியும்'' யோஜித் சட்டென நிறுத்தினார்.

''எங்கிட்ட எதை மறைக்கப் பார்க்கறீங்க'' திருஷ்டி, யோஜித்தின் நெஞ்சில் இருந்த முடிகளைப் பிடித்து இழுத்தபடிக் கேட்டாள்.

‘‘நான் சிறப்பு செயல்திறன் படையில் இருந்தபோது அண்ணா நகரில் உள்ள ஒரு மதுக்கூடம் செல்வது வழக்கம்.அங்கே சில சுவாரசியமான மனிதர்கள் பழக்கம் கிடைத்தது. அதில் இருவர் அரசியல் தரகர்கள்.

‘‘நீ உண்மையில் நல்லவனா?’’ த்ருஷ்டி ஆர்வத்துடன் கேட்டாள்.

யோஜித் அதைக் கவனிக்காது ‘‘அவன் எனக்கு சக்கரவ்யூக் கம்பெனியை அணுகலாம் என ஆலோசனை சொன்னான்.

‘‘நான் ஒரு கேள்வி கேட்டேன். நீ உண்மையில் நல்லவனா?’’

‘‘இல்லை.... நான் நல்லவன் இல்லை! ரொம்பக் கெட்ட பையன்?’’

காதலுடன் சொல்லி அவளைத் தன்பக்கம் இழுத்து அணைத்துக் கொண்டார்.

‘‘நான் என்றும் லஞ்சம் வாங்கியது கிடையாது. என் கடமையைச் செய்யத் தவறியதும் கிடையாது. சில குற்றங்கள் என் எல்லைக்கு உட்பட்டதாக இல்லாமல் போனால் நான் அதைப் புறக்கணித்து விடுவேன்.

யோஜித் பதிலைக் கேட்டு திருஷ்டி சிரித்துவிட்டாள். யோஜித்துக்கு இந்திய அலைவரிசை கிடைக்காததால் டி.வி. ரிமோட்டைத் தூக்கி வீசினார்.

‘‘அந்தத் தரகருடன் என்ன பேசினீங்க?’’

அவர்கள் இருவரையும் தனித்தனியாக அழைத்தேன்.

முதல் ஆளுக்கு ‘அறிவுப் பூங்கா’ டெண்டரை ஜெயிக்க ஆட்களைப் பிடிப்பது...

இரண்டாவது ஆளுக்கு ‘சக்கர வ்யூத்’ கம்பெனியின் சி.இ.ஒ. சேகர் இடம் பேசி நம்முடைய வேலையை முடிக்கச் சொன்னேன்.

திருஷ்டி, அவரை வயிற்றில் கிச்சுக்கிச்சு செய்தபடி சொன்னாள். ‘‘நீங்க கார்த்திக்கிட்ட வேலை செய்திருக்கணும்! இதெல்லாம் தான் வேணும்... அவருக்கு!’’

யோஜித் கூச்சத்தில் நெளிந்து... ‘‘நான் என் வாழ்க்கையில் முதன் முதலாக உனக்காகச் செய்தேன்’’ என்றார்.

அறையின் அழைப்பு மணி அடித்தது. திருஷ்டி நிர்வாணமாக இருந்ததால் ஓய்வு அறைக்கு ஓடினாள். யோஜித் தன் அரை டிராயரைத் தேடி எடுத்து அணிந்து கொண்டு கதவைத் திறந்தார்.

விடுதியின் பணியாள் உணவு கொண்டு வந்தான். அவன் குறைந்தது நான்கு முறையாவது யோஜித்தின் டிரவுசரை பார்த்தான். பணியாள் சென்ற பிறகு திருஷ்டி, அவரை குளிக்க அழைத்தாள்.

இருவரும் ஷவரின் அடியில் நின்றனர். இரவு உணவிற்கான மேஜை பால்கனியில் அமைக்கப்பட்டிருந்தது. அவர்கள் அங்கு அமர்ந்து, அழகான... விளக்குகளால் அலங்கரிக்கப்பட்ட பாங்காக் நகரைப் பார்த்து அனுபவிக்க விரும்பினர். பன்னிரண்டாவது மாடியில் இருந்து உயரமான கட்டிடங்களும் அழகான ஏரியும் அந்தக் காட்சி... பார்க்க மிக அருமையாக இருந்தது.

திருஷ்டி இறால் மீன் சாறு குடித்தபடி இன்னும் மீதம் உள்ள கதையைக் கேட்க விரும்பி, ''திரு, திறமைசாலி அவர்களே! அந்தப் பணத்தை எப்படிப் பட்டுவாடா செய்தீர்கள்?

அந்தத் தரகர் மூலம் 'சக்கரவ்யூக்' கம்பெனி சி.இ.ஒ.விடம் டீல் பேசி 'அறிவுப் பூங்கா' சி.இ.ஓ.விடம் டீல் பேசி 'அறிவுப் பூங்கா' டெண்டர் அவர்களுக்குக் கிடைக்க... அரசாங்க அதிகாரி அரசியல்வாதிகள் முடிவு எடுக்கும் அதிகாரம் உள்ள பதினைந்து பேருக்கு மூன்று கோடி வீதம் நாற்பத்தி அஞ்சு கோடி ரொக்கப் பணமாக கொடுத்தாச்சு! என்னுடைய ஒரே வேண்டுகோள், அவருக்கு டெண்டர் கிடைத்ததும் தாய்லாந்தில் உள்ள நம் வங்கிக் கணக்கில் ஐம்பதுகோடி சேர்த்துவிட வேண்டும். நாம் ஆரம்பிக்கபோகும் ஒரு 'கன்சல்டிங்' கம்பெனிக்கு அவருடைய பங்கு முதலீடாக இதைச் செய்ய வேண்டும். அவர் செய்வார். அதற்கு இரண்டு மூன்று மாதங்களாகும்.

அவளுக்கு இறால் சூப் மிகவும் பிடித்திருந்தது. அந்தத் தட்டில் இருந்த (அதன் பெயரை) வாசித்தாள். 'டாம் யம் கூங்' அதை முடித்து விட்டு காரசார மணம் நிறைந்த பப்பாளி பழ சாலட்டை சாப்பிட ஆரம்பித்தாள்.

''அவர் அந்தப் பணத்தை அனுப்புவாரா?''

அவருக்காக தரகர், 'அறிவுப்பூங்கா' டெண்டருக்காக பதினைந்து பேருக்கு பணம் பட்டுவாடா செய்த காட்சி வீடியோப் பதிவு

என்னிடம் இருக்கு. அனுப்பவில்லை என்றால் அவர் ஆபத்தில் மாட்டிக்கொள்வார். ''வாயைத் துடைத்தபடி யோஜித் சொன்னார்.

அந்த பால்கனி அவருக்கு முன்தினம் சத்யஜித்துடன் அவரின் பால்கனியில் நின்று பேசியது நினைவு வந்தது. நேற்று இரவு சத்யஜித்துடன் இன்று இரவு என் காதலியுடன். நேற்று இரவு சென்னையில், இன்று இரவு பாங்காக்கில். வாழ்க்கை எத்தனை மாற்றங்களை விசித்திரங்களை... கண்முன் கொண்டு வருகிறது என எண்ணிக் கொண்டார். எப்படியானாலும் அவர் சத்யஜித்தை மதித்தார். அவருடைய நட்பிற்கு ஒரு மரியாதை, ஒரு நியாயத்தை தான் செய்துவிட்டதாக எண்ணினார். உணவை முடித்த பிறகும் பால்கனியில் அமர்ந்து ஊரின் அழகை ரசித்தனர்.

''கடைசியாக ஒரு சந்தோஷமான விஷயம் அடுத்த இரண்டு மாதத்திற்கு நாம ஊர் ஊராச் சுற்றப் போறோம். தனித்தனியா அஞ்சு பயண ஏஜெண்டுகள் மூலம் பதிவு செய்தேன். தாய்லாந்து, இந்தோனேஷியா, மொரிஷியஸ், மால்த் தீவுகள், மெக்கா எல்லா இடத்திலும் ஓட்டல் அறையும் ஏற்பாடு செய்தாச்சு. நம் வாழ்க்கையில் அடுத்த கட்டம் பற்றி யோஸிக்க நிறைய நேரம் கிடைக்கும்!'' என்றார்.

அவளுக்கு இந்த உல்லாசப் பயணம் பற்றி ஆர்வம் அதிகம் இருந்தது. இன்னும் பொன்னேரி, புலிகட் மக்கள் பற்றி கேட்கவில்லையே நினைவு வந்தது. கேட்டாள்.

''அதை எப்படி என்னால் விட முடியும்?''

'சக்கரவ்யூக்' கம்பெனியுடன் முதல் ஒப்பந்தமே, இதுதான். அவரிடம் இருபது கோடி கொடுத்தாச்சு! அங்க உள்ள ஐநூறு குடும்பத்துக்கும் வீடு கட்டிக் கொடுக்க!! அவரை எண்ணி திருஷ்டிக்கு பெருமையாக இருந்தது, மிகக் குறுகிய காலத்தில் அவள் வாழ்வின் அத்தனை லட்சியங்களையும் நிறைவேற்றிவிட்டார். அவளால் ஐநூறு வீடுகட்ட முடியவில்லை. யோஜித் அந்த வீடுகள் குடிநீர் வசதி, சூரிய மின்சக்தி, கழிவறை வசதியுடன் கட்டப்படும் என்றும் விவரித்தார். மேலும் மருத்துவ வசதியும் அங்கு மேம்படுத்தப்படும் என்றார். யோஜித் எல்லாமே சரியாக நடந்தால் அந்த இடம் அரசு ஆதரவும் பெறும் என்றார். இதைக் கேட்டு திருஷ்டியால் தன் கண்ணீரை அடக்க முடியவில்லை. அவள் அந்த

இடங்கள் யோஜித் சொன்ன முன்னேற்றங்களை பெற்ற பிறகு அதைப் பார்க்க ஆசைப்பட்டாள். மீண்டும் இந்தியா போவோமா? அவளுக்குத் தெரியவில்லை.

பால்கனியில் குளிர்ந்த காற்றில் நின்றார்கள். ''நாற்பத்தி அஞ்சு அரசியல்வாதிகளுக்கு, இருபது சேகரிடம் பாக்கி பத்து கோடி?'' கேட்டாள் த்ருஷ்டி.

அவர் அவளை தன்னோடு இறுக்கிப் பிடித்து, ''நீ ஏதாவது காரணத்தால் பேராசைப்படுகிறாயா? பார்வதி?'' கேட்டார்.

திருஷ்டி புன்னகைத்தாள் ''இல்லை சிவா!' பேராசை என்பது கொலைவெறித் தனமானது'' என்றாள்.

அவர்கள் மிக அன்பான... அபூர்வமான காதலான... முத்தங்களைப் பொழிந்து கொண்டனர். யோஜித் ஏதோ நினைவு வந்தவராக... திருஷ்டியை இழுத்து வந்து கண்ணாடி முன் நிறுத்தினார். திருஷ்டிக்கு என்ன அவர் நோக்கம் என்று புரியவில்லை. ஆனால் அவள் எதுவும் எதிர்பார்க்கவில்லை. அவர் ஏற்கெனவே அவள் ஆசைப்பட்ட அனைத்தும் செய்துவிட்டார்.

''கண்ணை மூடிக்கொள்'' என்றார்.

திருஷ்டி சந்தோஷமாக கண்ணை மூடிக் கொண்டாள். அவள் கழுத்தில் குளுமையை உணர்ந்தாள்.

''இது என்ன புதுமையான காதல்?'' கேட்டாள். ஆனால் அடுத்து தன் கழுத்தில் கனமாகத் தொங்குவதை உணர்ந்தாள்.

யோஜித் கண்ணைத் திறக்கச் சொன்னார். அந்தக் ''காசு மாலை'' அம்மாவின் காசு மாலை, அப்பா பரிசாகக் கொடுத்த அவர் பரம்பரை காசுமாலை தன் கழுத்தில் இருப்பதைக் கண்டாள்.

அவர் கண்ணாடியில் அவள் பிம்பம் பார்த்து ''நீ தேவதை மாதிரி இருக்கே!'' என்றார்.

''நீங்க என்னை அழ வைச்சுட்டீங்க''

அளவுக்கு அதிகமான சந்தோஷத்தில் அழுதாள். யோஜித் அவள் கழுத்தில் அழுத்தமாக ஒரு முத்தத்தைப் பதித்தார். அவளை ஆதூரத்துடன் அணைத்துக் கொண்டார்.

‘‘எனக்கு நகைமேல் ஆசை இல்லை! ஆனால் இது அம்மாவின் ப்ரியமான நகை.’’ அவள் மீண்டும் பால்கனிக்கு ஓடினாள். இன்னும் அழுதுகொண்டுதான் இருந்தாள். நீ என்றும் எனக்கு அதிர்ஷ்டமானவள். என்றுமே என் தேவதை! எண்ணிக் கொண்டார். எனக்கு வாழ்க்கையில் எந்த லட்சியமும் இருந்ததில்லை! பிடிப்பும் இல்லை எல்லாமே நீ கொடுத்தாய்! இன்று எல்லாமே நமக்குச் சாதகமாக முடிந்துவிட்டது. ஒரு ஐநூறு குடும்பத்திற்கு வாழ்வு கிடைத்திருக்கிறது.

திருஷ்டி ‘‘எத்தனை பெரிய காரியம். ஆனால் எனக்கு இது சாதாரண விஷயம்கற மாதிரி நிக்கறீங்க’’ எனக் கேட்டபடி புருவத்தை உயர்த்தி கண்ணாடித்தாள் திருஷ்டி.

யோஜித் பால்கனிக்கு ஓடி அவளைத் தூக்கி வந்து படுக்கையில் போட்டார். அந்த ஜோடி இந்த நாளைக் கொண்டாடியது. வாழ்வின் வசந்தகாலம்.

●●●

பின்னுரை (முடிவுரை)

தரகர் ஜிகதேஷுக்கு இது ஒரு நல்ல ஒப்பந்தமாக இருந்தது. மூன்று நாளில் அவன் மூன்று கோடி சம்பாதித்து விட்டான். கலந்து பேசி... ஒரு பணித்திட்டத்தை விரைவாக செயல்படுத்த... வைக்க மூன்று கோடி ரூபாய். அவன் பரமிடம் இரண்டு கோடி கொடுத்தான். பொன்னேரி, புலிகட் கிராமங்களில் அடிப்படை வசதிகள் செய்து கொடுப்பதற்காக அவன் ப்ரதீஷை சந்தித்து இரண்டு கோடி கொடுத்தான்.

ஆனால் சத்யஜித் நடந்தது அனைத்தையும் மீண்டும் எண்ணிப் பார்த்தார். திருஷ்டி யோஜித்தின் காதலி! என்னால் நம்ப முடியவில்லை! இதை அவனால் எப்படி மறைக்க முடிந்தது? அவன்தான் அவளை என்னுடன் வாட்ஸ் ஆப்பில் பேச வைத்திருக்கிறான். அவளை சூப்பர் மார்க்கெட் அருகில் யார் தாக்கியது?! அதுவும் அவன் ஏற்பாடா? எல்லா நகைத் திருட்டிலும் யோஜித் பங்கு இருந்ததா? சத்யஜித் எண்ணிக் கொண்டிருந்தபோது ஜுட் அந்த வழக்கின் விவரங்களை எழுதினான்.

யோஜித் தன்னை அந்த பைக் ஓட்டிகளின் விலாசத்தைக் கண்டு பிடிக்கச் சொன்னது, அவனுக்கு ஞாபகம் வந்தது. அங்கு உள்ள எல்லாக் கடைகளிலும் செய்தி சேகரிக்கச் சொன்னார். எத்தனை கெட்டிக்காரத்தனம்!' நினைத்தான்.

சத்யஜித்துக்கு, அவருடன் யோஜித், திருஷ்டி இருவரும் பேசிய அத்தனை உரையாடல்களும் நினைவில் வந்தது. விசாரணையின்போது... யோஜித் புத்திசாலித்தனமாக, தன்னை தவறான திசையில் திருப்பிவிட்டது புரிந்தது. ஒரு நொடி யோஜித் தன்னை ஏமாற்றிய விதத்தை மனதில் பாராட்டினார் சத்யஜித். அவரால் வியக்காமல் இருக்க முடியவில்லை.

''ஜுட், யோஜித்தின் அத்தை யாரையோ காலேஜில் சேர்க்க வந்திருப்பதாகச் சொன்னான். நான் அவங்களைப் பார்த்துப் பேசிட்டுவர்றேன்! நீ ஸ்டேஷனுக்குப் போ! நான் வர்றவரை இந்தக் கேஸ் பற்றி யாரிடமும் பேச வேண்டாம்'' என்றார். அவருக்கு கோபமும் வந்தது. யோஜித் பற்றி மேலும் ஏதாவது விவரம் சேகரிக்க முடியுமா என... யோஜித் எப்படியாவது சிக்குவானா என்று

முயற்சிக்கலாம் எனப் புறப்பட்டார். முன்தினம் இரவு தங்களின் சம்பாஷனையை எண்ணிப் பார்த்தார். 'எதனால் யோஜித் இத்தனை பேராசை கொண்டான்' அவருக்குப் பிடிபடவில்லை.

யோஜித்தின் வீடு பூட்டியிருந்தது. எந்த அத்தையும் அங்கு வரவில்லை என்பதும் தெரிந்தது. வீட்டின் உரிமையாளர் கொடுத்த சாவியால் வீட்டைத் திறந்தார், 'இந்த அளவுக்கு இதுவரை என்னை யாரும் ஏமாற்றியது இல்லை யோஜித்! கூடவே இருந்து.... ஒரு போலீஸ் அதிகாரியாக இருந்தது... நான் சற்றும் உன்னிடம் இதை எதிர்பார்க்கலை யோஜித்!'

யோஜித் நீ பேசும் போது ஆக்ஷனுடன் பேசுவாய், நடித்துக் காட்டுவாய். நாங்கள் வேடிக்கை பார்ப்போம். ஆனால் உண்மையில் நீ நல்ல நடிகன் என்பதை இப்போது உறுதிப்படுத்தி விட்டாய். குற்றவாளி யார் என்ற சந்தேக லிஸ்டில் ஸ்ரீராம் மீது ஒரு கண்ணும், திருஷ்டி மீது ஒரு கண்ணும் வைத்து ஏமாந்து விட்டேன். மூன்றாவது கண்ணைப் பயன்படுத்த தவறிவிட்டேன். நீ வெற்றி பெற்றுவிட்டாய்!

வீட்டை சுற்றிப் பார்த்தார் எதுவும் சுவாரஸியமாக இல்லை. மனச் சோர்வுடன் சாப்பாட்டு மேஜை முன் உள்ள நாற்காலியில் அமர்ந்தார். மேஜைமேல் ஒரு வெள்ளைக் காகிதம் இருந்தது. அதில் எதுவும் எழுத்து இல்லை. அதை எடுத்தபோது அதன் அடியில் மேஜையில் 'எங்க பாக்கணும்னு உங்களுக்குத் தெரியும்தானே?' என எழுதப்பட்டிருந்தது. முதலில் அவருக்கு ஒன்றும் புரியவில்லை. விளையாடுகிறானா? ஆனால் அன்று யோஜித் சொன்னது நினைவில் வந்தது.

''என்னுடைய ரகசியங்களை கண்ணாடிக்குப் பின்னால்!... கண்ணாடிக்குப் பின்னால்'' கண்ணாடியைத் தேடி விரைந்தார். படுக்கை அறை கண்ணாடியின் பின்னால் சின்னச் சின்ன காகிதங்கள் கிடைத்தது. பாராட்டுக் கடிதம் திருஷ்டியின் காதல் கடிதங்கள். அவர் அப்பாவின் பணப்பட்டுவாடா சீட்டு என்று... அவர் குளியலறை நோக்கி ஓடினார். கண்ணாடிக்குப் பின்னால் எதுவும் இல்லை. எடுத்து சட்டத்தை கழற்றிப் பார்த்தார். அதில் இரண்டு கடிதம் இருந்தது. யோஜித்தின் கடிதம்.

அன்புள்ள ஸார்!

இந்தக் கடிதம் படிக்கும்போது நான் உங்கள் மீது வைத்திருக்கும் அளவு கடந்த மரியாதை தெரியும். நான் உங்களை ஏமாற்றியதாக எண்ண வேண்டாம். இதைச் செய்வதற்கு ஒரு காரணம் உண்டு. எங்களைத் தேடி உங்கள் நேரத்தை வீணாக்காதீர்கள். அடுத்த கவரில் உங்களுக்கு ஆச்சரியம் காத்திருக்கு! நான் சொன்னதுபோல... உங்கள் வாழ்க்கையில் வெற்றி உண்டு, வாழ்க்கை மாறும்!

மரியாதைகளுடன் யோஜித்

சத்யஜித் அடுத்த கவரைப் பிரித்தார். அதில் சில காகிதங்கள் இருந்தது. படித்துப் பார்த்தார். அவர் கண்கள் விரிந்தது. அதில் ஆயுதக்கடத்தல் பற்றிய தகவல்கள், அது ஆவடியில் 'கன் க்ளப்'பில், கமிஷனரின் முன் அவரின் முக்கிய பங்குடன் அமோகமாக நடைபெறுவது பற்றிய குறிப்புகள் இருந்தது.

கமிஷனரின் அழைப்பு இரண்டு முறை வந்தது. சத்யஜித் துண்டித்தார்.

''நன்றி யோஜித்' இந்த நாளை நல்ல நாள் ஆக்கினாய்!' மீண்டும் கைப்பேசி அழைத்தது. ''கேஸ் என்ன ஆச்சு'' கமிஷனர் கேட்டார்.

சத்யஜித், தனக்கு யோஜித் எழுதிய கடிதத்தைக் கிழித்துப் போட்டார். அவர் காகிதங்களைப் பத்திரமாக வைத்துக் கொண்டு கமிஷனரிடம் ''எப்ப ஸார் சந்திக்கலாம்'' எனக் கேட்டார்.

யோஜித்தும், திருஷ்டியும் மெகாங் நதியில் குளிக்க இறங்கியபோது... திருஷ்டி யோஜித்திடம் கேட்டாள். ஒரு விஷயம் மறந்து போச்சே. பணம், துப்பாக்கி, நகை எங்கே வச்சிருந்தீங்க?

''அது எல்லாமே போலீஸ் வண்டியில்'' என்றார் யோஜித்.

www.ingramcontent.com/pod-product-compliance
Lightning Source LLC
LaVergne TN
LVHW040434051026
849517LV00002B/603

* 9 7 8 9 3 8 7 6 5 5 5 2 2 *